PETIT PAYS या फ्रेंच पुस्तकाचा अनुवाद

छोटा देश

गाएल फाई

अनुवाद

आकांक्षा आठल्ये

मेहता पब्लिशिंग हाऊस

Please contact us at **Mehta Publishing House Pvt. Ltd.**
✆ +91 020-24476924 / 24460313 / Mob. No. 9545000513
Email : production@mehtapublishinghouse.com
Website : www.mehtapublishinghouse.com

- *या पुस्तकातील लेखकाची मते, घटना, वर्णने ही त्या लेखकाची असून त्याच्याशी प्रकाशक सहमत असतीलच असे नाही.*

PETIT PAYS by GAEL FAYE

PAP TAGORE — The Work is published with the support of the Publication Assistance Programs of the Institut français

Translated into Marathi Language by Akanksha Athalye

छोटा देश / अनुवादित कादंबरी

अनुवाद : आकांक्षा आठल्ये
author@mehtapublishinghouse.com

मराठी अनुवादाचे व प्रकाशनाचे हक्क मेहता पब्लिशिंग हाऊस, प्रा. लि.

संस्थापक : सुनील मेहता

प्रकाशक : मेहता पब्लिशिंग हाऊस, प्रा. लि.
१९४१, सदाशिव पेठ, पुणे ३०.

मुद्रक : ट्रिनिटी ॲकॅडमी फॉर कॉर्पोरेट ट्रेनिंग लिमिटेड, पुणे – ४१.

मुखपृष्ठ : सतीश भावसार

प्रथमावृत्ती : नोव्हेंबर, २०२२

किंमत : ₹ २५०

P Book ISBN 9789394258723
E Book ISBN 9789394258747
E Books available on : amazonkindle Apple Books Google Play Books

जॅकलीन साठी

संपादक कथेरिन नाबोकोव यांचे या पुस्तकाच्या प्रकाशनासाठी केलेल्या योगदानाबद्दल कृतज्ञतापूर्वक आभार मानत आहे.

पूर्वकथन

या गोष्टीची सुरुवात कशी झाली हे मला खरंच ठाऊक नाही.

तरी त्या दिवशी, त्या छोट्या व्हॅनमध्ये असताना बाबांनी आम्हाला सगळं नीट समजावून सांगितलं होतं.

''हे बघा, बुरुंडीला रवांडासारखंच असतं. तिथे तीन वेगवेगळे गट आहेत. त्यांना जमात म्हणतात. संख्येने सगळ्यांत जास्त असणारे हुतू, ते बुटके असतात आणि त्यांचं नाक मोठं असतं.''

''म्हणजे डोनासीएनसारखे?'' मी विचारलं होतं.

''नाही, तो झैरियन आहे, तो वेगळा! तुला उदाहरणच द्यायचं झालं तर आपला स्वयंपाकी, प्रोथेसारखे. त्यानंतर अजून एक जमात म्हणजे त्वा, बुटके लोक. खरं म्हणजे त्यांची संख्या अगदी नगण्य आहे, त्यांना जमेत न धरण्याइतकी कमी आणि तिसरी म्हणजे तुत्सी जमात; म्हणजे तुझी आई ज्या जमातीची आहे ती. हे लोक हुतूंपेक्षा संख्येने खूप कमी आहेत. उंच, सडपातळ आणि छोटं नाकवाले आणि या लोकांच्या डोक्यात नक्की काय चालू असतं ते काही कोणी सांगू शकत नाही.'' मग माझ्याकडे बोट दाखवत बाबा म्हणाले होते, ''गाब्रिएल, तू अगदी खराखुरा तुत्सी आहेस, तू काय विचार करतोस ते काही कोणाला कळू शकत नाही.''

खरंतर माझे विचार मला स्वतःलाही कळायचे नाहीत. तसंही या सगळ्यांबद्दल आपण विचार तरी काय करणार? म्हणून मग मी विचारलं, ''तुत्सी आणि हुतू या दोन जमाती एकाच प्रांतातल्या नाहीत म्हणून त्यांचं आपापसांत भांडण आहे का?''

''नाही, तसं नाही, ते एकाच देशातले आहेत.''

''मग... त्यांची भाषा भिन्न आहे का?''

"तसंही नाही, ते दोघं एकच भाषा बोलतात."

"मग, त्यांचा देव वेगवेगळा आहे का?"

"नाही ना, त्यांचा देवसुद्धा एकच आहे."

"मग... त्यांचं भांडण आहे तरी कशावरून?"

"कारण त्यांचं नाक एकसारखं नाही."

आमची चर्चा तिथेच थांबली. जरा विचित्रच होतं हे सगळं. मला वाटतं की, बाबांनासुद्धा यातलं फार काही नीटसं समजलं नव्हतं. त्या दिवसापासून मी रस्त्याने चालताना लोकांचं नाक आणि त्यांची उंची बघू लागलो. गावात खरेदीसाठी गेलो असताना मी आणि माझी धाकटी बहीण - ॲना आम्ही दोघे हळूच कोण हुतू आहे आणि कोण तुत्सी हे ओळखण्याचा प्रयत्न करायचो. आम्ही कुजबुजायचो :

"तो पांढरी पॅन्ट घातलेला आहे ना, तो हुतू आहे; तो बुटका आहे आणि त्याचं नाक मोठं आहे."

"हं! आणि तो बघ तिकडे, टोपी घातलेला, केवढा उंच आणि सडपातळ आहे आणि त्याचं नाकही एकदम सरळ आहे, तो तुत्सी आहे."

"आणि तो, तिकडे चट्टेरी-पट्टेरी शर्टवाला, तो हुतू आहे."

"नाही नाही, नीट बघ ना! तो उंच आणि सडपातळ आहे."

"हो; पण त्याचं नाक मोठं आहे!"

आणि तिथे या जमातींच्या बाबतीत आमच्या मनांत घोळ सुरू झाला. तसंही बाबांना आम्ही याबद्दल बोललेलं आवडत नसे. त्यांच्या मते लहान मुलांनी राजकारणात लक्ष घालू नये; पण आमच्याकडे दुसरा पर्यायच नव्हता. आजूबाजूचं वातावरण दिवसेंदिवस जास्तच विचित्र होत होतं. शाळेतसुद्धा मित्रामित्रांमध्ये हुतू आणि तुत्सी या विषयावरून वादविवाद, भांडणं होत होती. एकदा शाळेत 'सिरानो द बेरजेराक' हा चित्रपट बघत असताना एक विद्यार्थी म्हणाला होता :

"तो बघा, त्याचं नाक बघा; तो तुत्सी आहे."

एकूणात काय तर वातावरण बदललं होतं. कोणाचं नाक कसंही असलं तरी प्रत्येकाला हा बदल जाणवत होता.

परत जाण्याच्या विचारांनी मला झपाटून टाकलं आहे. मला माझ्या देशाची आठवण येत नाही असा एकही दिवस जात नाही. लहानपणीच्या आठवणी जागृत करण्यासाठी एखादा बारीकसा आवाज, एखादा मंद सुवास, दुपारच्या वेळचं ऊन, कुठलासा हावभाव, तर कधीकधी शांततासुद्धा पुरेशी असते.

"भुतं आणि विनाशाचे ढीग यांखेरीज तुला तिथे दुसरं काही सापडणार नाही," ॲना मला वारंवार सांगत आहे. तिला त्या 'शापित देशाचं' नावसुद्धा परत कधी

ऐकायचं नाही आहे. मी तिचं ऐकतो, माझा तिच्यावर विश्वास आहे. ती माझ्यापेक्षा नेहमीच जास्त वास्तववादी होती. म्हणूनच मी माझ्या डोक्यातून ही कल्पना काढून टाकतो. परत कधीही तिकडे जायचं नाही असं मी कायमचं ठरवतो. माझं आयुष्य आता इथे आहे. फ्रान्समध्ये.

खरंतर आता मी ना तिकडचा राहिलोय आणि ना धड इकडचा. एखाद्या ठिकाणी राहणं म्हणजे तिथल्या भौगोलिक रचनेमध्ये, तिथल्या वातावरणाच्या कुशीत विरघळून जाणं. इथे तसं काहीच घडलं नाही. मी फक्त एका प्रवाहात आहे. मी इथे राहतो, झोपतो आणि दिनचर्येचा भाग म्हणून काही गोष्टी करतो. माझं शहर म्हणजे एक वसतिगृह आणि व्यावहारिक सोय आहे. माझ्या घराला नवीन रंगाचा आणि जमिनीवर अंथरण्याच्या नवीन कॅनव्हासच्या कापडाचा वास येतो. माझे शेजारी माझ्यासाठी पूर्णपणे अनोळखी आहेत; जिन्याच्या पायऱ्यांवर आम्ही एकमेकांना सोईस्कररीत्या टाळतो.

मी पॅरिसमध्ये राहतो आणि काम करतो. सेंट -क्वेन्टीन ऑन -इवलीन. आरइआर लाइन सी. कुठलाही भूतकाळ नसलेलं एक नवं शहर. इथे मला रुळायला म्हणजे नोकरीचं स्थैर्य, घर, छंद, मित्र परिवार सर्व जमून यायला काही वर्षं लागली.

इंटरनेटवर नवीन लोकांना भेटायला मला आवडतं. एखादी संध्याकाळ किंवा काही आठवडे चालणारी गोष्ट. माझ्याबरोबर फिरणाऱ्या सगळ्या मुली अगदी वेगळ्या आहेत, एकाहून एक सुंदर. त्या स्वतःबद्दल बोलतात ते ऐकताना, त्यांच्या केसांचा सुगंध अनुभवताना मी झिंगून जातो आणि त्यांच्या कापसासारख्या मुलायम बाहुपाशांमध्ये, त्यांच्या मांड्यांमध्ये आणि त्यांच्या शरीरामध्ये स्वतःला झोकून देतो. त्यांच्यापैकी एकही मुलगी मला तो जीवघेणा प्रश्न विचारायला कधीही विसरत नाही, तेही पहिल्याच भेटीत. "तू मूळचा कुठला आहेस?" अगदी नेहमीचा, पारंपरिक प्रश्न. नातं पुढं जाण्यासाठीचा अपरिहार्य भाग. अनेकदा माझ्या त्वचेचा तपकिरी रंग माझ्या वंशाचा दाखला देत माझ्या अस्तित्वाची ओळख पटवून देतो. मी माणूस आहे. माझं उत्तर काही त्यांना आवडत नाही; पण ना माझा हेतू त्यांना चिडवण्याचा असतो, ना कोणी ज्ञानी वा तत्त्वज्ञ असल्याचा आव आणण्याचा. मी अगदी लहान असतानाच ठरवलं होतं की, स्वतःला कधीच कोणत्या व्याख्येत बसवायचं नाही.

संध्याकाळ सरत जाते. माझं कौशल्य कामी येतं आणि त्या बोलू लागतात. मी लक्ष देऊन ऐकतो ही गोष्ट त्यांना आवडते. मीही त्यांच्या गोष्टींमध्ये भिजून जातो, बुडून जातो. मी दारूच्या नशेत खोल, खोल बुडत माझ्या साधेपणाला दूर सारतो. मग मी एक तरबेज शिकारी बनून त्यांना हसवतो, त्यांना उद्युक्त करतो.

थोडी मजा यावी म्हणून मूळ वंशाविषयीचा मुद्दा पुनःपुन्हा उकरून काढतो. त्याबद्दलचं रहस्य जाणूनबुजून जागृत ठेवतो. काही काळ आम्ही असा उंदीर-मांजराचा खेळ खेळत राहतो आणि मग माझं अस्तित्व कसं अनेक मृतदेहांचं ओझं वाहत आहे, असं कोरडं विक्षिप्त उत्तर देतो. त्यांना काहीच समजत नाही. त्यांना काहीतरी हलकंफुलकं हवं असतं. त्या हरिणीसारख्या नजरेने माझ्याकडे पाहत राहतात. मला त्या खूप हव्याहव्याशा वाटतात. कधीकधी त्या स्वतःला माझ्या स्वाधीन करतात. त्यांना मी काही काळापुरतं त्यांचं मनोरंजन करणारं एक विक्षिप्त विनोदी पात्र वाटतो.

परत जाण्याच्या विचारांनी मला झपाटून टाकलं आहे. मी हा विचार पुढे ढकलतो, अनंत काळासाठी अजूनअजून पुढे ढकलतो. घडून गेलेलं वास्तव पुनःपुन्हा समोर येण्याची भीती आणि माझ्या देशाच्या वेशीपाशी सोडलेली दुःस्वप्नं पुनःपुन्हा दिसण्याचं ते भय. माझं लहानपण ज्या भागात गेलं, जिथे मी माझ्या कुटुंबासोबत आणि माझ्या मित्रांसोबत आनंदात जागायचो, ज्या गल्लीच्या कोपऱ्यावर माझं घर होतं, तिथे गेली वीस वर्षं मी पुनःपुन्हा जात आहे : रात्रीच्या झोपेतल्या स्वप्नात आणि दिवास्वप्नातही! बालपण सरत असताना माझ्यासाठी अशा काही खुणा ठेवून गेलं की, त्यांचं काय करावं हे काही मला समजत नाही. सगळं बरं चालू असलं की वाटतं, या सगळ्यांमुळेच मला माझी ताकद आणि संवेदनशीलता मिळते आणि रिकाम्या बाटलीच्या तळाशी पोहोचल्यावर मात्र माझ्या आजूबाजूच्या जगात मी रुळू न शकल्याची कारणं मला दिसतात.

माझं आयुष्य म्हणजे लांबच लांब भरकटणं आहे. मला सगळ्यांबद्दलच उत्सुकता आहे; पण कशाबद्दलच ओढ नाही. माझ्या आयुष्यात झपाटलेपणाच्या मिठाची कमतरता आहे. तसा मी निवांत बसून राहणाऱ्यांच्या जातीतला, स्वतःचं ठाम असं काही म्हणणं नसलेला. कधीकधी मी स्वतःला चिमटा काढून बघतो. समाजात वावरताना, काम करताना, ऑफिसमध्ये सहकाऱ्यांबरोबर असताना मी स्वतःचं निरीक्षण करतो. लिफ्टच्या आरशामध्ये दिसणारा हा माणूस मीच आहे का? कॉफीच्या मशीनजवळ उभा असलेला, सक्तीने चेहऱ्यावर हसू आणणारा हा माणूस मी आहे का? मी स्वतःला ओळखूच येत नाही. मी इतका लांबचा प्रवास करून इथपर्यंत आलो आहे की, आज या ठिकाणी असल्याच्या आश्चर्यातच मी अजून बुडून गेलो आहे. माझे सहकारी हवामान आणि टीव्हीवरच्या कार्यक्रमांविषयी गप्पा मारतात. मी त्या गप्पा ऐकत नाही. माझा श्वास कोंडतो. मी शर्टाची कॉलर सैल करतो. मला कपडे घट्ट झाल्याची जाणीव होते. मी पॉलिश केलेल्या माझ्या बुटांकडे बघतो, ते चकाकणारे बूट मला एक फसवं प्रतिबिंब दाखवतात. माझ्या पावलांचं काय झालं? ती तर लपूनच बसली आहेत. मी माझ्या पावलांना अलीकडे

मोकळ्या हवेत फिरताना बघितलंच नाही. मी उठून खिडकीजवळ जातो. आकाश खाली उतरलं आहे. चिकट करड्या रंगाची पावसाची रिपरिप चालू आहे. मॉल आणि रेल्वेलाइनच्या बरोबर मध्ये अडकलेल्या त्या छोट्या बागेमध्ये एकही आंब्याचं झाड नाही.

त्या दिवशी ऑफिसातून बाहेर पडल्यावर, रेल्वे स्टेशनच्या समोर जो पहिला बार दिसला, तिथे शिरलो. सॉकर टेबलापाशी जाऊन बसलो आणि माझा तेहतिसावा वाढदिवस साजरा करण्यासाठी एक व्हिस्की मागवली. मी ॲनाला फोन लावायचा प्रयत्न केला; पण तिने उचलला नाही. मी प्रयत्न सोडला नाही. पुनःपुन्हा तिचा नंबर फिरवला. शेवटी मला आठवलं की, काही कामानिमित्त ती लंडनला गेली होती. सकाळी आलेल्या फोनबद्दल मला तिला सांगायचं होतं. तो फोन म्हणजे नियतीचा काहीतरी संकेतच असला पाहिजे. मला तिकडे परत गेलं पाहिजे. मनाची खात्री करून घेण्यासाठी तरी... मला झपाटून टाकणारा तो भूतकाळ एकदाचा कायमचा संपवण्यासाठी तरी, ते दार कायमचं बंद करण्यासाठी तरी. मी अजून एक व्हिस्की मागवली. बारमध्ये वर लावलेल्या टीव्हीच्या आवाजाने एका क्षणासाठी माझे विचार झाकून टाकले. युद्धाच्या परिस्थितीपासून स्वतःला वाचवण्यासाठी पळून जाणाऱ्या लोकांच्या प्रतिमा टीव्हीवरची एक बातम्यांची वाहिनी सतत दाखवत होती. त्यांच्या नशिबाचं जहाज युरोपच्या किनाऱ्याला लागताना मी पाहत होतो. त्या जहाजांमधून बाहेर पडणारी मुलं थंडीमुळे थरथर कापत होती, भुकेने आणि तहानेने व्याकूळ झालेली होती. जगाच्या वेडेपणाच्या मैदानावर ही मुलं आयुष्याचा खेळ खेळत होती. मी आरामात माझ्या अध्यक्षाच्या भूमिकेत बसून, हातात व्हिस्कीचा ग्लास घेऊन त्यांच्याकडे पाहत होतो. लोकांना असंच वाटेल की, या मुलांची नरकातून सुटका होऊन ती अलडोरॅडोच्या सोनेरी राज्यात प्रवेश करत आहेत. सगळा मूर्खपणा! त्यांच्या आत वसलेल्या त्यांच्या देशाविषयी कोणी काही बोलणार नाही. कविता म्हणजे काही वास्तव नव्हे; पण तरीही माणसाच्या पृथ्वीवरच्या प्रवासात शेवटपर्यंत त्याच्या लक्षात राहील अशी ही एकच गोष्ट आहे. मी टीव्हीवर दिसणाऱ्या त्या चित्रांवरून नजर फिरवली, ती चित्रं सत्य दाखवत होती, वास्तव नाही. ही मुलंच कदाचित एक दिवस स्वतःचं वास्तव लिहितील. हिवाळ्यात ओसाड पडलेल्या एखाद्या महामार्गाप्रमाणे माझं मन दुःखी झालं होतं. दरवेळी हे असंच होतं. दरवर्षी माझ्या वाढदिवसाच्या दिवशी जेव्हा मला आई-बाबांची, मित्रांची, बागेत बसून मगर कापून केलेल्या त्या मोठ्या मेजवानीची आठवण येते, तेव्हा एक जड उदासीनता मुसळधार कोसळणाऱ्या पावसासारखी माझ्या मनावर आघात करते.

। एक ।

माझ्या आई-बाबांच्या वेगळं होण्यामागची कारणं मला कधीच समजणार नाहीत; पण त्यांच्यात पहिल्यापासूनच काहीतरी मोठा गैरसमज असणार. कदाचित त्यांच्या पहिल्या भेटीतलाच एखादा तांत्रिक बिघाड. तो कदाचित कुणाच्या नजरेसही आला नाही किंवा जाणीवपूर्वक दुर्लक्षिला गेला असेल, तेव्हा आई-बाबा तरुण होते. सुंदर होते. आफ्रिकेच्या स्वातंत्र्य दिनासारख्या तेजस्वी सूर्याच्या गोळ्याप्रमाणे मनात आशेचा लखलखता प्रकाश होता. तुम्ही बघायला हवं होतं! त्यांच्या लग्नाच्या दिवशी बाबांचा विश्वासच बसत नव्हता की, आपण खरंच आईच्या हातात अंगठी घातली. अर्थात, माझे बाबा स्वतःही काही कमी नव्हते - तीक्ष्ण हिरवे डोळे, फिकट तपकिरी-सोनेरी रंगाचे केस आणि हुबेहूब व्हायकिंगसारखी त्यांची देहयष्टी यामुळे त्यांचं व्यक्तिमत्त्व उमदं आणि आकर्षक होतं; पण तरीही माझ्या आईच्या नखाचीही सर नव्हती त्यांना. आईची पावलंसुद्धा किती विलक्षण होती! घोट्यांपासून सुरू होणारे तिचे नाजूक लांबसडक पाय कित्येक स्त्रियांच्या मनात ईर्षा निर्माण करायचे आणि पुरुषांची नजर खिळवून ठेवायचे. बाबा मूळचे फ्रान्सच्या जुरा प्रांतामधले, सरकारी कामाच्या निमित्ताने, योगायोगाने आफ्रिकेमध्ये आलेले. बुरुंडी परिसराचा आभास निर्माण करणाऱ्या डोंगराळ भागातल्या एका छोट्या गावातून आलेले; पण तिकडे आईएवढ्या सुंदर बायकाच नव्हत्या, जणू गोड पाण्यातलं एक नाजूकसं रोपच, उंच गगनचुंबी इमारतींसारखं, काळ्याभोर शिसवासारखी कांती असलेलं सौंदर्य आणि टपोऱ्या डोळ्यांच्या अंकोले गायी. ऐकण्यासारखं होतं सगळंच! त्यांच्या लग्नाच्या दिवशी बेसूर वाजणाऱ्या गिटारच्या तालावर स्वच्छंद रुंबाचा नाच होता, चांदण्यांनी भरलेल्या आकाशाखाली सुख शीळ घालत 'चाचाचा'ची धून ऐकवत होतं. हे सगळं तर बघण्यासारखं होतंच! पण या पलीकडेही आणखी बरंच काही होतं! प्रेम करणं, जगणं, हसणं, आपलं अस्तित्व टिकवणं. न थांबता सरळ पुढे जात राहणं,

अगदी वाट संपेपर्यंत आणि त्यानंतरही थोडं अंतर.

फक्त माझे पालक खरं म्हणजे स्वतःमध्ये हरवलेली पौगंडावस्थेतली मुलं होती, त्यांना अचानकच जबाबदार प्रौढ बनावं लागलं. त्यांच्या किशोरवयातून, संप्रेरकांच्या अमलातून बाहेर पडत असतानाच, रात्ररात्र जागून काढण्याची त्यांची झिंग ओसरत असतानाच नेमकं, पिऊन संपवलेल्या रिकाम्या बाटल्या उचलून टाकणं, अ‍ॅश-ट्रेमधली सिगारेटची थोटकं साफ करणं, सायकेडेलिक रॉक संगीताच्या तबकड्या पिशवीत भरून टाकणं, कुर्ते आणि बेलबॉटम पॅन्टच्या घड्या घालणं - अशी कामं त्यांच्या अंगावर येऊन पडली. घंटा वाजली होती. मुलं, टॅक्स, जबाबदाऱ्या, चिंता सगळं येऊन ठेपलं होतं; खूप लवकर, खूप वेगाने आणि त्याच बरोबर उभे राहिले होते नवे प्रश्न - रस्त्यांवरचे लुटारू, हुकूमशहा, राजकीय अस्थिरता, रचनात्मक तडजोडींच्या चळवळी, आदर्शांचे त्याग, मोठ्या मुश्किलीने होणारी सकाळ आणि रोज थोडा अधिक काळ अंथरुणात रेंगाळणारा सूर्य. उग्र आणि भयंकर वास्तव आ वासून समोर उभं होतं. सुरुवातीच्या बिनधास्तपणाचं रूपांतर एखाद्या लंबकाच्या चालणाऱ्या अविरत हालचालीसारख्या लयबद्ध हुकूमशाहीत झालं होतं. त्यांनी मोह आणि प्रेम यांच्यात गल्लत केली होती आणि दोघांनीही आपापल्या मनांत एकमेकांच्या गुणांचं अवास्तव चित्र रेखाटलं होतं हे समजताच आयुष्य एखाद्या बूमरँगप्रमाणे त्यांच्या अंगावर येऊन आदळलं. ते दोघं केवळ एकमेकांच्या आभासांचे भागीदार झाले होते, एकमेकांच्या स्वप्नांचे नाही. दोघांचंही आपापलं असं एक स्वप्न होतं, स्वतःपुरतचं आणि त्यात एकमेकांच्या अपेक्षांना काहीच स्थान नव्हतं.

पण पूर्वी म्हणजे या सगळ्याच्याही आधी, मी आता जे काही सगळं सांगणार आहे त्याच्याही पूर्वी होता तो आनंद, एकमेकांना समजावून सांगावं लागणार नाही, असं आयुष्य. अस्तित्वाचं स्वरूप जसं होतं तसं होतं, अगदी आदिम काळापासून चालत आलं होतं तसं आणि मला ते जसं राहायला हवं होतं, अगदी तसं. कानाशी डासाची गुणगुण नसताना मिळणारी सुखाची शांत झोप, डोक्यावर तडतड आपटणारा प्रश्नांचा पाऊस नसतानाचं अस्तित्व. त्या सुखाच्या काळात कोणी मला विचारले, 'कसा आहेस?' तर मी नेहमी 'एकदम मस्त!' असं उत्तर लगोलग देत असे. आनंदात असताना फार विचार करावा लागत नाही. मी या प्रश्नाबद्दल फार उशिरा खराखुरा विचार करू लागलो. साधक आणि बाधक विचार तोलून पाहू लागलो, कधी टाळू लागलो तर कधी अस्पष्टपणे मान्य करू लागलो. खरंतर संपूर्ण देशच असं करू लागला होता. सगळेचजण जेमतेम 'हं, बरं चाललंय' एवढंच म्हणू लागले होते, कारण जे काही घडलं होतं; त्यानंतर आमचं आयुष्य एकदम मस्त असूच शकत नव्हतं.

। दोन ।

मला वाटतं की, आमच्या सुखी आयुष्याच्या अंताची सुरुवात सेंट निकोलसच्या सणाच्या दिवशी झैर देशातील बुकावू शहरातल्या जॅकच्या त्या मोठ्या अंगणात झाली. महिन्यातून एकदा आम्ही म्हाताऱ्या जॅकला भेटायला जायचो, तशी सवयच झाली होती आम्हाला. गेले काही आठवडे आई बाबांशी फारसं काही बोलत नव्हती, तरीसुद्धा त्या दिवशी ती आमच्याबरोबर आली होती. बुकावूला जायच्या आधी पैसे काढण्यासाठी आम्ही बँकेत गेलो. बँकेतून बाहेर येताना बाबा म्हणाले, ''आपण लक्षाधीश झालो.'' मोबूतूच्या काळातील झैरमध्ये चलनाचं एवढ्या मोठ्या प्रमाणावर अवमूल्यन झालं होतं की, साध्या पिण्याच्या पाण्याच्या एका बाटलीसाठी पन्नास लाख मोजावे लागत असत.

सीमा ओलांडल्याबरोबर मात्र परिस्थिती बदलत असे. बुरुंडीमधल्या संयमाची जागा झैरमधला गोंधळ घेत असे. त्या अशांत गर्दीमध्ये लोक एकमेकांशी जमवून घ्यायचे, एखाद्या गुरांच्या बाजारात असल्यासारखे एकमेकांना हाका मारायचे, शिव्या द्यायचे. साचलेल्या पाण्याच्या डबक्यातले शिंतोडे उडून खराब झालेले गाडीचे आरसे, वायपरची पाती आणि चाकाची कड या सगळ्यांकडे गोंगाट करणारी अस्वच्छ मुलं आशेने पाहायची, काही हातगाडीभर रकमेच्या बदल्यात बकऱ्याचे कबाब मिळायचे, तिखट शेंगदाण्याची पाकिटं आणि मीठ लावलेली अंडी विकणारे ट्रक आणि मिनीबस आपले बंपर जवळजवळ एकमेकांना चिकटवून रांगेत उभे असायचे आणि बायका-मुली त्या रांगांमध्ये जा-ये करायच्या, पोलिओमुळे पाय वाकडा झालेले भिकारी बर्लिनची भिंत कोसळण्याच्या दुर्दैवी दुष्परिणामांपासून वाचण्यासाठी काही लाखांची भीक मागायचे, तर कोणी एखादा पाद्री डुलणाऱ्या मर्सिडीझच्या बॉनेटवर उभा राहून एका हातामध्ये अजगराच्या कातड्यापासून बनवलेल्या स्वाहिलीतलं बायबल घेऊन मोठ्या आवाजात जगाच्या अंताची शक्यता वर्तवायचा. गंजलेल्या झोपडीत अर्धवट झोपेत असलेला एक सैनिक मोठ्या नाइलाजाने माश्या

मारण्याचा झारा हलवत असायचा. वर्षानुवर्षे पगार न मिळालेल्या त्या सरकारी नोकराचा घसा गरम हवेमध्ये मिसळलेल्या डिझेलच्या वासामुळे कोरडा व्हायचा. रस्त्यांवर एकेकाळी असलेल्या छोट्या खड्ड्यांचं आता महाकाय अशा विवरांमध्ये रूपांतर होऊन, ते आता वाहनांचं नुकसान करू लागले होते. रस्त्याची ही अशी अवस्था असूनही कस्टम अधिकारी मात्र टायरची पकड, इंजिनमधल्या पाण्याची पातळी, वाहनाचा इंडिकेटर योग्यरीत्या कार्यरत आहे की नाही अशा गोष्टींची अगदी लक्षपूर्वक चाचणी करत असत. त्याला अपेक्षित असलेली एकही त्रुटी जर त्या अधिकाऱ्याला वाहनात सापडली नाही, तर सीमा पार करण्यासाठी तो बाप्तिस्मा झाल्याचं किंवा पहिली सहभागिता झाल्याचं चर्चने दिलेलं प्रमाणपत्र दाखवण्याची सक्ती करत असे.

भांडायचं त्राण न उरल्यामुळे त्या दुपारी अखेरीस तिकडच्या बिनडोक प्रथेनुसार बाबांनी अधिकाऱ्याला लाच दिल्यावर मग एकदाचं फाटक उघडलं आणि रस्त्याच्या कडेला वाहणाऱ्या गरम पाण्याच्या झऱ्यातून निघणाऱ्या वाफेमधून वाट काढत आमची गाडी मार्गस्थ झाली.

उविरा नावाच्या छोट्या शहरापासून बुकावूला जाताना वाटेतल्या स्वस्त उपाहारगृहांमध्ये केळ्याचे डोनट आणि तळलेल्या मुंग्यांचे कोन घेण्यासाठी आम्ही वाटेत थांबत गेलो. त्या छोट्या छोट्या उपाहारगृहांच्या काचांवर वेगवेगळ्या प्रकारचे भन्नाट फलक लावलेले होते, उदाहरणार्थ, 'शॉनजेलिझे वरचं फुके', 'जिसकार देस्तान्ग चा स्नॅक बार', 'रेस्टोरोन्ट फेत कॉम शे वू.' स्थानिक कल्पकतेचं कौतुक करण्याच्या आणि त्या फलकांना कायमचं फोटोंमध्ये बंदिस्त करण्याच्या हेतूने जेव्हा बाबांनी त्यांचा पोलारॉईड काढला, तेव्हा तिथल्या लोकांना गोऱ्यांविषयी वाटणाऱ्या आकर्षणाबद्दल बाबांना जे नवल वाटत होतं; त्यामुळे आईने वैतागून चक् असा आवाज काढला.

वाटेतल्या असंख्य कोंबड्या, बदकं आणि मुलं चिरडली जाऊ नयेत अशी काळजी घेत शेवटी आम्ही बुकावूला पोहोचलो. बुकावू शहर म्हणजे किवी तळ्याच्या काठावर वसलेली, एकेकाळच्या कलात्मक आणि प्रगत शहराचे अवशेष असलेली एक प्रकारची ईडनची बागच! आम्ही जॅककडे पोहोचलो, तेव्हा छानपैकी टेबल तयार करून आमच्या स्वागतासाठी तो सज्ज होता. त्याने मोम्बासावरून आलेली ताजी कोळंबी मागवली होती.

''खरंतर ऑयस्टरला काही तोडच नाही; पण अधूनमधून अशा चांगल्या गोष्टीसुद्धा खाव्यात!'' आनंदाने बाबा म्हणाले,

''एवढ्या तक्रारी कशाबद्दल करतोस तू मिशेल? घरी तुला चांगलं खायला मिळत नाही का? आईने कठोर स्वरात विचारलं.''

“हो ना, तो मूर्ख प्रोथे रोज दुपारी त्याचे स्टार्चयुक्त आफ्रिकन पदार्थ खायला लावतो. खरंच, त्याला जर बीफ स्टेक योग्य प्रमाणात शिजवता आलं असतं तर काय मजा आली असती!”

“काही बोलूच नकोस मिशेल!” जॅक री ओढत म्हणाला, “माझ्या स्वयंपाकघरातला माकड तर प्रत्येक पदार्थ भाजतो, काय तर म्हणे त्यामुळे सगळे जंतू मरतात. आता मला अति न शिजलेलं स्टेक लागतं कसं हेच आठवत नाही. ब्रुसेल्सला परत जाऊन मी अमिबा खाणं जास्त पसंत करेन!”

जोरदार हशा पिकला. फक्त ॲना आणि मी टेबलाच्या एका कोपऱ्यात गप्प बसलो होतो. माझं वय दहा होतं आणि तिचं सात. म्हणूनच बहुधा जॅकचा विनोद आम्हाला समजला नाही. तसंही आम्हाला कोणी काही विचारल्याशिवाय स्वतःहून बोलायची सक्त मनाई होती. कोणाकडे पाहुणे म्हणून जाणार असू तर हा आमच्यासाठीचा मूलभूत नियम होता. बाबांना लहानांनी मोठ्यांच्या गप्पांमध्ये लुडबुड केलेली अजिबात सहन होत नसे. जॅककडे असताना तर नाहीच नाही. बाबा जॅकला त्यांच्या वडिलांच्या स्थानी बघायचे, त्याला आदर्श मानायचे, इतकं की, त्यांच्याही नकळत बाबांनी जॅकचे हावभाव, लकबी, एवढेच नाही तर आवाजातले चढ-उतारसुद्धा हुबेहूब उचलले होते. ‘या माणसाने मला आफ्रिकेची खरी ओळख करून दिली!’ बाबा अनेक वेळा आईला सांगायचे.

वारं लागू नये म्हणून टेबलाखाली वाकून जॅकने त्याचा दोन हरणांचं चित्र कोरलेला चंदेरी झिप्पो लायटर काढला आणि सिगारेट पेटवली. मग तो पुन्हा ताठ बसला, धुराची काही वर्तुळं नाकपुड्यांमधून सोडत क्षणभर त्याने किवी तळ्याकडे बघितलं. त्याच्या अंगणातून लांबवर पसरलेली छोट्या छोट्या बेटांची माळ दिसायची आणि तळ्याच्या पलीकडच्या काठावर रवांडामधलं सियानगुगू नावाचं शहर होतं. आईची नजर त्या पल्याडच्या तीरावर खिळली होती. दरवेळी आम्ही जॅककडे जेवायला गेलो की, तिचं मन जड त्रासदायक विचारांनी भरून यायचं. १९६३ मध्ये सर्वत्र कत्तल चालू होती, आगीच्या ज्वाळांमध्ये तिचं घर जळत होतं. अशाच एका रात्री, वयाच्या फक्त चौथ्याच वर्षी आई रवांडा देश सोडून आली होती, तेव्हापासून परत कधीच तिने त्या देशामध्ये पाऊल टाकलं नव्हतं आणि आता सहज हाताला लागेल अशा अगदी थोड्या अंतरावर तिला तिचा देश दिसत होता.

जॅकच्या बागेमध्ये माळी एखादा लोलक किंवा गोल्फ स्विंग हलावं, तसं गवत कापायचं यंत्र हलवत अतिशय उत्तमरीत्या गवत कापत होता. आमच्या समोर लाल जास्वंदीच्या फुलांतले परागकण वेचण्यात गुंग असलेल्या गडद हिरव्या हमिंगबर्ड पक्ष्यांनी एक सुंदर दृश्य उभं केलं होतं. मुकुटधारी करकोच्यांची एक जोडी लिंबाच्या आणि पेरूच्या झाडांच्या सावलीत फेरफटका मारत होती. जॅकची बाग सजीव आणि

रंगांनी बहरलेली होती; बागेमध्ये गवती चहाचा मंद दरवळ होता. न्यून्वे जंगलातलं दुर्मीळ लाकूड आणि निरागोंगो ज्वालामुखीच्या भागातला सच्छिद्र काळा खडक यांच्या मिश्रणाने बांधलेलं जॅकचं घर एखाद्या स्विस लाकडी घरासारखं दिसायचं.

जॅकने टेबलावरची छोटीशी घंटा वाजवली आणि लगोलग स्वयंपाकी बाहेर आला. डोक्यावर स्वयंपाक्याची टोपी आणि अंगात पांढरा ॲप्रन असा त्याचा पोशाख त्याच्या अनवाणी, भेगाळलेल्या पावलांशी मात्र मुळीच जुळत नव्हता.

"आम्हाला तीन प्रायमस आणून दे आणि हा सगळा पसारा आवर." जॅकने फर्मान सोडलं.

"कसा आहेस तू एवारीस्ट?" आईने स्वयंपाक्याला विचारलं.

"देवाच्या कृपेनं सगळं ठीक आहे मॅडम!"

"कृपा करून देवाला त्याच्या जागी राहू दे." जॅक म्हणाला, "अजूनही झैरमध्ये काही गोरे लोक शिल्लक आहेत म्हणून इथलं अर्थव्यवस्थेचं गाडं फिरतंय. मी नसतो तर तुझ्या जमातीतल्या इतर लोकांसारखा तूही भीक मागत फिरला असतास!"

"मी देवाचा उल्लेख करतो, तेव्हा मी तुमच्याचबद्दल बोलत असतो मालक!" स्वयंपाकी खोडकर पद्धतीने म्हणाला.

"अरे माकडा, माझं डोकं खाणं बंद कर!"

सगळे हसू लागले आणि जॅक पुढे म्हणाला,

"काय गंमत आहे बघा, मी माझ्या आयुष्यात एकही चांगली बाई तीन दिवसांच्या वर कधी टिकवू शकलो नाही; पण या चिंपांझीला मात्र गेली पस्तीस वर्षं सहन करतोय!"

"तुम्ही माझ्याशीच लग्न करायला हवं होतं, मालक!"

"गप्प बस! आणि काहीतरी वेड्यासारखं बरळण्यापेक्षा जा आणि आमच्यासाठी बिअर घेऊन ये." पुन्हा एकदा मोठ्याने हसत आणि मग घसा खाकरत जॅक म्हणाला. त्याच्या त्या खाकरण्याच्या आवाजामुळे मी खाल्लेली कोळंबी उलटी करून काढायची मला इच्छा झाली.

स्वयंपाकी कुठलंसं देवाचं गाणं गुणगुणत आतमध्ये निघून गेला. जॅकने स्वतःच्या नावाच्या आद्याक्षरांचं भरतकाम केलेल्या रुमालाने जोरात नाक शिंकरलं, पुनःपुन्हा सिगारेट ओढू लागला, थोडीशी राख वॉर्निश लावलेल्या लाकडी फरशीवर सांडत बाबांना म्हणाला,

"गेल्या वेळी मी बेल्जिअमला गेलो होतो, तेव्हा डॉक्टरांनी मला सांगितलं होतं की, मला सिगारेट ओढणं थांबवावं लागेल, नाहीतर माझ्या जिवाला धोका आहे. इथे मी काय काय नाही भोगलं - युद्ध, लूटमार, दुर्भिक्ष, बॉब देनार्द आणि

कोलवेझी, 'झैरीकरणाच्या' वेडेपणाची तीस वर्षं, च्या मारी! आणि आता ही एवढीशी सिगारेट काय माझा जीव घेणार!''

म्हातारपणाच्या खुणा त्याच्या हातावर कुठे कुठे दिसू लागल्या होत्या आणि डोक्यावर अर्ध टक्कल पडलं होतं. मी पहिल्यांदाच त्याला अर्ध्या चड्डीत पाहिलं होतं. त्याचे पाय गोरेपान केशविरहित होते; पण त्याच्या हातांची त्वचा आणि त्याचा सुरकुतलेला चेहरा मात्र उन्हामुळे करपलेला होता; एखाद्याला वाटेल की वेगवेगळ्या तुकड्यांची जोडणी करून त्याचं शरीर तयार केलं आहे.

''मला वाटतं, डॉक्टरांचं म्हणणं बरोबर आहे; तू सिगारेट ओढणं थोडं कमी करायला हवंस,'' आई काळजीयुक्त स्वरात म्हणाली, ''एका दिवसात तीन पाकिटं म्हणजे जरा जास्तच होत आहे रे जॅक.''

''आता तू पण सुरू होऊ नकोस हं,'' जणू आई तिथे नव्हतीच अशा आविर्भावात बाबांशी बोलणं चालू ठेवत जॅक म्हणाला, ''माझे बाबा एवढ्या जास्त सिगारेटस् ओढायचे, तरी ते नव्याण्णव वर्षांपर्यंत जगले! आणि कसं आयुष्य जगले त्याबद्दल तुला काय सांगू! दुसऱ्या लिओपोल्डच्या वेळचा काँगो म्हणजे एक वेगळंच प्रकरण होतं! माझे बाबा म्हणजे एक उंच, धिप्पाड व्यक्तिमत्त्व होतं! त्यांनी काबालोपासून कालेमीपर्यंत रेल्वेची लाइन बांधली. या भिकारड्या देशातलं बाकी सगळं बंद पडतं, अगदी तसंच ती रेल्वेलाइन गेल्या अनेक वर्षांपासून बंद पडली आहे... शप्पथ सांगतो, नुसता गोंधळ आहे!''

''तू हे सगळं विकून का टाकत नाहीस? बुजूम्बुरामध्ये स्थायिक हो. तिथलं जीवन छान, सुखाचं आहे.'' एखादी नवीन कल्पना उत्स्फूर्तपणे पहिल्यांदाच सांगताना येणाऱ्या उत्साहात बाबा म्हणाले. ''माझ्याकडे बांधकामाची भरपूर कामं आहेत आणि निविदांसाठी ढीगभर आमंत्रणं आहेत. आत्ताच्या घडीला यात पैसा आहे.''

''सगळं विकू? काहीतरी वेड्यासारखं बोलू नकोस! माझी बहीण मला एकसारखी तिच्याबरोबर बेल्जिअमला राहायला बोलावते आहे. मला म्हणते, 'तू इकडे परत निघून ये जॅक, तिथे तुझं काही भलं होणार नाही.' ते झैरमधले लोक शेवटी गोऱ्यांची लूटमार आणि कत्तलच करतात. मी ईक्सएलमधल्या एका सदनिकेत राहतोय अशी तू कल्पना तरी करू शकतोस का? मी कधी आयुष्यात तिथे राहिलो नाही आणि आता या वयामध्ये मी तिकडे जाऊन तरी काय दिवे लावणार आहे? मी कटांगामध्ये एका कम्युनिस्टाचा पाठलाग करत असताना अचानक झालेल्या हल्ल्यादरम्यान पोटामध्ये बंदुकीच्या दोन गोळ्या लागल्या, तेव्हा सगळ्यात पहिल्यांदा - वयाच्या पंचविसाव्या वर्षी बेल्जिअमला गेलो. तिकडे माझ्यावर शस्त्रक्रिया झाली, माझ्या त्वचेवर टाके घातले गेले आणि ताबडतोब मी इथे परत निघून आलो. मी मनानं

तरी इथल्या निग्रो लोकांपेक्षा जास्त झैरियन आहे. मी इथे जन्माला आलो आणि मी इथेच मरणार! निदान काही आठवड्यांपुरतं बुजूम्बुराला जाणं ठीक आहे, दोन-तीन करारांवर सह्या करायच्या, काही बड्या इसमांबरोबर हस्तांदोलन करायचं, उपाहारगृहांमध्ये एखादी चक्कर मारायची, जुन्या मित्रांना भेटायचं आणि इथे परत यायचं. खरंच! त्या बुरुंडीच्या लोकांचं मला फारसं काही कळत नाही. कमीतकमी झैरियन लोक समजायला तरी सोपे असतात. जरा लाच दिली की झालं! पण बुरुंडीचे लोक म्हणजे उजव्या हाताने डावा कान खाजवणारे लोक!''

"मी तेच सांगत असते मिशेलला, मलादेखील आताशा सहनच होत नाही तो देश.'' आई म्हणाली.

"तुझी गोष्ट वेगळी आहे इवोन,'' बाबा वैतागून म्हणाले, "तू पॅरिसला जाऊन राहायचं स्वप्न बघतेस, तुझं पक्कं ठरलंय.''

"होय. तू, मी, मुलं, सगळ्यांच्या दृष्टीने तेच योग्य आहे. इथे बुजूम्बुरामध्ये कमनशिबी अशा छोट्या आयुष्याव्यतिरिक्त काय भविष्य आहे आपल्याला? सांग ना मला.''

"आता परत सुरू करू नकोस हं इवोन, तू तुझ्या स्वतःच्या देशाबद्दल बोलते आहेस हे विसरू नकोस.''

"नाहीऽ नाहीऽ नाहीऽ नाहीऽ नाहीऽ... माझा देश रवांडा आहे! त्या तिथे, पलीकडे; तुझ्या समोर. मी एक आश्रित आहे मिशेल आणि बुरुंडी लोकांच्या नजरेत मी नेहमी अश्रितच होते. त्यांनी केलेल्या अपमानातून, मारलेल्या टोमण्यांमधून, परदेशी लोकांसाठीच्या कोट्यामधून आणि शाळेत घालण्यासाठी असलेल्या मर्यादित जागांवरून तिथल्या लोकांनी मला या गोष्टीची पुरेपूर जाणीव करून दिली आहे; त्यामुळे बुरुंडीबद्दल मला काय वाटायला हवं ते मला ठरवू दे!''

"माझं ऐक राणी,'' बाबा शांत स्वरात म्हणाले, "जरा तुझ्या आजूबाजूला बघ. हे डोंगर, ही तळी, हा निसर्ग. आपण सुंदर घरांमध्ये राहतो, आपल्याकडे नोकरचाकर आहेत, चांगलं हवामान आहे, एवढं काही वाईट चाललेलं नाही आपलं. अजून काय हवंय तुला? युरोपमध्ये तुला हे असं सगळं ऐश्वर्य कधीच मिळणार नाही. माझ्यावर विश्वास ठेव! तुला वाटतंय तसा स्वर्ग वगैरे काही नाही तिकडे. मी गेली वीस वर्षं माझं जग इथे का निर्माण करत असेन असं वाटतंय तुला? बेल्जिअमला जायच्याऐवजी जॅक इथे राहणं पसंत का करतो असं वाटतं तुला? इथे आपल्याला प्रतिष्ठा आहे. तिथे आपण कोणीच नसू. हे तुला का समजत नाही?''

"तू मला दोष दे; पण मला इथल्या परिस्थितीची दुसरी बाजू माहिती आहे. तुला जेव्हा इथल्या डोंगरांचा कोवळेपणा दिसतो, तेव्हा मला तिथे राहणाऱ्या लोकांचं दारिद्र्य माहीत असतं. तू जेव्हा मला इथल्या तळ्यांच्या सौंदर्याचं वर्णन

सांगतोस, तेव्हा मला त्या तळ्याच्या पाण्याखाली वाहणाऱ्या मिथेनचा वास येतो. तू फ्रान्समधली शांतता सोडून आफ्रिकेत साहसी अनुभवांच्या शोधात आलास. चांगलं आहे! मी मात्र मला कधीच न मिळालेल्या सुरक्षिततेच्या शोधात आहे, जिथे मरणाची भीती असणार नाही अशा देशात मुलांना वाढवण्याचं समाधान शोधत आहे, कारण आपण...''

''बास झालं इवोन! तुझी काळजी आणि छळवणुकीचे भास थांबव. तू नेहमीच सगळ्याची अतिशयोक्ती करतेस. आता तुझ्याकडे फ्रान्सचा पासपोर्ट आहे, तुला घाबरायचं काही कारण नाही. तू आता बुजूम्बुरामधल्या एका शहरात राहतेस, आश्रितांच्या छावणीत नाही, तेव्हा आता कृपा करून ही मोठाली भाषणं बंद कर!''

''खड्ड्यात गेला तुझा पासपोर्ट; प्रत्यक्षात सर्वत्र पसरलेल्या धोक्याच्या वातावरणात त्याने काही फरक पडत नाही. मी सांगत असलेल्या इतिहासात तुला काहीच रस नाही मिशेल, कधीच नव्हता. तू पश्चिमेतून इथे आलास ते तुझ्या लाडावलेल्या लहानपणातली स्वप्नं अधिक काळ लांबवता येतील अशा एका खेळाच्या मैदानाच्या शोधात.''

''हे काय बोलतेस तू? तू ना, खरंच डोकं फिरवतेस माझं! कितीतरी आफ्रिकन बायका तुझ्या जागी असण्याची स्वप्नं बघत असतील.''

आईने बाबांकडे अशा काही नजरेने बघितलं की वाक्य पूर्ण करायचा त्यांचा धीरच झाला नाही. नंतर शांतपणे ती म्हणाली,

''तू काय बोलत आहेस याची तुला जाणीवही नाही रे मिशेल. तुला एक सल्ला देते - अरे, माजी हिप्पी माणसा, वंशवाद करण्याचा प्रयत्नही करू नकोस, तुला ते अजिबात शोभत नाही. ही गोष्ट जॅक आणि त्याच्यासारख्या इतर अस्सल वसाहतकारांसाठी सोडून दे.''

सिगारेटच्या धुराने अचानक जॅकचा श्वासच कोंडला. आईला त्याच्याशी काही घेणं-देणं नव्हतं, बाबांच्या तोंडावर टॉवेल भिरकावत, ती उठून निघून गेली. तेवढ्यात स्वयंपाकी ओठांवर एक उर्मट हसू आणि प्लॅस्टिकच्या ट्रेमध्ये प्रायमस घेऊन तिथे आला.

''इवोन, ताबडतोब परत ये आणि जॅकची माफी माग!,'' हाताच्या मुठी टेबलावर ठेवून, शरीर खुर्चीमधून थोडंसं वर उचलत बाबा ओरडले.

''जाऊ दे रे मिशेल, या बायका ना–'' जॅक म्हणाला.

। तीन ।

त्यानंतर पुढचे काही दिवस बाबांनी अनेक वेळा प्रेमळ शब्द आणि हलक्याफुलक्या विनोदांनी परिस्थिती सावरायचा प्रयत्न केला; पण आईवर त्याचा काहीच परिणाम झाला नाही. एका रविवारी, सणक आल्यासारखं बाबांनी आम्हाला बुजूम्बुरापासून साठ किलोमीटर अंतरावर असलेल्या तळ्याकाठच्या रेषाला जेवायला घेऊन जायचं ठरवलं. कुटुंब म्हणून आम्ही चौघांनी एकत्र घालवलेला तो शेवटचाच रविवार होता.

गाडीच्या खिडक्या सताड उघड्या होत्या आणि वाऱ्याचा एवढा आवाज येत होता की, आम्हाला एकमेकांचं काही बोलणं ऐकूच येत नव्हतं. आई असून नसल्यासारखी होती आणि कोणीही न विचारलेली स्पष्टीकरणं देत बाबा अधूनमधून शांतता भंग करण्याचा प्रयत्न करत होते. "ते बघा तिकडे, ते रेशीम धागा देणारं झाड आहे. एकोणिसाव्या शतकाच्या शेवटी जर्मन लोकांनी हे झाड बुरुंडीला आणलं. आपण उशीमध्ये भरतो ते रेशीम सुती फायबर आपल्याला या झाडापासून मिळतं." तळ्याच्या कडेकडेने जाणारा रस्ता दक्षिणेकडे टांझानियाच्या सीमेच्या दिशेने जात होता. बाबांनी स्वतःच्या समाधानासाठी हे माहिती देणं चालूच ठेवलं होतं. टांगांयिका हे जगातलं सगळ्यात मोठं आणि सर्वांत जास्त विषारी असं तळं आहे. सहाशे किलोमीटरपेक्षा अधिक लांबीच्या या तळ्याचा पृष्ठभाग बुरुंडीपेक्षा मोठा आहे.

पावसाळा संपत आला होता आणि आकाश निरभ्र होतं. तळ्याच्या पलीकडच्या काठावर साधारण पन्नास किलोमीटरवर झैरमधल्या डोंगरांवर पत्र्याची छपरं चकाकताना दिसत होती. कापसाच्या गोळ्यांसारखे दिसणारे छोटेछोटे पांढरेशुभ्र ढग डोंगराच्या माथ्यावर तरंगत होते.

मूगैर नदीवरचा पूल अलीकडेच येऊन गेलेल्या पुरामुळे वाहून गेला होता; त्यामुळे आम्ही पात्रातूनच नदी ओलांडली. थोडं पाणी गाडीत शिरलं म्हणून पजेरो घेतल्यापासून पहिल्यांदाच बाबांनी त्या गाडीचा वेग एवढा वाढवला होता. रेषाला पोहोचल्यावर 'रेस्टॉरंट ल कॅसल'

असं लिहिलेली पाटी आम्हाला दिसली. दोन्ही बाजूला आंब्याची झाडं असलेल्या एका चिंचोळ्या वाटेवरून गाडी गेली आणि पार्किंगमध्ये पोहोचताच तिथे उवा काढत बसलेल्या हिरव्या माकडांची एक टोळी आमच्या स्वागतासाठी बसली होती. रेस्टॉरंटच्या प्रवेशद्वारापाशी लाल पत्र्याचं छप्पर असलेली एक विचित्र इमारत होती. त्या इमारतीच्या वर तांब्याच्या पत्र्यावर अंकित केलेलं आखेनातों फराओचं चित्रं होतं.

आम्ही अंगणामध्ये सूर्यप्रकाश अडवणाऱ्या ॲम्स्टलच्या छत्रीखाली बसलो होतो. बारजवळचं आणखी एकच टेबल भरलेलं होतं. तिथे एक मंत्री त्याच्या कुटुंबासह जेवत होता आणि दोन सशस्त्र सैनिक बाजूला उभे होते. मंत्र्याची मुलं आमच्यापेक्षाही शहाणी होती; ते डोळ्यांची पापणीसुद्धा हलवत नव्हते, फक्त बिचकत बिचकत त्यांच्या समोर ठेवलेली फॅन्टाची बाटली उचलत होते. लाउड स्पीकरवर हळू आवाजात खराब झालेली कॅन्जो अमीसीची कॅसेट वाजत होती आणि बाबा बोटामध्ये किल्ली गोल फिरवत, प्लॅस्टिकच्या खुर्चीत मागेपुढे डुलत होते. आई चेहऱ्यावर एक उदास हसू ठेवून ॲना आणि माझ्याकडे बघत होती. वेट्रेस आली, तेव्हा आईने काही पदार्थ खायला मागवले : ‘‘चार ब्रोषेत द कॅपिटेन! दोन फ्रुईतो. दोन ॲम्स्टल.’’ नोकर मंडळींशी बोलताना आई पूर्ण वाक्यात बोलत नसे, तार लिहावी तसे अगदी मोजकेच शब्द ती वापरत असे. त्यांच्याशी बोलताना क्रियापद वापरायची गरज तिला भासत नसे.

अनेकदा मागवलेले पदार्थ यायला बराच वेळ लागत असे. बाबा किल्ल्यांचा खुळखुळ आवाज करत होते आणि आई चेहऱ्यावर खोटं हसू बाळगून बसली होती; त्यामुळे आमच्या टेबलावरचं वातावरण काही फारसं बरं नव्हतं. या संधीचा फायदा घेत ॲना आणि मी तिथून निसटलो आणि तळ्यात डुबकी मारायला गेलो. आम्हाला घाबरवण्यासाठी बाबा म्हणाले, ‘‘मगरींपासून जरा सावध राहा रे मुलांनो...’’ काठापासून दहा मीटरच्या अंतरावर पाणघोड्याच्या गोल पाठीसारखा दिसणारा एक खडक पाण्याच्या पृष्ठभागावर दिसत होता. आम्ही त्या खडकापर्यंत पोहोचायची शर्यत लावली आणि पुढे जेट्टी बोटजवळ एकमेकांना भेटलो. तिथून त्या निळ्याशार पाण्यात डुबकी मारली की, मोठमोठाल्या खडकांमध्ये फिरणारे मासे बघायला मिळायचे. शिडीवरून पुनःपुन्हा वर येत असताना मला तळ्याच्या काठावर आई दिसली. तिने पांढऱ्या रंगाचा पोशाख घातला होता, त्यावर जाड तपकिरी रंगाचा पट्टा होता आणि डोक्यावर लाल स्कार्फ होता. ती आम्हाला खुणेनं जेवायला बोलावत होती.

जेवण झाल्यावर बाबांनी आम्हाला बबून बघायला किगवेनाच्या जंगलापर्यंत नेलं. जवळजवळ तासभर आम्ही एका निसरड्या वाटेवरून चाललो; पण काही

तुराको पक्षी वगळता आम्हाला काहीच दिसलं नाही. आई आणि बाबांमध्ये तणाव होता. ते एकमेकांशी बोलत नव्हते, एकमेकांची नजर चुकवत होते. माझे बूट चिखलानं माखले होते. ॲना सगळ्यांच्या आधी तिला माकडं दिसावीत म्हणून पुढे पुढे धावत होती.

मग बाबा आम्हाला रुमोंगचा पाम तेलाचा कारखाना बघायला घेऊन गेले. १९७२ मध्ये बाबा जेव्हा बुरुंडीला आले, तेव्हा त्यांनी या कारखान्याच्या बांधकामाची देखरेख केली होती. तिथली सगळी यंत्रं जुनी झाली होती आणि इमारतीवर कसलातरी तेलकट पदार्थाचा राप बसल्यासारखं दिसत होतं. मोठ्या निळ्या कापडांवर पामच्या बियांचे ढीग वाळत होते. पामची झाडं इमारतीभोवती गोल काही किलोमीटरपर्यंत लांब पसरलेली होती. बाबा जेव्हा दबाव प्रक्रियेच्या विविध टप्प्यांची माहिती देत होते, तेव्हा मी आईला बाजूला होत गाडीपाशी जाताना पाहिलं. नंतर परत जाताना एअर कंडिशनर चालू करायचा म्हणून तिने गाडीच्या काचा बंद केल्या. तिने खादजा निनची एक कॅसेट प्लेअरमध्ये घातली आणि ॲना आणि मी सांबोलेरा गायला लागलो. आईसुद्धा आमच्याबरोबर गाऊ लागली. तिच्या आवाजाचा पोत रेशमी आणि हृदयस्पर्शी होता. तो ऐकताना गार वाऱ्याचा झोत अंगावर आल्यावर येतो, तसा शहारा येत होता. कॅसेट थांबवून तिच्या आवाजातलं गाणंच ऐकत राहावंसं वाटत होतं.

रुमोंगच्या बाजारातून जात असताना बाबांनी गिअर बदलला आणि त्याच आवेगात आईच्या गुडघ्यावर हात ठेवला. ताटावर बसलेली माशी झटकावी तसा तिने बाबांचा हात जोरात ढकलून दिला. बाबांनी पटकन आरशात पाहिलं आणि मी खिडकीकडे तोंड फिरवत काही न बघितल्याचं नाटक केलं. ३२ किलोमीटरवर आईने विकत घेतलेले, केळ्याच्या पानांत गुंडाळलेले उबूसागवे (गार साबुदाण्याच्या पिठाची पेस्ट्री) आम्ही डिकीत ठेवले. प्रवास संपता संपता आम्ही थोडा वेळ लिविंगस्टोन आणि स्टॅनलीच्या खडकापाशी थांबलो. त्यावर लिहिलं होतं : लिविंगस्टोन, स्टॅनली, २५-११-१८८९. मला आणि ॲनाला त्या दोन शोधक प्रवाशांच्या भेटीची कल्पना करायला खूप मजा आली. तुम्ही डॉक्टर लिविंगस्टोन, बरोबर ना? शेवटी एकदाचं दूरवर मी आई-बाबांना काहीतरी बोलताना पाहिलं. मला खूप आशा वाटत होती की, ते दोघं आपलं भांडण मिटवतील, बाबा त्यांच्या लांब हातांनी आईला मिठीत घेतील आणि आई त्यांच्या खांद्यावर डोकं टेकवेल आणि मग प्रेमाने हातात हात घालून खाली केळीच्या बनात ते फिरायला जातील; पण मला कळून चुकलं की, ते जोरजोरात हातवारे करून, एकमेकांकडे आरोपाचे बोट दाखवत भांडत होते. गरम वाऱ्याच्या झोतामुळे मला त्यांचं बोलणं ऐकू येत नव्हतं. त्यांच्या मागे केळीची वाकलेली झाडं होती, पेलिकन पक्ष्यांचा एक थवा उडत होता,

लालबुंद सूर्य पश्चिमेला उंच पठारांमागे अस्तास जात होता, तळ्याच्या चमचमणाऱ्या पृष्ठभागावर लखलखता प्रकाश पसरला होता.

त्या रात्री आईच्या रागामुळे घराच्या भिंती हादरल्या. मला काचा, बश्या फुटण्याचे, खिडक्यांची तावदानं तुटण्याचे आवाज ऐकू आले. बाबा पुनःपुन्हा सांगत होते :

''इवोन, शांत हो. तू सगळ्या शेजाऱ्यापाजाऱ्यांची झोपमोड करशील.''

''खड्ड्यात जा!''

रडूनरडून आईचा आवाज चिखल आणि खडीच्या पुरासारखा घोगरा झाला होता. अविरत वाहणाऱ्या शब्दांनी, अपमानांच्या गदारोळानी रात्र भरून गेली होती. हे आवाज घरभर सगळीकडे फिरू लागले होते. माझ्या खिडकीखाली आईचा किंचाळण्याचा आवाज, तिने गाडीचं विंडशिल्ड फोडलं त्याचा आवाज. मग थोडा वेळ काहीच नाही आणि मग पुनःपुन्हा एकदा आजूबाजूला सगळीकडे पसरत जाणारी हिंसा. मी माझ्या खोलीच्या दरवाजाच्या फटीतून त्यांच्या पावलांची ये-जा बघत होतो. माझ्या दिवाणावरील मच्छरदाणीला पडलेलं भोक करंगळीने अधिकाधिक मोठं करत होतो. त्यांचे आवाज एकमेकांमध्ये मिसळत होते, कधी खोल तर कधी तीव्र स्वर फरशीवरून फॉल्स सिलिंगवर आदळून त्यांचे प्रतिध्वनी ऐकू येत होते. त्यानंतर ते दोघं फ्रेंच भाषेत बोलत होते की किरुंदीमध्ये, येणारे आवाज रडण्याचे होते की ओरडण्याचे; माझे आई-बाबा भांडत होते की रस्त्यावरची कुत्री ओरडत होती, मला काहीच कळत नव्हतं. मी ढीग सुखाला, त्याने मला सोडून जाऊ नये म्हणून धरून ठेवलं; पण ते रुमोंगच्या कारखान्यात वाहणाऱ्या पाम तेलात भिजलं होतं, हातून निसटूनच जात होतं. हो, कुटुंब म्हणून आम्ही चौघांनी एकत्र घालवलेला तो शेवटचा रविवार होता. त्या रात्री आई घर सोडून निघून गेली, बाबा श्वास कोंडेपर्यंत हमसून हमसून रडत होते आणि ॲना गाढ झोपली होती, तेव्हा माझी करंगळी डासांपासून रक्षण करणारी मच्छरदाणी फाडत होती.

। चार ।

सगळं हळूहळू स्थिरस्थावर होत होतं. नाताळचा सण जवळ आला होता. सणांच्या वेळी आम्ही दोघं आई-बाबांपैकी कोणाकडे राहणार यावरून त्यांच्यामध्ये भांडण झालं. शेवटी सोयीने असं ठरलं की, मी बाबांबरोबर राहणार आणि ॲना आईबरोबर रवांडामध्ये किगालीत राहणाऱ्या युसेबी नावाच्या आईच्या आत्याकडे जाणार. १९६३ पासून पहिल्यांदाच आई रवांडाला जाणार होती. रवांडामधून हद्दपार केलेल्या लोकांच्या बंडखोर मुलांनी स्थापन केलेल्या रवांडियन पॅट्रिऑटिक फ्रंट आणि सरकार यांच्यामध्ये नुकत्याच झालेल्या शांतता-करारामुळे परिस्थिती बरीच स्थिर होती. ही बंडखोर मुलं आईच्याच वयाची होती.

बाबा आणि मी – आम्ही दोघांनीच नाताळ साजरा केला. मला नाताळची भेट म्हणून हॅन्डलपाशी लटकवलेल्या रंगीबेरंगी पट्ट्यांची सजवलेली लाल रंगाची बीएमएक्सची सायकल मिळाली. मी एवढा खूश होतो की, नाताळच्या दिवशी भल्या पहाटे, बाबा उठायच्या आधी गल्लीच्या तोंडापाशी आमच्या घरासमोर राहणाऱ्या जुळ्या भावंडांना सायकल दाखवायला घेऊन गेलो. त्यांना ती खूपच आवडली. नंतर आम्ही खडीच्या रस्त्यावर घसरण्याचा खेळ खेळताना खूप मजा केली. बाबा त्यांच्या चट्टेरीपट्टेरी पायजम्यातच बाहेर आले आणि त्यांना न सांगता एवढ्या लवकर बाहेर गेल्याबद्दल रागाच्या भरात त्यांनी मला मित्रांसमोर फटका मारला. मी रडलो नाही, फक्त काही अश्रू ओघळले; तेसुद्धा वाळूत खेळून उडालेल्या धुळीमुळे किंवा मग एखादं पाखरू डोळ्यांत गेलं असेल त्यामुळे... पुढचं फारसं काही मला आठवत नाही.

नवीन वर्षाचा पहिला दिवस साजरा करायला बाबांनी मला किबिराच्या जंगलात न्यायचं ठरवलं. आम्ही २३०० मीटर उंचीवरच्या कुंभारांच्या एका गावात तिथल्या पिग्मी लोकांसोबत रात्रभर राहिलो. तापमान शून्य अंशाच्या आसपास होतं. शरीरात थोडी ऊब आणण्यासाठी आणि नव्याने सुरू होणारं १९९३चं वर्ष साजरं करायचं म्हणून

मध्यरात्री बाबांनी मला केळ्याच्या बिअरचे काही घोट घेण्याची परवानगी दिली. मग आम्ही नुसत्या जमिनीवरच शेकोटीच्या भोवती एकमेकांच्या कुशीत शिरून झोपून गेलो.

पहाटे पहाटे उरुग्वा, म्हणजे केळ्याच्या बिअरच्या पिंपांवर डोकी ठेवून पिग्मी लोक घोरत असताना बाबा आणि मी हलक्या पावलांनी झोपडीतून बाहेर पडलो. बाहेर जमिनीवर दव पडलं होतं, दवाच्या थेंबांचं पांढऱ्याशुभ्र खड्यांमध्ये रूपांतर झालं होतं आणि निलगिरीच्या झाडांच्या शिखरांवर दाट धुकं पसरलेलं होतं. आम्ही एका वळणावळणाच्या वाटेवरून जंगलात चालत होतो. मी माझ्या कीटक संग्रहाची सुरुवात म्हणून कुजलेल्या खोडावर बसलेला एक मोठ्ठा काळा-पांढरा भुंगा पकडला आणि तो एका पत्र्याच्या डबीत ठेवून दिला. जसजसा सूर्य उगवत होता, तसतसं पहाटेच्या ताजेपणाचं रूपांतर चिकट दमटपणामध्ये होत गेलं. बाबा माझ्यापुढे शांतपणे चालत होते; घामामुळे त्यांचे केस अजूनच निर्जीव दिसत होते आणि मानेवरचे केस कुरळे झाले होते. जंगलात बबून माकडांच्या ओरडण्याचा आवाज घुमत होता. चालताचालता मध्येच मी उड्या मारायचो, मध्येच गवतात काहीतरी हलताना दिसायचं, नक्कीच एखादं रानमांजर किंवा एखादा कांदेचोर असणार.

संध्याकाळी आम्हाला टेरियर न्याम न्याम जातीच्या कुत्र्यांसोबत चाललेला पिग्मी लोकांचा एक समूह भेटला. ते तिथल्या डोंगरांमधल्या अधिक उंच भागात असलेल्या लोहारांच्या गावातून आलेले होते. ते शिकार करून, खांद्यावर धनुष्य आणि शिकार केलेल्या चिचुंद्र्या, गँबियाचे उंदीर आणि एक चिंपांझी माकड घेऊन परत येत होते. हजारो वर्षांपासून तशीच्या तशी जीवनशैली जगणाऱ्या त्या लोकांविषयी बाबांना खूप कौतुक होतं. ते गेल्यावर आधुनिकता, प्रगती आणि ख्रिस्ती धर्मांतरणामुळे या लोकांच्या कमी होत जाणाऱ्या संख्येबद्दल बाबा मोठ्या खेदाने बोलले.

गाडीपाशी पोहोचायच्या आधी रस्त्याच्या शेवटच्या वळणावर बाबांनी मला थांबायला सांगितलं. त्यांनी डिस्पाझेबल कॅमेरा काढला आणि मला म्हणाले,

''जा तिकडे उभा राहा, मी तुझा फोटो काढतो म्हणजे आपल्याकडे एक आठवण राहील.''

मी गलोलीच्या आकाराच्या एका झाडावर उडी मारून दोन फांद्यांच्या मध्ये उभा राहिलो. बाबांनी कॅमेऱ्याचं चाक फिरवलं. मी स्तब्ध उभा राहिलो आणि 'क्लिक' अशा आवाजानंतर रीळ पुनःपुन्हा मागे फिरल्याचा आवाज झाला. कॅमेऱ्याचा रोल संपला होता.

गावात परत आल्यावर पिग्मी लोकांचे त्यांनी केलेले स्वागत आणि आदरातिथ्याबद्दल आम्ही आभार मानले. त्या गावातली पोरं काही किलोमीटरपर्यंत लांब म्हणजे आम्ही

डांबरी रस्त्याला लागेपर्यंत गाडीच्या मागे तिला पकडायला धावत होती. बुगारामाच्या उतारावर सायकलींवर गाड्यांच्या वेगाने केळ्यांचे ढीग वाहून नेणारे कामिकाझ लोक अनेक किलो वजनाच्या केळ्यांची किंवा कोळशाची जड पोती त्यांच्या कॅरिअरवर घेऊन, आम्हाला मागे टाकून पुढे जात होते. अशा वेगाने जात असताना जर कोणी पडलं तर ते अनेकदा जीवघेणं असायचं. गाडीने जरा जरी रस्ता सोडला तरी त्याचं पर्यवसान चक्काचूर झालेल्या आफ्रिकन ट्रक आणि मिनी बसेसच्या दफनभूमीपर्यंत पोहोचण्यातच होत असे. ते सायकलस्वार रस्त्याच्या पलीकडच्या बाजूला त्यांच्याकडचा माल राजधानीत विकून हळूच ट्रकच्या बंपरना पकडून डोंगर चढत होते.

मी मनातल्या मनात कल्पना केली की, मी माझी पट्टेरी लाल बीएमएक्स चालवत डोंगरउतारावरून प्रचंड वेगाने वेड्या शर्यतीत मोटारी आणि ट्रकना मागे टाकत बुगारामाची ती वळणं पार करत 'तूर द फ्रान्स'च्या विजेत्याप्रमाणे बुजूम्बुराला पोहोचलो आहे आणि माझे जुळे मित्र, आरमॉन आणि जिनो कौतुकाने टाळ्या वाजवून माझं स्वागत करत आहेत. आम्ही घरी पोहोचलो, तेव्हा रात्र झाली होती. बाबांनी 'कुत्र्यांपासून सावध राहा. एम्बवा मकाली' अशी पाटी लटकवलेल्या आमच्या फाटकासमोर थांबून खूप वेळा हॉर्न वाजवला. माळी लंगडत लंगडत गेट उघडायला आला आणि त्याच्या पाठोपाठ लाल-पांढऱ्या कुरळ्या केसांचा आमचा छोटा कुत्रा आला. माल्टामधील बिशन फ्रिजे आणि रॅटलरपासून संकराने तयार झालेला आमचा मिश्र जातीचा कुत्रा नाइलाजानेच फाटकावरच्या पाटीवर लिहिलेल्या धोक्याच्या सूचनेनुसार वागायचा. बाबा गाडीमधून खाली उतरल्याबरोबर त्यांनी माळ्याला विचारलं :

"कॅलिक्स्ट कुठे आहे? तू कसा काय आलास दार उघडायला?"

"कॅलिक्स्ट गायब झाला मालक."

कुत्रा त्याच्या मागे मागे जातच होता. अर्थात, त्याला शेपूट नसल्यामुळे तो कुल्ले हलवूनच आपला आनंद व्यक्त करत होता. त्यांनी आपले ओठ वर उचलल्यावर त्याच्या हिरड्या दिसत असल्यामुळे तो हसत असल्याचा आभास निर्माण होत होता.

"गायब झाला म्हणजे?"

"तो आज सकाळी लवकरच निघून गेला आणि आता परत येणार नाही."

"आता हे काय प्रकरण आहे?"

"मालक, कॅलिक्स्टचं काहीतरी बिनसलंच होतं. काल आम्ही नवीन वर्षाची सुरुवात साजरी केली. मी झोपलो होतो, तेव्हा तो गोदामात आला आणि त्याने खूप गोष्टी चोरल्या आणि मग माझ्या असं लक्षात आलं की, तो गायब झाला..."

"काय चोरलं त्याने?"

"ओझं न्यायची एकचाकी ढकलगाडी, हत्यारांची पेटी, ग्राइन्डर, सॉल्ड्रिंग आयर्न, रंगाचे दोन डबे..."

माळी यादी सांगत होता; पण बाबांनी त्याला हाताच्या खुणेनं थांबवलं.

"बरं बरं, मी सोमवारी त्याच्याविरुद्ध तक्रार नोंदवतो."

माळी पुढे म्हणाला,

"आपल्या गाब्रिएल साहेबांची सायकलसुद्धा त्याने चोरली."

हे ऐकून माझ्या छातीत धस्सं झालं. शक्यच नाही. कॅलिक्सट असं काही करेल अशी मला कल्पनाही करवत नव्हती. आता मात्र मला खरंखरं रडू आलं होतं. सगळं जग जणू माझ्या विरोधात गेलं आहे असंच मला वाटत होतं. बाबा पुनःपुन्हा सांगत होते, "आपण तुझी सायकल शोधून काढू गॅबी, तू काळजी करू नकोस."

। पाच ।

पुढच्या रविवारी शाळा सुरू व्हायच्या एक दिवस आधी ॲना रवांडाहून परत आली. दुपार होता होता आईने तिला घरी आणून सोडलं. तिने वेण्या घातल्या होत्या आणि काही बटा गडद सोनेरी रंगवल्या होत्या. बाबांना काही ते आवडलं नाही; त्यांच्या मते तिच्या वयासाठी तो रंग भडक होता. त्यावरून बाबा आईशी भांडले आणि आईच्या जवळ जाऊन मी तिला नवीन वर्षाच्या शुभेच्छा देण्याची संधी मला मिळण्याआधीच तिने गाडी चालू केली आणि लगेचच निघून गेली. ती मला विसरून निघून गेली आहे हे तिच्या लक्षात आलं की, ती परत येईल या खात्रीने मी बराच वेळ दारातल्या पायरीवर बसून राहिलो होतो.

थोड्या वेळाने माझे जुळे मित्र त्यांनी त्यांच्या आजीच्या गावी नाताळची सुट्टी कशी घालवली हे मला सांगायला घरी आले.

"भयानक होतं सगळं! देवाशप्पथ सांगतो गॅबी, तिथे न्हाणीघरच नव्हतं; त्यामुळे आम्हाला सगळ्यांसमोर अंगणात, उघड्याने अंघोळ करावी लागायची! आणि गावातली मुलं आपल्यासारख्या मिश्र जातीच्या लोकांना बघण्याची त्यांना सवय नसल्यामुळे कुंपणातनं चोरून चोरून आम्हाला बघायला यायची आणि ओरडायची. छोटे गोरे कुल्ले! खूप त्रासदायक होतं ते. मग आजी त्यांना दगड मारून हाकलून लावायची."

"तेव्हा आमची सुंता प्रक्रिया केली नसल्याचं तिच्या लक्षात आलं."

"तुला माहीत आहे का सुंता म्हणजे काय?"

मी मानेने 'नाही' असं उत्तर दिलं.

"म्हणजे लिंगाचा शेंडा कापून टाकणं!"

आजीने सोस्थेन काकांना आमची सुंता करायला सांगितलं.

"आम्हालादेखील तेव्हा त्याचा अर्थ माहीत नव्हता; त्यामुळे सुरुवातीला आम्ही लक्ष दिलं नाही. आजी काकांशी किरुंदी भाषेत बोलत होती, आम्हाला काहीच समजत नव्हतं; पण ती सतत आमच्या पॅन्टच्या चेनकडे बोट

दाखवत होती. आम्हाला आई-बाबांना फोन करायचा होता, कारण आजी आणि काका काहीतरी खूप संशयास्पद योजना आखत असल्याचं आम्हाला जाणवत होतं; पण तुला सांगतो, ते म्हणजे खरंखुरं खेडं आहे. फोन नाहीत, वीज नाही. अरे, संडास म्हणजे जमिनीत खणलेला एक खड्डाच होता आणि त्याच्या आजूबाजूला बराच वेळ बसलेल्या माश्या! देवाशप्पथ!''

दरवेळी शिवी देताना ते देवाचं नाव घ्यायचे आणि कोंबडीचा गळा कापताना मानेवरून सुरी फिरवावी तसं बोट फिरवून शेवटी अंगठा आणि तर्जनीने हवेत टिचकी वाजवायचे.

''सोस्थेन काका गोडफ्रॉय आणि बाल्ट्झर नावाच्या त्यांच्या मोठ्या भावांना घेऊन आले. त्यांनी आम्हाला गावाच्या वेशीपाशी एका छोट्या मातीच्या घरात नेलं. तिथे एका खोलीत मधोमध लाकडी टेबल ठेवलं होतं.''

''काकांनी दुकानातून वस्तऱ्याचं ब्लेड विकत आणलं होतं.''

''गोडफ्रॉयनी माझे हात पाठीमागे धरून ठेवले आणि बाल्ट्झरनी माझे पाय पकडून ठेवले आणि काकांनी माझी चड्डी खाली ओढली. त्यांनी माझं शिश्न धरून टेबलावर ठेवलं. मग त्यांनी कागदातून जिलेटचं ब्लेड काढलं. माझी त्वचा मागे सरकवली आणि खच्याक! टोक कापून टाकलं! नंतर ते निर्जंतुक करण्यासाठी त्यावर मिठाचं पाणी लावलं. देवाशप्पथ!''

''अरे देवा! मी जेव्हा ते बघितलं, तेव्हा बिबट्या मागे लागलेल्या एखाद्या काळविटासारखा डोंगरांत पळून गेलो; पण त्या दोघा भावांनी मला अडवलं, धरलं आणि खच्याक! तसंच्या तसं!''

''मग सोस्थेन काकांनी आमच्या शिश्नांची टोकं एका काडेपेटीच्या पेटीत घालून आजीकडे दिली. तिने डबी उघडून काम फत्ते झाल्याची खातरजमा केली. रोलिंगस्टोनचं सॅटिसफॅक्शन तिच्या चेहऱ्यावर दिसत होतं. देवाशप्पथ! क्रूरपणा होता तो! आणि या सगळ्याचा कळस म्हणजे तिने आमच्या शिस्नाचे तुकडे तिच्या परसात केळीच्या झाडाखाली पुरले!''

''ते शिस्नाचे तुकडे आता वर स्वर्गापर्यंत पोहोचले असतील! देव त्यांच्या आत्म्यास शांती देवो!''

''आमेन!''

''आणि हे सगळं तिथेच थांबलं नाही! आम्हाला मुलींसारखा फ्रॉक घालावा लागला, कारण पॅन्ट घातली असती तर जखमेवर खूप घासलं गेलं असतं, कळतंय ना तुला?''

''अरे, तो झगा घालणं म्हणजे अगदी जागतिक पातळीवरची लाजिरवाणी गोष्ट होती रे!''

“सुट्टी संपल्यावर आई-बाबा जेव्हा आम्हाला न्यायला आले आणि त्यांनी आम्हाला त्या अवतारात पाहिलं, तेव्हा त्यांना आश्चर्याचा धक्काच बसला. बाबांनी आम्हाला परकर घालून फिरण्याचं कारण विचारलं.”

आम्ही सगळी हकिगत सांगितली. बाबा म्हातारीवर चिडले; म्हणाले, “आम्ही फ्रेंच आहोत, ज्यू नाही!”

“पण आईने त्यांना समजावलं की, त्याच्या आत घाण अडकून राहू नये म्हणून आरोग्याच्या कारणास्तव ते केलं जातं.”

ती एक गोष्ट सांगताना दोन्ही जुळ्या भावांना दम लागला होता. ते सगळे बारीकसारीक तपशीलसुद्धा हावभाव करून, समजावून सांगताना खूप हलत होते. एखाद्या बहिऱ्या माणसालासुद्धा त्यांचं म्हणणं समजलं असतं. ते बोलत असताना शब्द अक्षरशः घरंगळत येऊन शब्दांची रीघ लागत होती. एखाद्या रिले शर्यतीत हस्तांतरण करावं तसं एकाचं वाक्य संपलं रे संपलं की, लगेच दुसरा पुढे बोलू लागायचा.

“माझा तुमच्यावर विश्वास नाही!” मी म्हणालो.

कारण त्या दोघांनाही खोटं बोलायला आवडायचं. जर त्यांच्यापैकी एकाने थाप मारायला सुरुवात केली तर आधीपासून काहीही न ठरवतासुद्धा दुसरा त्याची री ओढायचा. खरीखुरी कला होती ती. माझे बाबा म्हणायचे की, ते अतिरंजित कथांचे व्यापारी होते, सत्याचे जादूगार. मी जेव्हा त्यांना म्हणालो की, ते माझी चेष्टा करत आहेत, तेव्हा दोघेही गळ्यावर बोट ठेवून, तर्जनी आणि अंगठ्याने हवेत टिचकी वाजवत एकत्रितपणे म्हणाले :

“देवाशप्पथ!” आणि मग दोघांनी एकदमच आपापली पॅन्ट खाली ओढली आणि मला काळेनिळे पडलेले मांसाचे दोन तुकडे दिसले. मला किळस वाटून मी डोळे बंद केले. चड्डी वर घेत ते पुढे म्हणाले :

“तुला माहिती आहे, आमच्या आजीच्या गावात आम्ही कोणालातरी तुझी सायकल चालवताना बघितलं. देवाशप्पथ!”

। सहा ।

बाबांच्या घोगऱ्या आवाजाने मला जाग आली. ''गॅबी! गॅबी!'' शाळेला उशीर व्हायच्या भीतीने मी घाईघाईने उठलो. मी बऱ्याचदा उशिरापर्यंत झोपून राहायचो आणि मग बाबांना मला उठवायला लागायचं. ॲना केस व्यवस्थित विंचरून ते क्लिपमध्ये नीट बांधून, अंगभर कोकोचं दूध सांडून, दात घासून, बुटांना पॉलिश करून नेहमी वेळेआधीच तयार असायची. पाणी सकाळभर गार राहावं म्हणून आदल्या दिवशी संध्याकाळी पाण्याची बाटली फ्रिजमध्ये ठेवायचंसुद्धा तिच्या लक्षात राहायचं. ती तिचा गृहपाठ वेळेवर करायची आणि तिचे सगळे धडे तिला तोंडपाठ असायचे. ॲना म्हणजे एकदम शहाणी मुलगी होती. ती माझ्याहून तीन वर्षांनी लहान असूनही मला नेहमी असं वाटायचं की, आमच्यात मी धाकटा आहे. व्हरांड्यातून जात असताना मी पाहिलं की, बाबांच्या खोलीचं दार अजून बंद होतं. ते अजून झोपले होते. मी पुन्हा एकदा फसलो होतो : बाबांचं अनुकरण करत पोपट बोलला होता.

मी गच्चीवर त्याच्या पिंजऱ्यासमोर जाऊन बसलो. तो जोराने चोचीत शेंग पकडून, शेंगदाणे खात होता. त्याच्या त्या पंज्यासारख्या चोचीने टरफलं फोडून, तो आतले दाणे बाहेर काढायचा. त्याने एक क्षण माझ्याकडे पाहिलं, त्याच्या पिवळ्या डोळ्यामध्ये काळं बुबुळ होतं; मग बाबांनी त्याला शिकवलेली 'मार्सियेझ'ची धून त्याने शिट्टीवर वाजवली आणि मग मी त्याच्या डोक्याला कुरवाळावं म्हणून पिंजऱ्याच्या गजांमधून त्याने डोकं बाहेर काढलं. साहजिकच माझी बोटं त्याच्या करड्या पिसांमध्ये शिरली आणि मला त्याच्या मानेचं गरम, गुलाबी मांसही जाणवलं.

अंगणामध्ये हंसांचा एक समूह सरळ रेषेत चालत चालत चटईवर बसलेल्या रात्रीच्या रखवालदाराच्या समोरून गेला. तो रखवालदार करड्या रंगाचं जाड पांघरुण हनुवटीपर्यंत घेऊन, त्याच्या छोट्या रेडिओवर किरुंदी भाषेत बातम्या ऐकत होता. त्याच वेळी प्रोथे फाटकाच्या

आत शिरला, पुढे आला आणि गच्चीच्या तीन पायऱ्या चढून त्याने मला अभिवादन केलं. तो खूप बारीक झाला होता आणि त्याच्या ओढलेल्या चेहऱ्यामुळे तो आता म्हाताराच दिसत होता. तसा एरवीसुद्धा साधारणपणे तो त्याच्या वयापेक्षा मोठाच दिसायचा. गेले काही आठवडे तो कामावर येत नव्हता, कारण सेरेब्रल मलेरिया आजाराने त्याचा जीव जाता जाता तो वाचला होता. बाबांनी त्याच्या औषधपाण्याचा आणि वैद्याचा सगळा खर्च केला होता. मी त्याच्या पाठोपाठ स्वयंपाकघरात गेलो; तो त्याचे बाहेरचे कपडे काढून कामाचा पोशाख घालत होता : विरलेला शर्ट, खूपच लांडी पॅन्ट आणि फ्लोरोसेंट रंगाच्या प्लॅस्टिकच्या चपला.

"तुम्हाला ऑम्लेट खायला आवडेल की तळलेलं अंडं गाब्रिएल साहेब?" फ्रिजमध्ये बारकाईने निरीक्षण करत त्याने विचारलं.

"मला दोन तळलेली अंडी दे ना प्रोथे, प्लीज."

बाबा आले, तेव्हा ॲना आणि मी नाश्त्याची वाट बघत आधीच गच्चीवर बसलो होतो. त्यांच्या चेहऱ्यावर हलकंसं कापल्याच्या काही खुणा आणि डाव्या कानामागे दाढी करायचं क्रीम होतं. प्रोथे एका मोठ्या ट्रेमध्ये चहाचा थर्मास, मधाची वाटी, एका बशीमध्ये दुधाची पावडर, थोडं मार्गारीन, लाल द्राक्षांचं जॅम आणि अगदी मला आवडतात तशी थोडीशी कुरकुरीत झालेली अंडी असं सगळं घेऊन आला.

"गुड मॉर्निंग प्रोथे!" त्याच्या पिवळट पडलेल्या त्वचेकडे पाहत बाबा म्हणाले.

स्वयंपाक्याने बुजतबुजत मान हलवली.

"आता खूपच बरा दिसतोस तू!"

"हो. आता मी खूप बरा आहे. धन्यवाद मालक. तुम्ही केलेल्या मदतीसाठी मी आभारी आहे. माझं कुटुंब तुमचं ऋणी आहे. आम्ही देवाकडे तुमच्या भल्यासाठी प्रार्थना करू मालक."

"माझे आभार मानू नकोस. तुझ्या उपचारांसाठी मी जे पैसे भरले, ते तुझ्या पगारातून कापून घेणार आहे, हे तुला चांगलंच माहीत आहे." बाबा तटस्थपणे म्हणाले.

प्रोथेचा चेहरा पडला. त्याने ट्रे उचलला आणि तो स्वयंपाकघरात निघून गेला. मग डोनासीएन डुलतडुलत आला. त्याने ॲबॅकोस्ट घातला होता, म्हणजे एक प्रकारचा लहान बाह्यांचा, गडद हलक्या कापडाचा कोट, ज्याच्या आतमध्ये शर्ट किंवा टाय घालत नाहीत. वसाहतकारांनी पाडलेला हा पायंडा मोडण्यासाठी मोबुतूने सगळ्या झैरियन लोकांवर हा पोशाख जणू लादला होता. गेल्या वीस वर्षांपासून डोनासीएन बाबांकडे पर्यवेक्षक म्हणून काम करत होता; त्यांचा सगळ्यात विश्वासू कर्मचारी. तो जेमतेम चाळीस वर्षांचा होता, तरी बांधकामस्थळांवर सगळे त्याला

म्झी, म्हणजे म्हातारा म्हणायचे. डोनासीएन मूळचा झैरियन होता. पदवी मिळाल्यावर तो बुरुंडीला, जिथे बाबा देखरेख करत होते त्या रुमोन्गच्या पाम तेलाच्या कारखान्यामध्ये काम करायला आला; त्यानंतर तो कधी परत गेलाच नाही. शहराच्या उत्तरेकडे कामेंग नावाच्या भागात तो त्याची बायको आणि तीन मुलांसह राहायचा. त्याच्या शर्टाच्या खिशातून पेनाची टोपणं डोकवायची. त्याला जेव्हा शक्य होईल, तेव्हा तो मगरीच्या कातडीपासून बनवलेल्या पिशवीमध्ये ठेवलेल्या बायबलमधले परिच्छेद वाचायचा. दररोज सकाळी बाबा त्याला दिवसभरासाठीच्या सूचना द्यायचे आणि रोजंदारीवर काम करणाऱ्या कामगारांना देण्यासाठी त्याच्याकडे ठरावीक रक्कम सोपवायचे.

त्यानंतर काही क्षणांमध्येच बाबांकडून मालट्रकच्या किल्ल्या घेण्यासाठी इनोसंट गच्चीवर आला. इनोसंट जेमतेम वीस वर्षांचा बुरुंडीयन तरुण होता. उंच, सडपातळ इनोसंटच्या कपाळावर असलेल्या उभट खुणेमुळे तो धीरगंभीर दिसायचा आणि त्याचं असं दिसणं तो स्वेच्छेने मिरवायचा. तो हजार वेळा चावलेलं दातकोरणं तोंडामध्ये एका बाजूपासून दुसऱ्या बाजूपर्यंत फिरवत राहायचा. तो ढगळ पॅन्ट, बेसबॉलची टोपी, पांढरे सैलसर बूट आणि लाल-हिरवा-पिवळा अशा पॅनाफ्रिकन रंगांचा मनगटी पट्टा घालायचा. त्याचं इतर कर्मचाऱ्यांशी असलेलं वर्तन अनेकदा खटकणारं आणि उर्मटपणाचं होतं; पण बाबांचा त्याच्यावर जीव होता. इनोसंट हा काही कंपनीसाठी नुसता चालक म्हणून काम करणारा कर्मचारी नव्हता; तो बाबांची सगळी कामं करणारा एक खास माणूस होता.

त्याला बुजूम्बुराची चांगली माहिती होती. बावीझाचे तंत्रज्ञ, बुयेंझीचे भंगाराचे व्यापारी, शहरातील आशियाई भागातले दुकानदार, मूहाची सैनिकी शिबिरं, किविझबेच्या वेश्या, मध्यवर्ती बाजारातले मीटबॉलचे विक्रेते अशा सगळ्या ठिकाणी त्याचा वावर होता. त्याला सरकारी कर्मचाऱ्यांच्या कार्यालयामध्ये महिनोन्‌महिने अडकून पडलेले अर्ज पुढे सरकवण्यासाठी नेमकी कोणाला लाच द्यायची हेसुद्धा माहीत होतं. त्याला पोलीस कधीही अडवत नसत आणि रस्त्यावरची पोरं त्याच्या वाहनावर विनामूल्य लक्ष ठेवत असत.

सूचना देऊन झाल्यावर बाबांनी थर्मासमधला उरलेला चहा मरगळलेल्या पानांच्या कण्हेरीच्या कुंडीत ओतला, पोपटासाठी दोन क्षण शिट्टीवर 'मार्सियेझ'ची धून वाजवली आणि आम्ही सगळे गाडीत बसलो.

। सात ।

बुजूम्बुराच्या फ्रेंच शाळेमध्ये एका मोठ्या मैदानावर बालवाडी ते माध्यमिक शाळेच्या शेवटच्या वर्षापर्यंतचे वर्ग बांधलेले होते. त्या शाळेला दोन मुख्य प्रवेशद्वारं होती : थेट कार्यालयीन इमारत आणि माध्यमिक शाळेकडे जाणारं प्रिन्स लुईस रवगसॉर स्टेडिअम आणि बुलवॉर्ड द इंडिपेंडंसच्या बाजूचं मोठ्यांसाठीचं प्रवेशद्वार; तर मुईन्गा अॅव्हेन्यू आणि युप्रोना बुलवॉर्डच्या टोकाशी लहानांसाठीचं आणि बालवाडीचं प्रवेशद्वार होतं. दोन्हीच्या मध्ये प्राथमिक शाळा होती. बाबा नेहमी आम्हाला लहानांसाठीच्या प्रवेशद्वारापाशी सोडायचे.

"इनोसंट दुपारी तुम्हाला न्यायला येईल आणि तुमच्या आईच्या बुटिकवर सोडेल. मी उद्या सकाळी परत येईन, मला कामासाठी बांधकामाच्या साइटवर शहराबाहेर जायचं आहे."

"बरं, बाबा." अॅना सुज्ञपणे म्हणाली.

"गाब्रिएल, पुढच्या शनिवारी इनोसंट आणि डोनासीएनबरोबर सायकलचं प्रकरण निस्तरायला सिबिटोकला जा. सायकल ओळखण्यासाठी तू तिथे असणं गरजेचं आहे. काळजी करू नकोस; आपण तुझी सायकल शोधून काढू."

त्या सकाळी वर्गात उत्साहाचं वातावरण होतं. आमच्या शिक्षकांनी फ्रान्समधल्या ओर्लिऑन प्रदेशातील दुसऱ्या इयत्तेतल्या मुलांनी पाठवलेली पत्रं वर्गातील प्रत्येक मुलाला त्याच्या नावाचं एक पत्र मिळेल अशा पद्धतीने वाटली. आपल्याला पत्र पाठवणारं कोण आहे हे जाणून घेण्यासाठी आम्ही सगळेच खूप आतुर होतो. माझ्या पाकिटावर ठळक, गुलाबी अक्षरांत माझं नाव लिहिलेलं होतं, त्याभोवती फ्रान्सचा झेंडा, चांदण्या आणि काही बदाम होते. त्या कागदाला एक मधुर सुगंध होता. मी अलगद ते पत्र उघडलं. त्यातलं हस्ताक्षर एकसारखं आणि जरा डाव्या बाजूला झुकलेलं होतं :

शुक्रवार ११ डिसेंबर १९९२

प्रिय गाब्रिएल,

माझं नाव लोर आहे आणि मी दहा वर्षांची आहे. तुझ्यासारखीच, मीसुद्धा दुसऱ्या इयत्तेमध्येच आहे. मी ओर्लिऑनला राहते, माझ्या घराबाहेर बाग आहे. मी उंच आहे, माझे केस खांद्यापर्यंत लांब आणि सोनेरी आहेत, माझे डोळे हिरवे आहेत आणि माझ्या त्वचेवर वांग आहे. माझ्या धाकट्या भावाचं नाव मॅथ्यू आहे. माझे बाबा डॉक्टर आहेत आणि माझी आई गृहिणी आहे. मला बास्केटबॉल खेळायला खूप आवडतं आणि मला पॅनकेक आणि केक बनवता येतात. आणि तुला?

मला गायला आणि नाचायलासुद्धा आवडतं. आणि तुला? मला टीव्ही बघायला आवडतो. आणि तुला? मला वाचायला आवडत नाही. आणि तुला? मी मोठी झाले की, बाबांसारखी डॉक्टर बनणार आहे. दर सुट्टीत मी वाँदे प्रदेशातल्या माझ्या मधल्या भावंडांकडे जाते. तुला माहीत आहे, पुढच्या वर्षी मी डिस्नीलँड नावाच्या नवीन अम्यूझमेंट पार्कमध्ये जाणार आहे! तू मला तुझा फोटो पाठवशील?

मी तुझ्या उत्तराची आतुरतेने वाट बघत आहे.

तुला गोड पापी,

लोर

ता.क. : आम्ही पाठवलेले तांदूळ तुला मिळाले का?

लोरनं पाकिटात तिचा फोटोसुद्धा ठेवला होता. ती ॲनाकडे असलेल्या एका बाहुलीसारखीच दिसत होती. मला त्या पत्राची भीतीच वाटत होती. माझ्या गालावर 'गोड पापी' असं वाचून लाजेची लाली आली. जणू मला मिठाईचा डबाच मिळाला होता. मला अचानक असं वाटलं की, मी कधीच विचार न केलेल्या एका नवीन अद्भुत जगाची दारं माझ्यासाठी उघडली गेली होती. कुठेतरी लांब, फ्रान्समध्ये राहणारी, हिरव्या डोळ्यांची, सोनेरी केसांची लोर, मला – किनानीरा भागात राहणाऱ्या गॅबीला पापी द्यायला तयार होती. कोणालातरी माझ्या मनातली खळबळ लक्षात येईल या भीतीने मी तिचा फोटो पटकन दप्तराच्या एका कप्प्यात ठेवला आणि पत्र पुन्हा पाकिटामध्ये घातलं. मी माझा कुठला फोटो तिला पाठवायचा याचा विचार करत होतो.

तासाभरातच शिक्षकांनी आम्हाला आमच्या मित्रांना पत्राचं उत्तर लिहायला सांगितलं.

सोमवार ४ जानेवारी १९९३

प्रिय लोर,

माझं नाव गॅबी. तसंही रस्ते, झाडं, कीटक, सगळ्यांनाच काहीतरी नाव असतं. उदाहरणार्थ मी राहतो त्या भागाचं नाव किनानीरा. माझ्या शहराचं नाव बुजूम्बुरा. माझा देश बुरुंडी. माझी बहीण, आई-बाबा, मित्र, सगळ्यांनाच एक नाव आहे. त्यांनी न निवडलेलं नाव. आपण एक नाव घेऊनच जन्माला येतो, हे असंच असतं. एक दिवस माझ्यावर प्रेम करणाऱ्या लोकांना मी गाब्रिएलऐवजी मला गॅबी अशी हाक मारायला सांगितलं; त्यामुळे लोकांनी माझं नाव ठरवण्याऐवजी मीच माझं नाव निवडलं आहे असं मला वाटलं. म्हणून तूसुद्धा मला गॅबी अशी हाक मारशील प्लीज? माझे डोळे तपकिरी आहेत, मला इतर सगळे फक्त तपकिरी रंगाचे दिसतात. माझी आई, बाबा, बहीण, प्रोथे, डोनासीएन, इनोसंट, माझे मित्र, सगळ्यांच्या त्वचेचा रंग दूध घातलेल्या कॉफीसारखा आहे. प्रत्येकजण आपल्या डोळ्यांच्या रंगातून हे जग पाहतो. तुझे डोळे हिरवे आहेत म्हणून तुला मी हिरवा दिसेन. मला न आवडणाऱ्या गोष्टीतलंही खूप काही मला आवडतात. मला आइस्क्रीमचा गोडवा आवडतो; पण थंडपणा नाही. मला पोहण्याचा तलाव आवडतो; पण क्लोरिन नाही. मला मित्र आणि तिथलं वातावरण यासाठी शाळा आवडते; पण अभ्यास आवडत नाही. व्याकरण, संयोग, वजाबाकी, लिखाणाचं काम, शिक्षा हे सगळं किती कंटाळवाणं आहे? अगदीच रटाळ. मी मोठा झालो की, मला मेकॅनिक व्हायचं आहे म्हणजे माझ्या आयुष्यात काही बंदच पडणार नाही. बंद पडलेल्या गोष्टी कशा दुरुस्त करायच्या ते माहीत असायला हवं; पण या सगळ्या पुढच्या गोष्टी आहेत. आत्ताशी मी फक्त दहा वर्षांचा आहे आणि वेळ खूप हळूहळू जातो, विशेषतः दुपारी. कारण दुपारी माझी शाळा नसते आणि रविवारीसुद्धा, कारण मला आजीकडे खूप कंटाळा येतो. आमच्या शाळेच्या मांडव घातलेल्या मोठ्या मैदानावर दोन महिन्यांपूर्वी सगळ्यांना मेनिंजायटिसची लस दिली. मेनिंजायटिस झाला तर खूप भयंकर असतं; असं म्हणतात की, आपली विचार करण्याची ताकदच संपते. म्हणून प्राचार्यांनी सगळ्या पालकांना आग्रहाने मुलांना ही लस द्यायला सांगितलं, त्यांचा व्यवसायच आमच्या मेंदूंशी निगडित आहे म्हणा! या वर्षी बुरुंडी प्रजासत्ताकाच्या राष्ट्राध्यक्षपदासाठी निवडणुका होणार आहेत. असं काही घडण्याची ही पहिलीच वेळ आहे. मी आत्ता मत देऊ शकणार नाही, मेकॅनिक होईर्यंत मला थांबावं लागेल; पण कोण जिंकलं ते मी तुला नक्की सांगेन.

लवकरच भेटू,

तुला गोड पापी,

गॅबी

ता.क. : मी तांदळाबद्दल चौकशी करीन.

। आठ ।

इनोसंट, डोनासीएन आणि मी, आम्ही लवकरच निघालो होतो. एरवी सिमेंटची पोती आणि मागच्या ट्रेलरवर रचलेल्या कुदळ-फावड्यांनी खच्चून भरलेली व्हॅन नेहमीपेक्षा जरा जास्तच वेगाने चालली होती. आमच्या तिघांचा एक मजेशीर कंपू बनला होता. बुजाच्या बाहेर पडताना लागणारी पहिली लष्करी बॅरिकेड पार करताकरता माझ्या मनात हाच विचार चालू होता. सैनिकांनी आम्हाला अडवलं असतं तर त्यांना आम्ही काय सांगणार होतो? पहाटे पहाटे देशाच्या दुसऱ्या टोकाला चोरीस गेलेली सायकल शोधण्याच्या मोहिमेवर आम्ही निघालो होतो, असं? आमची वर्तणूक संशयास्पद होती एवढं नक्की!

इनोसंट, त्याच्या तोंडात सदैव असणारं दातकोरणं चावत चावत व्हॅन चालवत होता. मला त्याच्या या सवयीची किळस वाटायची. विशेष असं की, बुजूम्बुरामधल्या सगळ्या मूर्ख लोकांना ही सवय लागली होती. इनोसंटच्या पठडीतल्या या लोकांना कणखर दिसायचं होतं, काउबॉयसारखं. नक्कीच, एखाद्या गरीब मुलाने गर्दीमध्ये उठून दिसण्यासाठी म्हणून कामेओ थिएटरमध्ये क्लिंट ईस्टवूडच्या दुपारच्या चित्रपटातलं बघून असं केलं असणार आणि ही सवय वणव्यासारखी झपाट्याने शहरभर पसरत गेली असणार. बुजूम्बुरामध्ये दोन गोष्टी वेगाने पसरतात : अफवा आणि फॅशन!

डोनासीएन अगदी अवघडून बसला होता; त्यामुळे निघाल्यापासून तो जरा नाराज होता. कारण, तो मध्ये बसला होता आणि गिअरमुळे त्याला पाय ठेवायला अडचण होत होती. तो इनोसंटच्या खांद्याला चिकटून, पाय वाकडे ठेवून स्वतःदेखील वाकडातिकडा बसला होता.

पाऊस पडत होता म्हणून मी खिडकीजवळ बसण्याचा हट्ट केला होता. मला खिडकीच्या काचेवर ओघळणारे पाण्याचे थेंब बघायला आणि तोंडातून वाफ सोडून त्यावर बोटाने चित्र काढायला खूप आवडायचं. हे दुर्गम भागांतून लांबचा प्रवास करताना वेळ घालवण्याचं माझं साधन

होतं.

सिबिटोकला पोहोचलो, तेव्हा पाऊस थांबला होता. माझ्या जुळ्या मित्रांच्या आजीच्या घराकडे जाणाऱ्या रस्त्यावर खूपच चिखल होता, त्यावरून गाडी घसरण्याची भीती होती; त्यामुळे डोनासीएनने त्या रस्त्यावरून जायला विरोध केला. त्याने चालत जाण्याचा पर्याय सुचवला; पण इनोसंटला त्याचे पांढरे बूट खराब करायचे नव्हते. म्हणून मग डोनासीएन आणि मी इनोसंटला एकट्याला व्हॅनमध्ये त्याचे फालतू दात कोरायला सोडून पुढे चालत गेलो.

डोंगरांमध्ये आपल्याला जरी वाटलं की, आपण एकटेच आहोत, तरी शेकडो डोळे आपल्याकडे बघत असतात आणि तिथल्या लोकांच्या घरांवर म्हणजे रुगोंवर आदळून येणारे प्रतिध्वनी काही किलोमीटर लांबपर्यंत आपल्या अस्तित्वाची घोषणा देत असतात; त्यामुळे आम्ही जेव्हा तिच्याकडे पोहोचलो, तेव्हा म्हातारी हातात दह्याचे पेले घेऊन आमची वाटच बघत होती. ना डोनासीएनला, ना मला, आमच्यापैकी कोणालाच किरुंदी भाषा फारशी चांगली येत नव्हती आणि त्या डोंगराळ भागांमधली काव्यात्मक क्लिष्ट किरुंदी तर नाहीच नाही; त्यांच्या त्या भाषेमध्ये स्वाहिली आणि फ्रेंचमधले थोडे थोडे शब्द मिसळून काम भागत नसे. खरंतर मी कधीच किरुंदी भाषा शिकलो अशी नाही, बुजाला सगळे फ्रेंचच बोलायचे. डोनासीएन मूळचा किवू भागातला झैरियन होता आणि त्यांच्या त्या किवू भागामध्ये फक्त स्वाहिली आणि सोरबॉनला बोलली जाणारी उच्च दर्जाची फ्रेंच भाषाच बोलत होते.

इथली गोष्टच वेगळी होती. ग्रामीण भागातील माझ्या जुळ्या मित्रांचा आजीसारख्या लोकांशी संवाद साधला जाणं कठीण काम होतं. त्यांची किरुंदी खूप साऱ्या बारकाव्यांनी, पुरातन वाक्प्रचारांनी, अश्मयुगातल्या म्हणींनी भरलेली होती. डोनासीएन आणि माझी तेवढी पात्रताच नव्हती. तरीसुद्धा सायकलचा नवीन मालक आम्हाला कुठे सापडेल हे सांगण्याचा आजीने प्रयत्न केला.

त्यातलं एक अक्षरही आम्हाला समजत नसल्यामुळे आम्ही मग इनोसंट भाषांतरकार म्हणून हे काम करेल या विचाराने गोडफ्रॉय आणि बाल्ट्झर नावाच्या (शिश्न कापणाऱ्या) त्या प्रख्यात भावंडांबरोबर पुन्हा गाडीपाशी आलो. ते दोघे भाऊ आम्हाला रस्ता दाखवण्याचं मान्य करून व्हॅनमध्ये मागच्याच सीटवर बसले आणि गाडी पुन्हा डांबरी रस्त्याच्या दिशेने वळली.

शहर सोडल्यावर दोन किलोमीटरच्या अंतरावर आम्हाला एक वाट तिथल्या एका खेडेगावात घेऊन गेली. मॅथिअस नावाचा कोणीतरी इसम ज्याला माझ्या मित्रांनी सायकलवर पाहिलं होतं तो आम्हाला तिथे सापडला. मॅथिअसने गिहोंबामध्ये राहणाऱ्या कोणीतरी स्टॅनिस्लास नावाच्या माणसाला ती सायकल विकली होती.

आता ते दोघे भाऊ आणि मॅथिअस यांच्यासह आम्ही पुन्हा एकदा व्हॅनमध्ये बसलो आणि त्या प्रख्यात स्टॅनिस्लासला गाठलं; पण त्याने ती सायकल कुरिगिटारीमधल्या कोणा मधमाश्या पाळणाऱ्याला विकली होती. पुन्हा एकदा, स्टॅनिस्लासला घेऊन आम्ही सगळे कुरिगिटारीच्या दिशेने निघालो. तिथे जाऊनसुद्धा पुन्हा तेच घडलं, मग त्या मधमाश्या पाळणाऱ्या माणसाला घेऊन जीताबामध्ये राहणाऱ्या जॉन-बॉस्को नावाच्या नवीन मालकाकडे आम्ही निघालो. जीताबामध्ये पोहोचल्यावर आम्हाला असं समजलं की, जॉन-बॉस्को सिबिटोकला होता. म्हणून मग आम्ही पुन्हा सिबिटोकला आलो आणि तिथे गेल्यावर जॉन-बॉस्कोने आम्हाला असं सांगितलं की, त्याने ती सायकल नुकतीच जीताबामध्ये राहणाऱ्या एका शेतकऱ्याला विकली होती...

आम्ही पुन्हा मागे फिरलो. फक्त सिबिटोकला जाताना मुख्य रस्त्यावर पोलिसांनी अडवून नऊ माणसं व्हॅनमध्ये कोंबून आम्ही काय करत होतो हे विचारलं. इनोसंटने चोरीला गेलेल्या सायकलची आणि तिच्या नव्या मालकाची कहाणी सांगायला घेतली. दुपार झाली होती, सगळे उत्सुक लोक ऐकायला जमा झाले. लवकरच, शेकडो लोक त्या गाडीभोवती गोळा झाले.

आमच्या विरुद्ध दिशेला शहरातील मध्यवर्ती कॅब्रे होता; तिथे सर्वाधिक प्रमाणात पेय-पदार्थांची रेलचेल होती. तिकडे महापौर आणि जिल्ह्यातले काही महत्त्वाचे लोक गरम प्रायमस[१] बरोबर बकरीचं मांस खात होते. आमच्या आजूबाजूला गोळा झालेल्या जमावाने त्यांचं पटकन लक्ष वेधलं. महापौर हळूच त्याच्या स्टुलावरून उठला. पॅन्ट वर ओढत त्याने एक ढेकर दिली, पट्टा नीट बांधला आणि त्याच्या भल्यामोठ्या पोटाने गर्दीला बाजूला सारत, तेलकट ओठ आणि हिरवट पिवळ्या शर्टावर पडलेले डाग घेऊन, एखाद्या दमलेल्या सरड्याप्रमाणे तो आमच्याकडे येऊ लागला. त्याचा चेहरा उभट आणि नाजूक होता; पण त्याचे कुल्ले लठ्ठ बाईसारखे पाठीच्या मधल्या भागापर्यंत आले होते आणि त्याचं पोट नऊ महिने भरत आलेल्या एखाद्या गरोदर बाईसारखं घट्ट आणि ताणलेलं होतं. एकूण काय, तर तो महापौर दुधी भोपळ्यासारखा दिसत होता.

एवढे सगळे लोक चर्चा करत असताना अचानक मला त्या गर्दीत कॅलिक्सट ओळखू आला. माझी सायकल चोरणारा कॅलिक्सट... पण मला कोणाला सावध करायची संधी मिळायच्या आत तो हिरव्या मांबासारखा झपकन तिथून पळून गेला. सगळं शहर दुपारच्या जेवणासाठी कोंबडी पकडायला धावावं तसं कॅलिक्सटच्या मागे धावलं. दुपारच्या रटाळ वेळेला अशा कंटाळवाण्या प्रदेशांत रक्त सांडणाऱ्या

---

१. प्रायमस - काँगोमधली लोकप्रिय बिअर

अशा एखाद्या खेळापेक्षा अजून चांगलं ते काय असणार! तिथे जमावाने केलेल्या मारहाणीला 'सामूहिक न्याय' असं नाव होतं. ऐकायला ते सुसंस्कृत वाटायचं. नशिबाने त्या दिवशी, लोकांनी परस्पर त्याचा सोक्षमोक्ष लावला नाही. त्यांनी कॅलिक्सटला पकडलं; पण पोलिसांनी वेळीच त्यांची ती लोकशाही पद्धतीची मारहाण थांबवली. मग महापौराने घटना समजून घेण्याचा प्रयत्न केला. त्याने एखाद्या ज्ञानी व्यक्तीचा आव आणून, लोकांची तापलेली डोकी शांत करण्याच्या हेतूने प्रामाणिक नागरिक असण्याचं महत्त्व सांगणारं मोठ्ठं भाषण दिलं; पण ती दुपारची वेळ आणि होणारा उकाडा बघता, त्याचे काव्यात्मक उपदेश लवकरच विरून गेले. ऐन भाषणाच्या मध्येच तो थांबला आणि त्याच्या मूळ जागेवर, बिअरच्या समोर, स्वतःचं डोकं शांत करायला जाऊन बसला. बऱ्यापैकी जखमी झालेल्या कॅलिक्सटला तुरुंगामध्ये नेलं गेलं आणि डोनासीएन घाईघाईने तक्रार नोंदवायला गेला.

अर्थात कॅलिक्सटच्या हातात बेड्या पडल्यामुळे माझ्या सायकलचा प्रश्न सुटला नव्हता. आम्ही जीताबामधल्या त्या शेतकऱ्याला गाठायचं ठरवलं. त्यासाठी पुन्हा एकदा माझ्या जुळ्या मित्रांच्या आजीच्या घरी जाणाऱ्या रस्त्यावरून जावं लागणार होतं. डोनासीएनने गाडी घसरण्याबद्दल वारंवार भीती व्यक्त करूनही कोणाचं काही न ऐकता इनोसंटने त्या दलदलीच्या रस्त्यावर गाडी घातली. त्या शेतकऱ्याचं जीताबामध्ये केळ्याच्या पानांचं छप्पर असलेलं छोटंसं मातीचं घर होतं. डोंगराच्या टोकावरवरील त्या दृश्याने क्षणभर आमची नजर खिळवून ठेवली. पावसामुळे आकाश स्वछ धुवून निघालं होतं, विटकरी रंगाचं पाणी असणारी रुसीझी नदी विस्तीर्ण हिरव्यागार पठाराला भेदून जात होती आणि त्या पठारावरच्या ओल्या जमिनीवर सूर्यकिरणं पडून तिथे गुलाबी रंगाचं वर्तुळाकार धुकं निर्माण झालं होतं. डोनासीएन शांतपणे त्या नयनरम्य दृश्याचा आस्वाद घेत होता आणि इनोसंटला त्या सगळ्याशी काहीही देणंघेणं नव्हतं. थोड्या वेळापूर्वी त्याच्या तोंडामध्ये असलेल्या भीषण दातकोरण्यानेच तो नखांतली घाण काढत होता. जगाच्या सौंदर्यामध्ये त्याला काहीच रस नव्हता; त्याला फक्त त्याच्या शरीराच्या घाणीशी मतलब होता.

एक बाई अंगणामध्ये चटई अंथरून, गुडघ्यावर बसून ज्वारी दळत होती. तिच्या मागे स्टुलावर बसलेल्या एक पुरुषाने आम्हाला जवळ बोलावलं. तोच तो शेतकरी होता. आमच्या घरी जर कोणी अनोळखी माणूस आला तर 'नमस्कार' म्हणायच्याही आधी बाबा वैतागाच्या स्वरामध्ये त्याच्या अंगावर खेकसतात : "काय पाहिजे?" इथे उलटंच होतं, इथे संयम आणि सभ्यता होती. आम्हाला परकं

वाटतच नव्हतं. खरंतर आम्ही डोंगरमाथ्यावरच्या त्या छोट्या अंगणात आगंतुकपणे गेलो होतो; पण आम्हाला वाटलं की, खूप वेळापासून आमची कोणीतरी वाट पाहत होतं. आमच्या येण्याचं कारण जाणून घेण्याआधीच त्या शेतकऱ्याने आम्हाला त्याच्या अंगणात बसायला सांगितलं. तो नुकताच शेतावरून आला होता. त्याचे अनवाणी पाय वाळलेल्या चिखलाने माखलेले होते. त्याचा शर्ट ठिगळं लावलेला होता, त्याने गुडघ्यापर्यंत वर गुंडाळलेली सुती पॅन्ट घातली होती. त्याच्या मागे मातीने भरलेलं एक फावडं झोपडीच्या भिंतीला टेकून ठेवलेलं होतं. ती बाई आमच्याकडे बघून स्मितहास्य करत असताना एकीकडे जात्यावर ज्वारीसुद्धा दळत होती, तेवढ्यात एक लहान मुलगी आमच्यासाठी तीन खुर्च्या घेऊन आली.

आम्ही बसतो न बसतो तोच माझ्या वयाचा एक मुलगा माझी सायकल चालवत अचानक अंगणामध्ये आला. मी क्षणभरही विचार न करता माझ्या खुर्चीवरून उडी मारली आणि सायकलचं हॅन्डल पकडायला त्याच्या दिशेने धावलो. मग सगळं कुटुंब उठून उभं राहिलं आणि गोंधळलेल्या नजरेने आमच्याकडे पाहत हा सगळा काय प्रकार आहे असं विचारलं. त्या मुलाला आश्चर्याचा एवढा धक्का बसला होता की, मी जेव्हा त्याच्या हातातून सायकल काढून घेतली, तेव्हा त्याने काहीसुद्धा विरोध केला नाही. डोनासीएनने काही क्षणांच्या अवघडलेपणानंतर इनोसंटचा खांदा हलवत त्याला किरुंदी भाषेत आम्ही तिथे येण्याचं कारण सांगायला सांगितलं. इनोसंट आरामात बसलेल्या त्याच्या जागेवरून महत्प्रयासाने उठला. काही वेळापूर्वीच पोलिसांना दिलेलं स्पष्टीकरण पुन्हा सांगण्यासाठी तो कंटाळलेला वाटला; पण तरी त्याने एकसुरी आवाजात सगळी हकिगत पहिल्यापासून सांगितली. संपूर्ण कुटुंब शांतपणे त्याचं म्हणणं ऐकत होतं. जसजशी त्याला परिस्थिती लक्षात येत होती, तसतसा त्या मुलाचा चेहरा उतरत चालला होता. इनोसंटचं बोलून झाल्यावर मान डावीकडे झुकवत, हातांची ओंजळ आकाशाकडे करत, जणू त्याला जीवदान देण्याची याचना करण्याच्या आविर्भावात तो शेतकरी स्वतःची बाजू मांडू लागला. त्याने सांगितलं की, मुलाला ही भेट देता यावी म्हणून त्याने खूप त्याग केले, खूप काळापासून पैसे साठवले होते. ते गरीब, सज्जन ख्रिस्ती लोक होते. इनोसंट त्यांचं काही ऐकत नसल्याचं दाखवत होता, तो त्याच्या दातकोरण्याने कान खाजवून काडीच्या टोकाला चिकटलेला मळ अगदी समरस होऊन बघत होता. खरंतर डोनासीएनला शेतकऱ्याचा त्रास बघून, भरून आलं होतं; पण त्याने काहीसुद्धा बोलण्याचं धाडस केलं नाही. तो शेतकरी पुढे बोलत असतानाच इनोसंट माझ्याजवळ आला, त्याने सायकल घेतली आणि व्हॅनच्या मागच्या भागात ठेवली.

त्याने वैतागून त्या कुटुंबाला थंडपणे सल्ला दिला की, त्यांच्या दुःखाला खऱ्या अर्थाने कारणीभूत असणाऱ्या व्यक्तीला त्यांनी सिबिटोकच्या तुरुंगात जाऊन भेटावे.

तो म्हणाला की, त्यांचे पैसे परत मिळवण्यासाठी त्यांनी कॅलिक्सटविरुद्ध फक्त तक्रार नोंदवणं पुरेसं होतं. मग त्याने खुणेने मला गाडीत बसायला सांगितलं. डोनासीएन जड पावलांनी आमच्यापाशी आला. मला दिसत होतं की, तो काहीतरी मार्ग काढण्यासाठी प्रचंड विचार करत होता. तो जेव्हा व्हॅनमध्ये माझ्या शेजारी येऊन बसला, तेव्हा त्याने एक खोल श्वास घेतला.

"गाब्रिएल, दया कर; आपण नको नेऊ या ती सायकल. आपण आत्ता जे करत आहोत ते चोरीपेक्षा जास्त वाईट आहे. आपण एका लहान मुलाचं मन दुखावतोय."

"असं काही नाही." इनोसंट म्हणाला.

मी निराश होऊन विचारलं, "आणि मग माझं काय? कॅलिक्सटनी माझी सायकल चोरली, तेव्हा माझंही मन दुखावलं होतं."

"अगदी खरं आहे; पण या मुलासाठी या सायकलचं जेवढं महत्त्व आहे, तेवढं तुझ्यासाठी नाही." डोनासीएन पुढे म्हणाला, "तो खूपच गरीब आहे आणि त्याच्या बाबांनी ही भेट घेता यावी म्हणून खूप कष्ट उपसले आहेत. आत्ता जर आपण ही सायकल घेऊन गेलो, तर परत कधीही त्यांना अशी दुसरी सायकल घेता येणार नाही."

इनोसंटने डोनासीएनकडे एक तीक्ष्ण कटाक्ष टाकला.

"तू कोण आहेस तरी कोण? तू स्वतःला रॉबिनहूड समजतोस काय? हे कुटुंब गरीब आहे म्हणून त्यांची नसलेली एक वस्तू आपण त्यांना देऊन टाकायची का?"

"इनोसंट, तू आणि मी याच गरिबीत वाढलो आहोत. आपल्या दोघांनाही चांगलंच ठाऊक आहे की, त्यांनी गमावलेले पैसे त्यांना कधीच परत मिळणार नाहीत आणि कित्येक वर्षांपासून साठवलेली त्यांची पुंजी ते शेवटी अन्यायकारकरीत्या गमावून बसतील. हे सगळं कसं चालतं ते तुला चांगलंच माहीत आहे मित्रा."

"मी तुझा मित्र नाही आणि आणखी एक सल्ला देतो : या लोकांवर दया करणं थांबव. या दुर्गम भागांमध्ये एकापेक्षा एक असे चोर आणि खोटारडे लोक राहतात."

पुन्हा एकदा माझ्याकडे पाहत डोनासीएन म्हणाला, "गाब्रिएल, आपण मालकांना असं सांगू शकतो की, तुझी सायकल मिळालीच नाही, ते तुला नवीन सायकल घेऊन देतील. हे आपलं छोटंसं गुपित असेल आणि एका गरीब मुलाला मदत व्हावी अशा चांगल्या हेतूने आपण असं वागतो आहोत म्हणून देवसुद्धा आपल्याला क्षमा करेल."

"तू खोटं बोलणार?" इनोसंटने विचारलं. "मला वाटलं होतं की, तुझ्या महान देवाने असं करायला बंदी केलेली होती. गाब्रिएलला दोष देणं बंद कर, त्याला शांत बसू दे. तसंही, तो पोरगासुद्धा एक फडतूस शेतकरीच आहे ना, बीएमएक्स घेऊन तो काय करणार आहे? चला निघू या."

माझी परत जाण्याची किंवा आरशामध्ये मागे पाहण्याची इच्छा नव्हती. आमचं काम झालं होतं. माझी सायकल आम्हाला सापडली होती. इनोसंट म्हणत होता त्याप्रमाणे बाकी सगळ्यांशी आमचा काहीही संबंध नव्हता.

त्यानंतर काही मिनिटांतच, डोनासीएन म्हणाला होता त्याप्रमाणे गाडी चिखलात रुतून बसली, तेव्हा त्याने कठीण काळाबद्दल, स्वार्थी माणसांबद्दल, आयुष्याच्या शेवटच्या दिवसांबद्दल काही सांगणारा बायबलमधला परिच्छेद म्हटला. तो माझ्याचसाठी भीतीदायक अशा सर्व प्रकारच्या गोष्टी हळू आवाजात म्हणत होता. त्याच्या बोलण्याचा मथितार्थ असा होता की, आमच्या वाईट कर्माची देव आम्हाला शिक्षा देत होता. मी त्याची नजर चुकवायच्या हेतूने संपूर्ण प्रवासभर झोपायचं नाटक केलं. खरंतर मी माझ्यापुरतं आमच्या वागण्याचं समर्थन शोधलं; पण तरीही मला आतमध्ये कुठेतरी अधिकाधिक शरम वाटत होती.

घरी पोहोचल्यावर मी इनोसंट आणि डोनासीएनला सांगितलं की, माझ्या वागण्याची भरपाई म्हणून त्या सायकलला परत कधीही हात न लावण्याचं मी ठरवलं होतं. इनोसंटने संशयाने माझ्याकडे रोखून पाहिलं. मग सोडून देत, रागाच्या स्वरात म्हणाला, 'लाडावलेला मुलगा कुठला!' आणि मग दातकोरण्याचं नवीन पाकीट आणायला तो दुकानात निघून गेला. डोनासीएन माझ्याजवळ वाकला, त्याचं मोठं चौकोनी डोकं माझ्या चेहऱ्यापासून अगदी काही सेंटिमीटर लांब होतं. त्याचा कडवट श्वास त्याच्या रिकाम्या आम्लपित्ताने भरलेल्या पोटाची वर्दी देत होता. तो रागाने भरलेल्या डोळ्यांनी माझ्या आत्म्यापर्यंत खोल जाणाऱ्या भेदक नजरेने माझ्याकडे पाहत, शब्दन्‌शब्द संथपणे उच्चारत म्हणाला,

"बेटा, जे काही वाईट करायचं होतं, ते करून झालंय."

। नऊ ।

माझी आजी बुजूम्बुरा शहरात, जिल्हा क्र. २ मध्ये एंगागारा भागात आफ्रिकन नगरपालिका कार्यालयाने प्रशासित केलेल्या वसाहतीत तिची आई रोझाली, म्हणजे माझी पणजी आणि सेंट अल्बर्ट हायस्कूलमध्ये शेवटच्या वर्षात शिकणारा तिचा मुलगा, म्हणजे माझा पॅसिफिक मामा या दोघांसोबत हिरव्या भिंतीच्या एका घरात राहत असे. पॅसिफिक मामा दिसायला एकदम देखणा होता. त्या भागातल्या सगळ्या मुली त्याच्यावर लट्टू होत्या; पण त्याला मात्र फक्त त्याची कॉमिक्स, गिटार आणि त्याचं गाणं यांमध्ये रस होता. त्याच्याकडे आईच्या इतका सुंदर आवाज नव्हता; पण त्याचं सादरीकरण अतिशय लक्षवेधक असायचं. त्याला आम्ही रेडिओवर पुनुःपुन्हा ऐकायचो अशी प्रेम, दुःख आणि प्रेमातलं दुःख या विषयांवरची फ्रेंच गायकांची रोमँटिक गाणी खूप आवडायची. तो जेव्हा ती गाणी गायचा तेव्हा ती त्याची स्वतःची होऊन जायची. ती गाताना तो डोळे बंद करायचा, चेहऱ्यावर भाव आणायचा, रडायचा; त्यामुळे सगळं कुटुंब गप्प व्हायचं, म्हातारी रोझालीसुद्धा - तिला फ्रेंच भाषेतलं एक अक्षरही कळत नसून शांतपणे ऐकायची. आम्ही स्तब्ध बसून ऐकायचो आणि समजा, हललीच तर पाण्यावर तरंगणाऱ्या पाणघोड्यासारखी आमच्या कानांची टोकं हलायची.

आजी राहत होती तिथे शेजारपाजारी जास्त करून खून, हत्या, युद्ध, अल्पसंख्याकांवरचे अत्याचार, नरसंहार, विध्वंस, आग, त्सेत्से माश्या, लूटमार, भेदभाव करणारं शासन, बलात्कार, मारामाऱ्या, सूड आणि कोणास ठाऊक अजून कोणकोणत्या गोष्टींपासून वाचण्यासाठी रवांडाहून पळून आलेले लोक होते. हे लोकसुद्धा आई आणि तिच्या कुटुंबासारखेच तिथल्या अडचणींपासून बुरुंडीमध्ये पळून आलेले होते आणि गरिबी, बहिष्कार, आरक्षण, परदेशी लोकांबद्दल तेथील रहिवाशांना वाटणारा तिरस्कार, नकार, बळीचा बकरा होण्याचे प्रसंग, नैराश्य, स्वतःच्या देशाची आठवण, घराची ओढ अशा नवीन समस्यांना

सामोरे गेले. आश्रितांच्या समस्या.

मी आठ वर्षांचा असताना रवांडामध्ये युद्ध सुरू झालं. माझ्या प्राथमिक शाळेच्या दुसऱ्या वर्षाची ती सुरुवात होती. आम्ही एअर एफईवर ऐकलं होतं की, रवांडियन पॅट्रिऑटिक फ्रंट नावाच्या बंडखोरांनी अचानक रवांडावर हल्ला केला आहे. रवांडियन पॅट्रिऑटिक फ्रंटच्या सेनेमध्ये युगांडा, बुरुंडी, झैर अशा आजूबाजूच्या देशांत आश्रय घेतलेल्या, आई आणि पॅसिफिकच्या पिढीच्या मुलांचा समावेश होता. आईने ही बातमी ऐकल्यावर गाणं म्हणत नाच केला होता. मी तिला कधीच एवढं आनंदात पाहिलं नव्हतं.

तिचा आनंद फार काळ टिकला नाही. काही दिवसांतच आम्हाला अल्फोन्सच्या मृत्यूची बातमी समजली. अल्फोन्स म्हणजे कुटुंबातला मोठा मुलगा, आईचा दुसरा भाऊ, तिचा अभिमान. अतिशय हुशार माणूस. तो अमेरिकेतल्या आणि युरोपातल्या मोठमोठाल्या विद्यापीठांतून पदव्या घेऊन आलेला रसायनशास्त्र आणि भौतिकशास्त्राचा अभियंता होता. याच अल्फोन्सने मला गणिताचे धडे दिले होते आणि माझ्या मनात मेकॅनिक होण्याची इच्छा निर्माण केली होती. बाबांना तो खूप आवडायचा. ते म्हणायचे, असे दहा अल्फोन्स असतील तर बुरुंडीचं सिंगापूर व्हायला काहीच वेळ लागणार नाही. त्याच्या वर्गात पहिल्या नंबरला असणारा अल्फोन्स वृत्तीने मात्र निवांत आनंदी असायचा. तो नेहमी चेष्टामस्करी करायचा, वेड्यासारखं वागायचा, आम्हाला काखेत गुदगुल्या करायचा आणि आईला चिडवण्यासाठी तिच्या मानेचं चुंबन घ्यायचा. तो जेव्हा हसायचा, तेव्हा आजीच्या छोट्या दिवाणखान्याच्या भिंतीवर पुन्हा रंग चढायचा.

तो कोणालाही न सांगता, एक साधं पत्रही न लिहिता सीमेवर निघून गेला होता. रवांडियन पॅट्रिऑटिक फ्रंटमध्ये त्याच्या पदव्यांना काही किंमत नव्हती. त्यांच्यासाठी तो इतरांसारखाच एक सामान्य सैनिक होता. त्याने जिथे कधी पाऊलही ठेवलं नव्हतं आणि त्याला माहीतसुद्धा नसलेल्या देशासाठी तो वीरमरणाला सामोरा गेला. तो लिहिता-वाचता न येणाऱ्या, ओ की ठो काही माहीत नसणाऱ्या एखाद्या अतिसामान्य माणसासारखा तिकडेच, लढता लढता कसावाच्या शेतात, चिखलात मरून पडला होता.

अल्फोन्सला दारू जरा जास्त झाली की, इतर निर्वासितांच्या मुलांसारखा तो विषण्ण व्हायचा. एक दिवस अंतर्ज्ञान झाल्यासारखं तो स्वतःच्या दफनविधीविषयी बोलला होता. तो म्हणाला होता की, त्याच्या दफनविधीच्या वेळी त्याला आत्म्याच्या शांतीसाठी म्हटली जाणारी निराशाजनक प्रार्थना, आत्म्याने शरीर त्याग करण्यासाठीची प्रार्थना, खिन्न चेहरे यातलं काही नको होतं. त्याउलट त्याला त्या वेळी सूर्यप्रशंसेची गाणी, अग्निभक्षक, मध्यवर्ती बाजारामध्ये मिळतात तशी रंगीबेरंगी वस्त्रे परिधान

केलेले लोक, विदूषक आणि जगलर या सगळ्यांचा समावेश असणारा मोठा समारंभ व्हायला हवा होता. त्याच्या दफनविधीच्या दिवशी पॅसिफिक मामानं गिटारवर अल्फोन्सचं आवडतं गाणं म्हटलं होतं. त्या गाण्यामध्ये युद्धाच्या निरर्थकतेला दूषणं देणाऱ्या एका माजी सैनिकाची कथा होती. हे गाणं अल्फोन्स मामाबद्दलचंसुद्धा असू शकलं असतं. वरवर मजेशीर वाटणारं; पण खोलवर दुःखी असं. पॅसिफिक मामा गाण्याच्या शेवटापर्यंत पोहोचूच शकला नाही, त्या आधीच त्याचा कंठ दाटून आला.

या वेळी पॅसिफिकने युद्धावर जाण्याचा निर्णय घेतला होता. तसं तो आजीशी बोलला होता. म्हणून मग जेव्हा आम्ही सगळे त्या रविवारच्या सकाळी चर्चमधील सामूहिक प्रार्थनेवरून घरी परतल्यावर खायला बसलो, तेव्हा आईने लगेचच विषय काढला.

"पॅसिफिक, आम्हाला तुझी काळजी वाटते. प्राध्यापक किमेनयिनी आजीशी संपर्क साधला, तेव्हा असं समजलं की, तू आता सेंट अल्बर्ट माध्यमिक शाळेत जाणं बंद केलं आहेस, खरं आहे का हे?"

"माझ्या बरोबरीचे बाकी सगळे रवांडियन सीमेवर आहेत. मीसुद्धा जाण्याची तयारी करतो आहे, ताई."

"थोडं थांब. लवकरच शांतता करारांचे परिणाम दिसू लागतील. मी दहा दिवसांपूर्वी किगालीला युसेबीआत्याकडे गेले होते. त्यांना आशा आहे की, राजकीय मार्गाने गोष्टींचं निराकरण होईल. कृपा करून थोडा धीर धर."

"माझा या अतिरेकी लोकांवर अजिबात विश्वास नाही. रवांडियन सरकार आंतरराष्ट्रीय समुदायासमोर जरी असं चित्र उभं करत असलं, तरी देशात मात्र लष्करी शिक्षण घेतलेल्या नागरिकांना शस्त्रपुरवठा, माध्यमांमधून हिंसेला दिली जाणारी चिथावणी, हत्याकांड आणि नियोजित खून हे सगळं चालूच आहे. राजकारणी द्वेष पसरवणारी भाषणं देत आहेत, आपली शिकार करून आपल्याला न्याबारोंगो नदीत फेकून देण्यासाठी लोकांना उद्युक्त करत आहेत. आपणही संघटित व्हायला हवं. शांतता करार फसला तर लढण्यासाठी आपणही तयार असायला हवं. ताई, हा आपल्या जीवन-मरणाचा प्रश्न आहे."

घरातल्या मोठ्या बायका काहीच बोलत नव्हत्या. आई डोळे मिटून कपाळ चोळत होती. शेजारच्यांच्या रेडिओवर स्तोत्रं लागली होती. आमचे काटे ताटांवर आपटल्याचा आवाज ऐकू येत होता. वाऱ्याची हलकी झुळूक खिडकीवरचा पडदा उडवत होती. पॅसिफिकच्या सुंदर त्वचेवर उकाड्यामुळे घामाचा एक पातळ थर चमकत होता. तो चावत असलेल्या बीफच्या तुकड्यामुळे त्याच्या जबड्याचे स्नायू ताणले गेले होते आणि ॲना टोमॅटो सॉसवर बसलेल्या माश्या उडवत होती,

कोणीही उघडपणे बोलत नसलं तरीही त्या माश्यांच्या असण्याइतकाच टेबलावरच्या प्रत्येकाच्या मनात तो अव्यक्त विषयही होता, हे मला जाणवत होतं. तो विषय म्हणजे - अल्फोन्सचा मृत्यू.

जेवण झाल्यावर आजीने आम्हाला आराम करायला सांगितलं. मी नेहमी वामकुक्षी घेण्यासाठी पॅसिफिकच्या खोलीमध्ये जायचो. आई लहान असताना ती खोली तिची होती. त्या छोट्या खोलीला खिडक्या नव्हत्या, फक्त दोन्ही बाजूला दोन पलंग होते आणि पोस्टर चिकटवलेल्या हिरव्या भिंतींवर मंद प्रकाश टाकणारा उघड्या तारेचा एक लाल रंग लावलेला दिवा होता.

पॅसिफिक सीमेवरच्या खडतर परिस्थितीची सवय करून घेण्यासाठी म्हणून नुसत्या पलंगावर झोपायचा. तो सकाळी लवकर उठून तरुण रवांडियन मुलांच्या एका समूहासोबत प्रशिक्षणासाठी समुद्र किनाऱ्यावर जायचा. किनाऱ्यावरच्या वाळूमध्ये धावायचा. कधीकधी भूक आणि कमतरतांची सवय व्हावी म्हणून तो फक्त एक मूठभर शेंगांचे दाणे खायचा.

मला पलंगावर आडवं पडल्यापडल्या मी आदल्या दिवशी ज्याच्याकडून माझी सायकल परत आणली होती तो मुलगा, देवाच्या करणीबद्दल डोनासीएनने दिलेला नैतिकतेचा धडा, निःस्वार्थीपणा, त्याग आणि अशा सगळ्या अपराधीपणाची भयानक बोच निर्माण करणाऱ्या अनेक गोष्टी आठवत होत्या... मला आपण कालपासून स्वार्थी आणि आत्मकेंद्रित आहोत असं वाटत होतं, एकंदरीतच मला त्या सगळ्या प्रकरणाची लाज वाटत होती. माझी स्वतःची असणारी वस्तू परत मिळवण्याच्या माझ्या इच्छेमुळे चोरीचा बळी असल्याच्या दुःखापासून ते मी स्वतः छळणूक करणारा असल्याच्या भावनेपर्यंत माझा प्रवास झाला. मला माझ्या मनामधले खिन्न विचार झटकून टाकण्याची, कोणाशीतरी बोलण्याची गरज होती. मी कुजबुजलो,

"पॅसिफिक, तू झोपलास का?"

"हं..."

"तुझा देवावर विश्वास आहे?"

"काय?"

"तुझा देवावर विश्वास आहे का?"

"नाही, मी साम्यवादी आहे. माझा लोकांवर विश्वास आहे. आता मला झोपू दे!"

"तुझ्या पलंगावर, कॅलेंडरवर ते कोण आहे?"

"फ्रेड रवीगेमा, एफपीआरचा प्रमुख. तो एक महान पुरुष आहे. आपण आज जो लढा देत आहोत, तो त्याच्या कृपेने. त्याने आपल्याला आपला स्वाभिमान दिला."

"म्हणजे तू त्याच्याबरोबर जाणार आहेस का लढायला?"

"त्याचा मृत्यू झाला आहे. हल्ल्याच्या सुरुवातीलाच."

"अं... कोणी मारलं त्याला?"

"तू फार प्रश्न विचारतोस रे मुला, झोप आता!"

पॅसिफिक भिंतीकडे तोंड करायला वळला, तसा पलंगाच्या धातूचा कर्कश आवाज आला.

मी वामकुक्षीच्या वेळी कधीच झोपलो नाही आणि मला या क्रियेचं प्रयोजन कधीच समजलं नाही. मला माझ्या शरीराची झीज भरून काढण्यासाठी रात्रीची झोप पुरेशी होती. म्हणून मग मी घड्याळाचे काटे पुढे सरकण्याची वाट बघत बसायचो. एखाद्या मोठ्या व्यक्तीचा घरात वावर जाणवला तरच मला उठायची परवानगी होती. मी प्रत्येक आवाजावर लक्ष ठेवायचो. मला या गादीवरून उठण्याची परवानगी मिळवून देणाऱ्या पहिल्या संकेताची, पहिल्या हालचालीची मी वाट पाहायचो. कधीकधी मला दोन तास अशी वाट पाहावी लागायची. खोलीच्या अर्धवट उघड्या असलेल्या दारातून दिवाणखाना दिसायचा आणि थोडासा उजेड आत यायचा. मी भिंतीवरची पोस्टर बघत बसलो होतो. तिथे खळीने चिकटवलेली मासिकांमधली पानं होती आणि आई लहान असताना तिला आवडणाऱ्या माणसांची चित्र पॅसिफिकच्या आवडत्या व्यक्तींच्या बाजूलाच चिकटवली होती. मायकल जॅक्सन आणि जॉन-पिएर पॅपिनच्या मध्ये फ्रान्स गॉल, टीना टर्नरची मांडी आणि जिमी हेंड्रिक्सच्या गिटारवर अतिक्रमण करणारा दुसऱ्या पोप जॉन-पॉलचा - तो बुरुंडीला आला होता तेव्हाचा फोटो, जेम्स डीनला झाकणारी केनियामधल्या एका टूथपेस्टची जाहिरात. कधीकधी मी वेळ घालवायला पॅसिफिकची पलंगाखाली लोळत पडलेली अॅलन शेवलियेर, ल जुर्नाल द स्पिरु, टिनटिन, रहन अशी कॉमिक्स गोळा करून ठेवायचो.

जेव्हा घरात वावर सुरू झाला, तेव्हा मी पटकन पलंगावरून उठून रोझाली, म्हणजे माझ्या पणजीपाशी गेलो. तिचा दुपारचा कार्यक्रम एखादा दैनंदिन विधी असल्याप्रमाणे ठरलेला होता. ती पाठीमागच्या अंगणात एका चटईवर आरामात बसून टॅगुआ नटपासून बनवलेली तंबाखूची डबी उघडायची, तिच्याकडच्या लाकडी पाइपमध्ये चिमटीने तंबाखू भरायची, काडेपेटीची काडी घासायची आणि डोळे मिटून धुराचे छोटे लोट काढत ताज्या तंबाखूच्या सुगंधाचा आस्वाद घ्यायची. त्यानंतर ती एका प्लॅस्टिकच्या पिशवीत ठेवलेल्या सिसल गवताच्या मजबूत धाग्यांपासून किंवा केळीच्या पानांपासून कपाखाली ठेवण्याच्या ताटल्या आणि शंकूच्या आकाराच्या टोपल्या बनवायची. हाताने बनवलेल्या या वस्तू ती मध्यवस्तीत नेऊन विकायची, ज्यायोगे एरवी आजीच्या नर्सिंगचा तुटपुंजा पगार आणि आईने वेळोवेळी केलेली

मदत यांवर चालणाऱ्या घरात थोडे पैसे यायचे.

कुरळे आणि करड्या - पांढऱ्या रंगाचे रोझालीचे केस तिच्या डोक्यावर स्वयंपाक्याच्या टोपीसारखे दिसायचे. सुईने रग्बीचा बॉल तोलून धरावा तसं तिच्या नाजूक मानेच्या तुलनेत तिचं डोकं मात्र लांबट आणि प्रमाणापेक्षा मोठं दिसायचं. रोझाली जवळजवळ शंभर वर्षांची होती. ती कधीकधी जर्मन आणि बेल्जिअन वसाहतींच्या विरोधात बंड केलेल्या आणि शेवटी ख्रिश्चन धर्म स्वीकारण्याचे नाकारत दुसऱ्या देशात निघून गेलेल्या कुठल्याशा राजाची जीवनकहाणी आम्हाला सांगायची. मला राजघराणी आणि गोऱ्या बापाच्या गोष्टींमध्ये कधीच रस वाटला नाही. मी जांभया द्यायचो आणि ते बघून वैतागलेला पॅसिफिक माझ्या कुतूहलाच्या अभावाबद्दल मला रागवायचा. आई म्हणायची की, आम्ही मुलं फ्रेंच असल्यामुळे रवांडियन इतिहासाच्या कंटाळवाण्या गोष्टी ऐकण्यात आम्हाला काहीच रस नव्हता. म्हातारी रोझाली सांगत असलेल्या पूर्वीच्या रवांडाच्या गोष्टी, लढाईतील शौर्यकथा, लोककाव्य, स्तुतीपर कवने, इंटॉर नृत्य, जमातींच्या वंशावळी, नैतिक मूल्ये हे सर्व पॅसिफिक तासन्तास ऐकायचा.

आई आमच्याशी किनयरवांडा भाषेत बोलत नाही याबद्दल आजी तिला दोष द्यायची. तिच्या मते ही भाषा म्हणजे देशापासून लांब राहत असूनसुद्धा आपली ओळख टिकवण्यासाठीचं एक साधन होतं, नाहीतर आपण कधीच चांगले बन्यारवांडा (रवांडाचे मूळ लोक) बनू शकणार नाही असा तिचा ठाम विश्वास होता. अशा युक्तिवादाला आई कधीही भीक घालत नसे, तिच्या लेखी आम्ही छोटे गोरे होतो, हलक्याशा तपकिरी कांतीचे; पण गोरेच! जर कधी आम्ही काही शब्द किनयरवांडा भाषेत बोललोच, तर लगेच ती आमच्या उच्चारांची चेष्टा करायची. या सगळ्या गोष्टींबद्दल, म्हणजे तो रवांडा, तिथला राजेशाही थाट, तिथल्या गायी, डोंगर, चंद्र, दूध, मध आणि त्यांची ती सडकी मीड[२] या सगळ्यांत मला विशेष रस नव्हता.

दुपार सरत आली होती. तरीही रोझाली तिच्या काळातल्या गोष्टी, आदर्श रवांडाच्या तिच्या जुन्या आठवणी सांगतच होती. ती पुनःपुन्हा सांगत होती की, मुसिंगा राजासारखं तिला वनवासामध्ये मरायचं नव्हतं; तिला तिच्या जमिनीवर, तिच्या पूर्वजांच्या देशात मरायचं होतं. रोझाली सतारीच्या लयबद्ध स्वरांप्रमाणे नाजूक आणि मृदू आवाजामध्ये कुजबुजायची. मोतीबिंदूमुळे तिचे डोळे निळे दिसायचे. तिच्या गालावर काही अश्रू ओघळण्याच्या तयारीतच आहेत असं वाटायचं.

पॅसिफिक तिचे शब्द अधाशीपणे ऐकत होता. डोकं हलवत त्याच्या आजीच्या आठवणींच्या हिंदोळ्यांवर झुलत होता. तो तिच्या जवळ सरकला आणि त्याने तिचा

---

२. मीड (Meed) : मध आणि पाणी मिसळून बनवलेलं मादक पेय.

छोटासा रोड झालेला चपटा हात त्याच्या हातांत घेऊन तिला धीर दिला. तिला आश्वासन दिलं की, लवकरच ही छळवणूक थांबणार होती, त्यांच्या देशात परत जाण्याची वेळ जवळ आली होती, बुरुंडी काही त्यांचा देश नव्हता आणि कायमस्वरूपी बुरुंडीला आश्रित म्हणून राहण्याचे काही प्रयोजन नव्हते. म्हातारी तिच्या भूतकाळाच्या आणि हरवलेल्या देशाच्या आठवणींना कवटाळून बसली होती आणि हा तरुण कुठलाही भेदभाव न करणाऱ्या सगळ्या रवांडियन लोकांसाठीच्या नव्या आधुनिक देशाचं स्वप्न विकत होता. तरी ते दोघंही एकाच गोष्टीबद्दल बोलत होते, देशात परत जाणे. त्यांच्यातली एक व्यक्ती इतिहासात राहायची आणि दुसरीला इतिहास घडवायचा होता.

क्षणभर गरम वाऱ्याची झुळूक आमच्याभोवती रेंगाळली, काही अनमोल वचनं घेऊन दूरवर निघून गेली. आकाशामध्ये लुकलुकणाऱ्या छोट्या चांदण्या दिसू लागल्या होत्या. इथे खाली, एका निर्वासित जमिनीच्या तुकड्यावर, माझं कुटुंब आयुष्याने लादलेली स्वप्नं आणि आशा यावर गुजराण करत होतं. अंगणामध्ये चांदणं पसरलं होतं.

। दहा ।

मुळामध्ये ती कल्पना जिनोची होती. त्याची अशी इच्छा होती की, आम्हा मित्रांच्या समूहाचं काहीतरी नाव ठेवावं. आम्ही खूप काळापासून योग्य नावाचा विचार करत होतो. आमच्या डोक्यात 'तीन शिलेदार' असं नाव आलं होतं; पण आम्ही पाचजण होतो. आमच्या जुळ्या मित्रांनी 'हाताची पाच बोटं', 'जगातले सगळ्यात जवळचे मित्र' अशी अवलिया नावं सुचवली होती. जिनोच्या डोक्यामध्ये काहीतरी अमेरिकन नावं ठेवण्याची कल्पना होती. त्या वेळी, अमेरिकन फॅशन खूपच लोकप्रिय होती; शाळेत सगळे सतत 'कूल' हा शब्द वापरायचे, लंगडत चालायचे, डोक्यावरच्या केसात वेगवेगळ्या आकृत्या कोरायचे, ढगळ कपडे घालून, बास्केटबॉल खेळायचे; पण जिनोच्या डोक्यात ही कल्पना आली, ती 'बॉइज टू मेन' नावाच्या अमेरिकन गायकांच्या बॅन्डमुळे! आम्ही दर शनिवारी 'ओ दला घ्यू सों' नावाच्या टीव्हीवरच्या कार्यक्रमामध्ये त्यांना बघायचो. त्या बॅन्डमध्ये एक बुरुंडीयनदेखील होता; त्याचा आदर करण्याची आपल्याला संधी मिळेल म्हणून आम्हाला जिनोची कल्पना पटली होती. आम्हाला खात्रीशीररीत्या माहीत नव्हतं. कुठल्याच पत्रकाराने याची पुष्टी केलेली नव्हती; पण बुजूम्बुरामध्ये अशी अफवा पसरली होती की, त्या बॅन्डमधला उंच, सडपातळ मुलगा मूळचा बिविझा किंवा न्याकाबिगाचा होता. जिनोला 'किनानीरा बॉइज' हे नावं हवं होतं याचं आणखी एक कारण म्हणजे, त्याला सगळीकडे स्वतःचा वचक ठेवणारे, इतर कोणालाही सत्ता स्थापन न करू देणारे 'इलाक्याचे नवीन बादशाह' अशी आमची ओळख निर्माण करायची होती.

आमची गल्ली आम्हाला सगळ्यात जास्त चांगली माहीत होती. आम्ही पाचहीजणं तिथेच राहायचो. दोघं जुळे गल्लीच्या तोंडाशी - डावीकडच्या पहिल्या घरात, माझ्या घराच्या बरोबर समोर राहायचे. ते मिश्रजातीचे होते, त्यांचे बाबा फ्रेंच आणि आई बुरुंडीयन होती. त्यांच्या आई-वडिलांचं व्हिडीओ कॅसेट भाड्याने देण्याचं

दुकान होतं. त्यांच्याकडे प्रामुख्याने अमेरिकन विनोदी आणि भारतीय प्रेमकथांचे चित्रपट होते. जेव्हा दुपारच्या वेळामध्ये मुसळधार पाऊस पडायचा, तेव्हा आम्ही सगळे त्यांच्या घरी जाऊन, टीव्ही बघतच वेळ घालवायचो. कधीकधी तर आम्ही चोरून मोठ्या माणसांसाठी असणारे अश्लील चित्रपटसुद्धा पाहायचो; पण एखादा कुत्रा जसा कोणाच्यातरी पायाला घासतो, तसं स्वतःला उशीवर घासत, डोळे विस्फारून टीव्हीच्या पडद्याकडे पाहणाऱ्या अरमंडव्यतिरिक्त बाकी कोणाला ते चित्रपट फारसे आवडायचे नाहीत.

अरमंड गल्लीच्या टोकाशी पांढऱ्या विटांच्या एका मोठ्या घरात राहायचा. त्याचे आई आणि बाबा दोघेही बुरुंडीयन होते आणि त्यामुळे तो आमच्या समूहातला एकमेव काळा मुलगा होता. त्याचे बाबा धिप्पाड होते. त्यांचे लांब कल्ले त्यांच्या डोळ्यांभोवती आणि नाकाभोवती वर्तुळ तयार करत मिशीला जाऊन मिळायचे. ते बुरुंडीचे मुत्सद्दी म्हणून अरबी राष्ट्रांमध्ये कामाला होते आणि त्यामुळे अनेक राष्ट्राध्यक्षांना ते वैयक्तिकरीत्या ओळखायचे. अरमंडने त्याच्या पलंगाच्या वर तो बाळ असताना कर्नल काढफींच्या मांडीवर बसला असतानाचा असा एक फोटो लावला होता. त्याचे बाबा सतत फिरतीवर असल्यामुळे तो जास्तकरून त्याची आई आणि त्याच्या मोठ्या बहिणींसोबत राहायचा. मी त्याच्या दुराग्रही आणि तुसड्या बहिणींना हसताना कधी पाहिलंच नव्हतं. त्यांच्या कुटुंबातले लोक कर्मठ आणि कठोर शिस्तीचे होते; पण तरीही तो स्वतः मात्र खुशालचेंडू होता. केवळ आपल्या मुलांवर अधिकार गाजवण्यासाठी घरी परत येणाऱ्या त्याच्या बाबांची त्याला भीतीच वाटायची. प्रेमाने जवळ घेणं, मायेचे चार शब्द बोलणं यातलं काहीच त्यांनी कधी केलं नाही. एखादी थोबाडीत द्यायचे आणि लगेच ते त्रिपोली किंवा कार्थाजला जाण्यासाठी विमान पकडायचे. या सगळ्यांचा परिणाम म्हणून अरमंडची घरात एक आणि बाहेर एक - अशी दोन भिन्न व्यक्तिमत्त्वं होती. जणू छापा-काटा करावा तशी.

त्यानंतर जिनो - आमच्या समूहातला सगळ्यात मोठा मुलगा. एक वर्ष आणि नऊ महिन्यांनी मोठा. आम्हाला एकाच वर्गात राहता यावं म्हणून तो मुद्दाम नापास झाला होता. किमान त्याच्या नापास होण्याचं समर्थन म्हणून तो हेच कारण सांगायचा. तो गल्लीच्या मध्यभागी, लाल फाटकाच्या आतल्या एक मोठ्या जुन्या घरात त्याच्या बाबांसोबत राहायचा. त्याचे बाबा बेल्जिअन होते. ते बुजूम्बुरा विद्यापीठामध्ये राज्यशास्त्राचे प्राध्यापक होते. त्याची आई, माझ्या आईसारखीच रवांडियन होती; पण आम्ही कधी तिला पाहिलंच नव्हतं. ती कधी किगालीत काम करते तर कधी युरोपमध्ये असं जिनो सांगायचा.

आम्ही सगळे मित्र आमचा वेळ भांडण्यात घालवायचो; पण अर्थातच आमचं

एकमेकांवर भावंडांप्रमाणे प्रेम होतं. आम्ही पाचहीजण दुपारी जेवण झालं की, सटकायचो आणि आमच्या ठरलेल्या जागी, म्हणजे एका पडीक जमिनीवरच्या वापरात नसलेल्या, बिघडलेल्या कोम्बी फोक्स वॅगनपाशी जमायचो. मग आम्ही त्या गाडीमध्ये बसून गप्पा मारायचो, हसायचो आणि चोरून सुपरमॅचची सिगारेट ओढायचो, जिनोच्या अविश्वसनीय गोष्टी आणि जुळ्या भावंडांचे विनोद ऐकायचो आणि अरमंडला येत असणाऱ्या अशक्यप्राय गोष्टी तो आम्हाला करून दाखवायचा उदाहरणार्थ डोळ्यांच्या पापण्या उलट्या करून त्यांच्या आतला भाग दाखवणं, नाकाला जीभ टेकवणं, हाताला टेकेपर्यंत अंगठा उलट्या बाजूला ताणून धरणं, पुढच्या दातांनी बाटलीचं झाकण उघडणं, कोणतीही प्रतिक्रिया न दाखवता पेरीपेरी मिरची चावून गिळणं. त्या कोम्बी फोक्स वॅगनमध्ये बसून आम्ही आमचे प्रकल्प, आमच्या सहली आणि आमच्या भटकंतीच्या योजना आखायचो. आम्ही खूप स्वप्नं पाहायचो, अधीर मनाने - आयुष्याने आमच्यासाठी राखून ठेवलेल्या सुखद आणि साहसी प्रसंगांची कल्पना करायचो.

थोडक्यात काय, तर त्या गल्लीच्या पडीक जमिनीवरच्या आमच्या लपण्याच्या जागी आम्ही निवांत आणि आनंदात होतो.

आम्ही एका दुपारी आंबे तोडण्यासाठी आसपासच्या भागांत भटकत होतो. एकदा अरमंडने मारलेला दगड जरा लांब जाऊन त्याच्या बाबांच्या मर्सिडीझवर पडला आणि गाडीचं नुकसान झालं, तेव्हापासून आम्ही झाडांवर दगड मारून आंबे पाडणं बंद केलं. त्याच्या बाबांनी त्याला चांगली लक्षात राहील अशी अद्दल घडवली होती. गल्लीच्या टोकापासून ते रुमोंगच्या रस्त्यापर्यंत चामडी पट्ट्याच्या आवाजाचा प्रतिध्वनी वाटावा तसा त्याच्या ओरडण्याचा आवाज येत होता. त्या प्रसंगानंतर आम्ही तारेचे आकडे जुन्या टायर ट्यूबच्या साहाय्याने काठीला बांधून, लांबलचक गळ तयार केले. एरवी आम्हाला काढायला कठीण असलेले आंबेसुद्धा सहा मीटरपेक्षा लांब असलेल्या त्या गळामुळे आता आम्ही सहजपणे तोडू शकत होतो.

आमचं एकंदर रूप बघून डांबरी रस्त्यावरून जाणारे काही वाहनचालक जाताजाता आम्हाला ओरडून गेले. अनवाणी पाय, उघडी छाती, जमिनीवर घासणाऱ्या आमच्या हातातल्या लांब काठ्या आणि पाडलेले आंबे गोळा करण्यासाठी आमच्या टी-शर्टच्या केलेल्या झोळ्या असा आमचा मजेशीर पेहराव होता.

बहुधा अरमंडची आई किंवा बाबांची मैत्रीण असलेली, सुंदर कपडे घातलेली एक बाई आमच्या समोरून गेली. पोट उघडं टाकलेल्या आणि पाय धुळीने माखलेल्या अरमंडला ओळखताच आकाशाकडे बघत, क्रॉसची खूण करत ती म्हणाली, ‘‘अरे देवा! अरे बाळा, पटकन कपडे घाल. तू एखाद्या गावगुंडासारखा दिसतोस.’’ ही मोठी माणसं ना, कधीकधी फार मजेशीर वागायची.

आम्ही गल्लीत परत आलो, तेव्हा व्हॉन गोटझेनच्या बागेतल्या झाडांवरच्या मोठ्या आंब्यांनी आम्हाला भुरळ पाडली. आमचा गळ वापरून रस्त्यावरूनच काही आंबे काढण्यात आम्हाला यश आलं; पण सगळ्यात रसरशीत असलेले आंबे मात्र खूपच उंचावर होते. त्यासाठी आम्हाला छोट्या भिंतीवर चढावं लागणार होतं; पण आम्हाला मिस्टर व्हॉन गोटझेन यांची भीती वाटत होती. तो दस्त्याची धनुष्यं जमा करणारा एक वेडसर म्हातारा जर्मन होता. तो दोन वेळा तुरुंगात गेला होता. पहिल्यांदा त्याच्या माळ्याने त्याच्याकडे पगारवाढीची मागणी करण्याची हिंमत केल्याबद्दल त्याने माळ्याच्या जेवणात लघवी केली होती म्हणून आणि दुसऱ्यांदा त्याचं बनाना फ्लॉम्ब करपवल्याबद्दलची शिक्षा म्हणून त्याने त्याच्या घरगड्याला फ्रिझरमध्ये कोंडल्याबद्दल. त्याची बायको त्याच्यापेक्षाही शिष्ट आणि वर्णद्वेषी होती. ती हॉटेल मेरिडियनच्या मैदानावर दररोज गोल्फ खेळायची. ती बुजूम्बुराच्या घोड्यांच्या क्लबची अध्यक्षा होती आणि बहुतांश वेळ ती तिच्या चमकदार काळ्या केसांच्या जातिवंत घोड्याचे लाड करण्यात घालवायची. पोहण्याचा तलाव आणि एक मजला असलेलं त्यांचं गल्लीतलं घर सगळ्यात सुंदर होतं; पण आम्ही त्यांचं घर शक्यतो टाळायचो.

आमच्या समोर, म्हणजे माझ्या जुळ्या मित्रांच्या घरामागे इकोनोमोपुलोस मॅडमचं घर होतं. ती मूलबाळ नसलेली एक ग्रीक म्हातारी बाई; पण तिच्याकडे साधारण दहा डॉक्सहुंड जातीची कुत्री होती. डॉक्सहुंड माद्यांच्या विणीच्या हंगामाच्या वेळी रात्री आत शिरण्याच्या हेतूने गल्लीतल्या कुत्र्यांनी कुंपणाला भोक पाडलं होतं. आम्ही सगळे त्या भोकामुळे तिच्या घराच्या आवारात जाऊ शकलो. तिच्या सावली असलेल्या बागेमध्ये एक मोठं आंब्याचं झाड तर होतंच; पण बहुधा देशभरात एकमेव असाव्यात अशा द्राक्षांनी लगडलेल्या वेली होत्या आणि प्रचंड प्रमाणात फुलं होती.

त्या ग्रीक बाईचा नोकर डोक्याच्या वर हवेत झाडू हलवत रागारागाने आला, तेव्हा अरमंड आणि मी द्राक्षांचा घड चोरत होतो आणि जिनो आणि आमचे जुळे मित्र रसरशीत आंबे तोडत होते. त्याने डॉक्सहुंड कुत्र्यांची साखळी सोडताच ती कुत्री आमच्या अंगावर धावून आली. आम्ही शक्य होतं तेवढ्या जोरात पळत पुन्हा एकदा कुंपणाच्या खालून बाहेर सटकलो.

या सगळ्या गडबडीत अरमंडची चड्डी तारेच्या कुंपणात अडकून फाटली. त्याच्या कुल्ल्यांचा काही भाग उघडा पडलेला बघून पुढची पंधरा मिनिटं आमची हसूनहसून पुरेवाट झाली. त्यानंतर आम्ही इकोनोमोपुलोस मॅडमच्या फाटकाबाहेर थांबलो. त्या मध्यवस्तीतून रोज याच वेळी घरी येत असत. आम्हाला बघून त्यांना आनंद होणार हे आम्हाला माहीत होतं.

त्या जेव्हा त्यांच्या लाल रंगाच्या लाडामधून खाली उतरल्या, तेव्हा आम्ही घाईघाईने गाडीच्या दारापाशी आमच्याकडचे आंबे त्यांना विकायला गेलो. खरंतर त्यांच्याच बागेतले आंबे त्यांनाच विकायला गेलो. त्यांच्या नोकराने फाटक उघडेपर्यंत त्यांनी आमच्याकडून डझनभर आंबे घेतले होते आणि त्यांनी देऊ केलेली हजारची नोट खिशात कोंबून आम्ही तिथून पळून गेलो होतो. त्या नोकराने अतिशय रागाने किरुंदी भाषेत आम्हाला शिव्या देत झाडू हवेत भिरकावला; पण तोपर्यंत आम्ही खूप लांब पोहोचलो होतो.

आम्ही उरलासुरला साठा घेऊन आंबे फस्त करण्यासाठी कोम्बी फोक्स वॅगनमध्ये आलो. जणू मेजवानीच होती ती! हनुवटी, गाल, हात, कपडे, पाय सगळ्या अंगभर आंब्याचा रस गळत होता. हातातून निसटणाऱ्या बाठा आम्ही चोखूनचोखून स्वच्छ केल्या होत्या. फळाचं साल खरवडून स्वच्छ केलं होतं. आंब्याचे केसर अजून दातात अडकले होते.

पोट फुगेपर्यंत आणि धाप लागेपर्यंत मनसोक्त आंब्याचा रस आणि गर खाऊन समाधान झाल्यावर आम्ही पाचहीजण कोम्बी फोक्स वॅगनच्या मळकट, धुळीने माखलेल्या आसनांवर डोकं मागे टेकून पहुडलो. आमचे हात चिकट होते, नखं काळी होती, चेहऱ्यावर मोठं हसू होतं आणि मनं गोड झाली होती. आंबे गोळा करणाऱ्यांची ती आरामाची वेळ होती.

"मुहा नदीत खेळायला जाऊ या?" अरमंडनं विचारलं.

"नको, त्यापेक्षा नावाड्यांच्या भागात जाऊन, मासे पकडायला मला जास्त आवडेल!" जिनो म्हणाला.

जिनोचा मुद्दा खोडून काढत जुळे भाऊ म्हणाले, "आंतरराष्ट्रीय महाविद्यालयाच्या मैदानावर फुटबॉल खेळू या का?"

"त्यापेक्षा आपण त्या स्विस मुलाकडे जाऊन अटारी खेळलो तर?" मी म्हणालो.

"ते सोड! तो मुलगा मूर्ख आहे! तो पॅकमॅनची एक फेरी खेळायचे पाचशे फ्रँक घेतो!"

शेवटी आम्ही सगळे मुहा नदीतून चालत चालत नावाड्यांच्या भागापर्यंत गेलो. ती एक खरीखुरी मोहीम होती. एका क्षणी आमचे जुळे मित्र वाटेत जाताना लागलेल्या एका धबधब्यात जवळजवळ वाहून गेले होते. पावसाळा असल्यामुळे धबधब्याच्या पाण्याचा प्रवाह जोरदार होता. नावाड्यांच्या भागात गेल्यावर बांबूच्या काठ्यांपासून आमचा आम्हीच मासे पकडायचा गळ बनवला आणि माशांना आकर्षित करण्यासाठी एका विक्रेत्याकडून पीठ आणि अळ्या विकत घेतल्या. तो आशियाई भागातला ओमानी विक्रेता नेहमी किनाऱ्यावर फिरत असायचा. लोक त्याला निंजा

म्हणायचे, कारण तो त्याचा वेळ हजारो अदृश्य शत्रूंशी लढत असल्यासारखा आरडाओरडा करत, हवेत कराटेच्या हालचाली करण्यात घालवायचा. त्याच्या मार्शल आर्टच्या वेडामुळे मोठी माणसं त्यालाच वेडा म्हणायची. आम्हा मुलांना मात्र तो खूप आवडायचा. सैन्याची परेड आयोजित करणे, काखेत दुर्गंधीनाशक अत्तर फवारणे, उकडत असताना गळ्यात टाय घालणे, रात्रभर अंधारात बसून बिअर पिणे, झैरियन रुंबाची कधीही न संपणारी गाणी ऐकणे यांसारख्या मोठी माणसं करत असलेल्या अनेक गोष्टींपेक्षा त्याचं वागणं आम्हाला जास्त शहाणपणाचं वाटायचं.

प्रणयक्रीडेत मग्न असलेल्या पाणघोड्यांच्या एका समूहापासून दहा मीटर लांब अंतरावर तिथल्या उपाहारगृहासमोर आम्ही काठावर बसलो. जोराचा वारा वाहत होता, फेसाळलेल्या लाटा किनाऱ्यावर आदळत होत्या आणि खडकांच्या पायाशी साठणारं पाणी साबणाच्या फेसासारखं दिसत होतं. जिनो पाण्यामध्ये लघवी करू लागला. त्याला कोणाच्या लघवीची धार सर्वांत लांबवर जाते अशी स्पर्धा करायची होती; पण कोणालाच हा खेळ खेळायची इच्छा नव्हती. आमचे जुळे मित्र आत्ता कुठे त्या सुंता प्रक्रियेतून बरे होत होते. अरमंड तर या बाबतीत खूपच लाजाळू होता आणि बाकी कोणीच तयार नाही असं बघून मीही माघार घेतली.

''फुसक्या, दम नसलेल्या सडक्या बोकडाचं मटण आहात तुम्ही!''

''खड्ड्यात जा जिनो, तुला हवं असेल तर झैरपर्यंत लांब लघवीची धार सोड. मग बघ, मोबूतू तुझ्या गोट्या कापून टाकायला खासगी सेवा कार्यालयातून माणसं पाठवेल.''

''आणि परत जर मी फ्रान्सिसला आपल्या इलाक्यात फिरताना पाहिलं तर मीच त्याच्या गोट्या कापणार आहे.'' जास्तीतजास्त लांबपर्यंत लघवीची धार सोडत जिनो म्हणाला.

''झालं याचं परत सुरू! तरी म्हटलं बऱ्याच वेळात त्याच्याविषयी बोलला कसं नाहीस तू! जरा जपून, नाहीतर आता एखाद्याला वाटेल की, तू त्याच्या प्रेमात आहेस.''

''किनानीरा आपला इलाका आहे. मी त्या हरामखोराला चांगला बुकलून काढणार आहे.'' वाऱ्याकडे मान करत आणि दोन्ही हात लांब करत जिनो म्हणाला.

''फुशारक्या मारणं बंद कर. तू त्याला काही करू शकत नाहीस. तुझ्याकडे फक्त मगरीएवढं मोठं तोंड आहे!''

फ्रान्सिस आमच्याहून मोठा होता, तेरा-चौदा वर्षांचा. जिनोचा आणि आमच्या समूहाचा तो सर्वांत मोठा शत्रू होता. एवढा की, आम्हा पाचहीजणांना एकत्र केलं तरीही तो आम्हाला भारी पडेल, असा होता; पण तो दिसायला मात्र अजिबात

धष्टपुष्ट नव्हता, उलट एखाद्या तारेसारखा सडपातळ होता. वाळलेल्या निर्जीव लाकडाच्या ओंडक्यासारखा; पण तो अजिंक्य भासायचा. त्याच्या हातापायाच्या नुसत्या काड्या होत्या. एखाद्याला वाटेल की, त्याच्या त्वचेखाली लोखंडी कवच आहे आणि त्यामुळे त्याला वेदना जाणवत नाहीत. एक दिवस आम्ही दुकानातून विकत घेतलेलं जोजो च्युइंगम बळजबरीने हिसकावण्यासाठी त्याने मला आणि अरमंडला पकडून ठेवलं होतं. स्वतःला सोडवण्यासाठी मी त्याच्या पायाच्या हाडावर एक जोरदार लाथ मारली होती; पण त्याला काहीच फरक पडला नाही. मी चाट पडलो होतो.

फ्रान्सिस दगडफुलांनी आच्छादलेल्या एका भकास घरात, आमच्यापासून दीड गल्ली दूर - मुहा नदीच्या पुलासमोर त्याच्या वयोवृद्ध काकांसोबत राहत असे. त्याच्या बागेलगत सेबाच्या अजगरासारखी तपकिरी रंगाची चिकट नदी वाहत होती. आम्ही त्याच्या घरासमोरून जाताना रस्त्याच्या कडेने लपतछपत जायचो. तो आमचा दुःस्वास करायचा, कारण त्याच्या मते आम्ही श्रीमंताघरची मुलं होतो, आमच्याकडे आई-बाबा होते, दुपारी चार वाजताचा नाश्ता मिळायचा. आपण बुजूम्बुरामधील सर्वांत मोठा खलाशी आहोत असा नावलौकिक होण्याची स्वप्नं बघणारा जिनो मात्र त्याच्यावर खार खाऊन होता. फ्रान्सिसचा दावा होता की, तो बिविझा आणि एनगागारामधल्या टोळ्यांना जातीने ओळखणारा 'मायिबोबो', अर्थात 'गल्लीचा बादशाह' होता. या टोळ्यांचा 'न हरणारे' ('सॉन्स एषेक') आणि 'पराजित न होणारे' ('सॉन्स डेफेत') असा लौकिक होता तसेच प्रामाणिक नागरिकांना लुबाडणारे म्हणूनसुद्धा काही काळापासून वर्तमानपत्रामध्ये त्यांच्याबद्दल बोललं जात होतं.

माझी कबूल करायची हिंमत नसली तरी खरं म्हणजे मला फ्रान्सिसची भीती वाटायची. जिनो गल्लीचं संरक्षण करण्यासाठी भांडण, मारामारी करण्याचा आग्रह धरायचा ते काही मला फारसं आवडायचं नाही, कारण मला दिसत होतं की, आमचे मित्र त्याच्या बोलण्याने अधिकाधिक प्रवृत्त होत होते. मीसुद्धा थोडासा उद्युक्त झालो होतो; पण केळीच्या खोडापासून होड्या बनवून मुहा नदीत उतरणे, आंतरराष्ट्रीय माध्यमिक शाळेच्या मागच्या कणसाच्या शेतातले पक्षी दुर्बिणीतून बघणं किंवा मग आवारातल्या अंजिरांच्या झाडांवर झोपड्या बांधणं आणि दूर पश्चिमेतल्या आणि भारतातल्या साहसांचे खेळ खेळणं या गोष्टी मला जास्त आवडायच्या. आमच्या गल्लीचा कोपरान्‌कोपरा आम्हाला माहीत होता आणि आम्हा पाचहीजणांना आयुष्यभर तिथेच राहायचं होतं.

मी या गोष्टीचा खूप विचार केला; पण नक्की कुठल्या क्षणी आमचे विचार

वेगवेगळ्या दिशांना जाऊ लागले, एका बाजूला आम्ही आणि आमच्या विरुद्ध फ्रान्सिससारखे आमचे शत्रू असं आम्ही गृहीत धरू लागलो तो क्षण काही मला आठवत नाही. मी अगदी सगळ्या बाजूंनी माझ्या आठवणी चाचपडून पाहिल्या; पण तरीही तो नेमका क्षण, जेव्हा आम्ही आमच्याजवळ असलेलं थोडंफार वाटून घेऊन त्यात समाधान मानणं बंद करायचा निर्णय घेतला आणि आत्मविश्वास बाळगणं थांबवलं, दुसऱ्याला स्वतःचा शत्रू समजू लागलो, आमच्या इलाक्याला किल्ला आणि आमच्या गल्लीला वैयक्तिक मालमत्ता समजू लागलो, ते काही केल्या मला आठवत नाही.

माझ्या मित्रांना आणि मला नेमकी कधीपासून भीती वाटू लागली, हा प्रश्न मला अजून पडला आहे.

। अकरा ।

डोंगरमाथ्यामागे अस्ताला जाणारा सूर्य दिसतो त्या क्षणाइतका मुलायम दुसरा क्षण नाही. तिन्हीसांज येताना मिनिटागणिक वाढत जाणारा संध्याकाळचा तजेला आणि उबदार प्रकाश घेऊन येते. या प्रहरी साऱ्या गोष्टींची लय बदलते. लोक हळूहळू कामावरून घरी परत येतात, रात्रीचे रखवालदार आपापल्या कामावर रुजू होतात, शेजारीपाजारी फाटकाबाहेर निवांत बसतात. बेडूक आणि नाकतोडे यांच्या आगमनाआधीची ती शांतता असते. बरेचदा फुटबॉलची मॅच खेळण्यासाठी, पन्हाळीवरच्या छोट्या भिंतीवर मित्राबरोबर निवांत बसण्यासाठी, कान रेडिओला चिकटवून तो ऐकत बसण्यासाठी किंवा एखाद्या शेजाऱ्याकडे जाण्यासाठी ती योग्य वेळ असते.

कंटाळवाणी दुपार अखेर दबक्या पावलांनी सरत जाते. अशा प्रहरी, त्या निवांत क्षणी, जिनो आणि मी त्याच्या गॅरेजसमोर, सुगंधी चाफ्याखाली झामुच्या, म्हणजे रात्रीच्या रखवालदाराच्या चटईवर लोळायचो. खरखर करणाऱ्या रेडिओवर सीमेवरच्या बातम्या ऐकायचो. ती खरखर थांबवण्यासाठी जिनो रेडिओची ॲन्टेना हलवायचा. तो मला जीव ओतून प्रत्येक वाक्याचं भाषांतर करून सांगायचा.

गेल्या काही दिवसांपासून रवांडामध्ये पुनःपुन्हा युद्ध पेटलं होतं. शेवटी पॅसिफिक त्याचं सामान घेऊन, गिटार मागे सोडून निघून गेला. एफपीआर आम्हाला स्वातंत्र्य मिळवून देण्याच्या मार्गावर होते असा जिनो डांगोरा पिटत होता. त्याला आम्ही निष्क्रिय बसून होतो या गोष्टीचा त्रास होत होता. त्याच्या मते आम्ही भित्रे होतो आणि खरंतर आम्ही लढायला जायला हवं होतं. आमच्यासारखे मिश्र जातीचे लोक लढायला गेले होते अशी बातमी कानावर पडत होती आणि त्यामध्ये बारा-तेरा वर्षांची काही लहान सैनिक मुलंसुद्धा होती, असं जिनो खात्रीपूर्वक सांगत होता.

एरवी त्याच्या बागेत आम्ही पकडायचो त्या कोळ्यांना घाबरणारा आणि कुठूनतरी लांबून येणाऱ्या वादळाच्या

आवाजामुळे भीतीने कावराबावरा होणारा माझा मित्र जिनो, स्वतःच्या उंचीपेक्षा जास्त मोठी बंदूक घेऊन, विरुंगा पर्वतांच्या धुक्यामध्ये गनिमी कावा करण्याची इच्छा बाळगत होता. त्याने एका झाडाच्या फांदीने त्याच्या हातावर रक्त येईपर्यंत ओरखडे काढत एफपीआर असं गोंदवलं होतं. त्याची बाकीची त्वचा बरी झाली तरी ती तीन अक्षरं गिरवलेला त्वचेचा भाग मात्र सुजलेला राहिला होता. तो माझ्यासारखा अर्धा रवांडियन होता; पण मला मनोमन त्याचा हेवा वाटायचा, कारण तो अस्खलित किनयरवांडा बोलायचा आणि आपण कोण आहोत हे त्याला पक्कं ठाऊक होतं. एक बारा वर्षांचं मूल मोठ्यांच्या संभाषणात भाग घेत आहे हे बघून माझ्या बाबांची चिडचिड व्हायची; पण जिनोसाठी राजकारण हे काही कुठलं गुपित नव्हतं. त्याचे बाबा विद्यापीठात प्राध्यापक होते आणि ते जिनोला नेहमी ताज्या घडामोडींबद्दलचं त्याचं मत विचारायचे, कधी 'ज्यन आफ्रिक'मधला तर कधी 'ल स्वार'मधला लेख वाचायचा सल्ला द्यायचे; त्यामुळे जिनोला मोठी माणसं काय बोलत आहेत हे नेमकं समजायचं. खरंतर हीच त्याची अडचणसुद्धा होती.

जिनो माझ्या माहितीत असा एकमेव लहान मुलगा होता की, जो दुपारच्या जेवणानंतर बिनसाखरेची काळी कॉफी प्यायचा आणि मी जितक्या उत्साहाने व्हायटल ओ क्लबच्या मॅच पाहायचो, तितक्याच उत्साहाने तो फ्रेंच इंटरनॅशनल रेडिओवरच्या बातम्या ऐकायचा. आम्ही दोघंच असताना ज्याला तो 'ओळख' म्हणायचा, असं काहीतरी मी निर्माण करावं असा आग्रह धरायचा. त्याच्या मते मला माझ्या असण्याची, वाटण्याची आणि विचारांची एक विशिष्ट पद्धत आत्मसात करणं गरजेचं होतं. तो माझ्या आईचे आणि पॅसिफिकचेच शब्द बोलायचा; आम्ही कसे तिथे फक्त आश्रित होतो आणि आमच्या स्वतःच्या देशात, रवांडामध्ये परत जाणं किती महत्त्वाचं होतं हे तो पुनःपुन्हा बोलायचा.

माझं घर? ते इथेच होतं. हं! मी एका रवांडियन बाईचा मुलगा होतो; पण बुरुंडी, फ्रेंच शाळा, किनानीरा, आमची गल्ली हे माझं वास्तव होतं. बाकी काही माझ्यासाठी अस्तित्वातच नव्हतं. तरीसुद्धा अल्फोन्सचा मृत्यू आणि पॅसिफिकच्या जाण्यानंतर मला कधीकधी असं वाटायचं की, या सगळ्या घटनांशी माझाही संबंध आहे; पण मला भीती वाटत होती. बाबांनी मला या सगळ्याबद्दल बोलताना पाहिलं तर त्यांच्या प्रतिक्रियेची भीती. मला माझ्या सुरळीत चाललेल्या आयुष्यात गोंधळ माजण्याची भीती होती, कारण प्रश्न युद्धाचा होता आणि युद्ध म्हणजे केवळ दुःख आणि वेदना हे मला ठाऊक होतं.

त्या संध्याकाळी आम्ही रेडिओ ऐकत होतो, तेवढ्यात अचानक काळोख पडला. आम्ही घरात गेलो. जिनोच्या दिवाणखान्याची भिंत म्हणजे प्राण्यांच्या छायाचित्रांचं खरंखुरं प्रदर्शनच होतं. त्याच्या बाबांना फोटोग्राफीची आवड होती. दर

आठवड्याच्या शेवटी त्यांचा नेहमीचा पोशाख करून म्हणजे टोपी, लहान बाह्यांचा शर्ट, अर्धी चड्डी, पायात हलक्या चपला आणि मोजे घालून ते रुवुबू नॅचरल पार्कमध्ये फोटो काढायला जायचे. त्यानंतर न्हाणीघरात स्वतःला बंद करून घेऊन ती छायाचित्रं छापायचे. त्यांच्या संपूर्ण घराला दंतवैद्याच्या कपाटासारखा दुर्गंध यायचा. फोटो लॅबोरेटरीसाठी वापरल्या गेलेल्या रासायनिक द्रव्यांचा वास भरमसाट फवारलेल्या कोलोनच्या वासात मिसळलेला असायचा. जिनोचे बाबा म्हणजे एक भूतच होतं. ते कधी कोणाला फारसे दिसायचे नाहीत; पण त्यांच्या अंगाला येणारा ब्लीच केलेल्या शौचालयाचा वास आणि आजीवन राजकारणावरची आणि अभ्यासाची पुस्तकं छापताना टायपिंग मशीनचा होणारा खडखडाट यामुळे त्यांच्या अस्तित्वाची चाहूल लागायची. जिनोचे बाबा स्वच्छतेचे भोक्ते आणि शिस्तप्रिय होते. पडदा उघडणं, झाडाला पाणी घालणं असं कोणतंही काम केलं की, ते म्हणायचे, "चला! हे काम झालं!" पूर्ण दिवसभर त्यांनी केलेल्या कामांच्या यादीवर मनातल्या मनात खूण करत पुटपुटायचे, "अजून एक काम पार पडलं." ते त्यांच्या हातावरचे केससुद्धा एका विशिष्ट दिशेने विंचरायचे. केस वळवून त्यांच्या डोक्यावर मागच्या बाजूला असलेलं टक्कल झाकायचे. ज्या दिवशी ते टाय घालतील त्या दिवशी उजवीकडे आणि बो घालतील त्या दिवशी डावीकडे भांग पाडायचे. ते केस अशा काही पद्धतीने कापायचे की, एखाद्या उघड्या खंदकाप्रमाणे डोक्यावर स्पष्ट रेष दिसायची. आजूबाजूच्या सगळ्यांनी त्यांना 'कोडॅक' असं नाव पाडलं होतं; पण ते काही त्यांना फोटोग्राफीची आवड होती म्हणून नव्हे, तर त्यांच्या तेलकट केसांमध्ये प्रचंड प्रमाणात फोटोग्राफीच्या रिळांचे तुकडे असायचे म्हणून.

एकदा मी जिनोकडे गेलो होतो, तेव्हा त्याची मनःस्थिती काही फारशी मजा करण्याची नव्हती. हसणं-खिदळणं, थुंकणं, ढेकर काढणं, त्याच्या पायांमध्ये माझं डोकं पकडून ठेवणं, असं फारसं काहीच तो करत नव्हता. तो एखाद्या प्रेमळ पाळीव कुत्र्याप्रमाणे माझ्या मागे मागे फिरत मी संडासामध्ये पाणी व्यवस्थित ओतलं आहे ना, संडासाच्या सीटवर काही थेंब तर नाहीत ना, दिवाणखान्यातल्या छोट्या-मोठ्या वस्तू जागच्या जागी ठेवल्या आहेत ना, असं सगळं तपासत होता. त्याच्या बाबांच्या वेडसरपणाचा त्याच्यावर नुसता प्रभावच पडत नव्हता, तर त्यामुळे त्यांचं घर भावनाशून्य आणि अप्रिय बनत चाललं होतं.

त्या रात्री हवामान उष्ण होतं; पण जिनोलासुद्धा खोलीमध्ये जोरात वाहणारा गार वारा जाणवत होता. काही मिनिटांनी आम्ही एकमेकांकडे पाहिलं आणि आम्हाला असं जाणवलं की, आम्हा दोघांनादेखील त्याच्या घरात बरं वाटत नव्हतं. कोणाला काही न विचारता आम्ही त्या निस्तेज निऑनच्या दिव्यांपासून लांब, पतंगांना मटकावणाऱ्या पालींना मागे टाकत, त्याच्या बाबांच्या त्या ऑलिव्हट्टी

कम्प्यूटरच्या भंडावून सोडणाऱ्या आवाजापासून लांब ती आश्वासक रात्र अनुभवायला निघून गेलो.

साधारण दोनशे मीटर पुढे गेल्यावर संपणारी आमची गल्ली म्हणजे दगड-मातीची वाट होती. गल्लीच्या मधोमध निसर्गतःच रस्त्याचे दोन भाग करणारी अॅवोकॅडो आणि भुईशिरीडची झाडं होती. बोगनवेलींनी झाकलेल्या कुंपणाच्या फटींतून भोवताली पाम आणि इतर फळझाडांनी वेढलेली मोहक घरं दृष्टीस पडायची. रस्त्यालगतच्या गवती चहाच्या मंद वासामुळे डास लांब राहायचे.

आम्ही दोघंच जेव्हा गल्लीमध्ये फिरायचो, तेव्हा घट्ट मित्रांप्रमाणे एकमेकांचे हात धरून गप्पा मारायला आम्हाला आवडायचं. माझा स्वभाव भिडस्त असूनही आमच्या समूहातला जिनो असा एकटाच होता की, ज्याच्याशी मी माझ्या मनातलं बोलायचं धाडस करायचो. माझे आई-बाबा वेगळे झाल्यापासून मला सतत नवनवीन प्रश्न पडायचे.

"तुला तुझ्या आईची आठवण येत नाही का?"

"मी लवकरच तिला भेटणार आहे. ती सध्या किगालीमध्ये आहे."

"तू मला मागच्या वेळी ती युरोपमध्ये आहे असं सांगितलं होतंस ना?"

"हो; पण तिथून ती परत आली."

"आणि तुझे आई-बाबा? ते वेगळे झाले आहेत का?"

"नाही, तसं काही नाही. फक्त ते एकत्र राहत नाहीत."

"आता त्यांचं एकमेकांवर प्रेम नाही का?"

"आहे ना. तू मला असं का विचारतो आहेस?"

"कारण ते एकत्र राहत नाहीत ना. आई-बाबांचं एकमेकांवरचं प्रेम संपलं की, मग असं होतं ना?"

"तुझ्या आई-बाबांच्या बाबतीत तसं आहे गॅबी, माझ्या आई-बाबांच्या बाबतीत नाही..."

हळूहळू आम्ही दुकानातल्या दांडीला अडकवलेल्या कंदिलाच्या मंद प्रकाशाजवळ येत होतो. त्या कंटेनरवजा किराणा मालाच्या दुकानाबाहेर आम्ही इकोनोमोपुलोस मॅडमनी दिले होते, त्यांपैकी उरलेले हजार फ्रँक बाहेर काढले. त्या पैशांतून आम्ही टिपटॉप बिस्किटस आणि जोजो च्युइंगम विकत घेतली. तरी अजूनदेखील बऱ्यापैकी फ्रँक उरले होते, म्हणून मग जिनोने गल्लीच्या कोपऱ्यात असलेल्या एका भारदस्त झाडाखालच्या कॅब्रेमधून मला बिअर घेऊन देण्याचा विचार मांडला.

कॅब्रे म्हणजे बुरुंडीमधली सगळ्यात मोठी सार्वजनिक संस्था होती. लोकांचं एकत्र जमण्याचं ठिकाण. रस्त्यावरचा रेडिओ. साऱ्या देशाची नाडी. प्रत्येक भागात,

प्रत्येक रस्त्यावर अशा दिवे नसलेल्या छोट्या झोपड्या होत्या. त्या अंधारात सगळेजण कोमट बिअर प्यायला यायचे, जमिनीपासून काही सेंटिमीटर उंचीवर असलेल्या स्टूल किंवा रॅकवर अवघडून बसायचे. कॅब्रेमध्ये येणाऱ्या सगळ्यांना आपापली ओळख लपवण्याचं, संभाषणामध्ये भाग घेण्याचं अथवा न घेण्याचं स्वातंत्र्य होतं. जिथे सगळेच एकमेकांना ओळखायचे अशा त्या छोट्या देशात आपले विचार मुक्तपणे मांडण्यासाठी, आपल्या प्रामाणिक मताशी एकरूप होण्यासाठी कॅब्रे हे एकमेव ठिकाण होतं. मतदान केंद्रात असतं तेवढं स्वातंत्र्य तिथे असायचं. कधीच मतदान न केलेल्या जनतेसाठी आपले विचार मांडणं या गोष्टीचं खास महत्त्व होतं. कुणी बडा इसम असो वा एखादा साधा नोकर माणूस, कॅब्रेमध्ये सगळी मनं, डोकी, पोटं आणि लिंग कसलाही भेदभाव न बाळगता व्यक्त व्हायची. जिनोने दोन प्रायमस मागवल्या. लोक राजकारणाविषयी बोलायचे ते ऐकण्यासाठी जिनोला तिथे जायला आवडायचं. त्या छोट्या झोपडीच्या पत्र्याच्या छपराखाली कितीजणं बसायचे? कोणालाच माहीत नव्हतं आणि ते महत्त्वाचंही नव्हतं. काळोख आम्हाला अशा काही अंधाराच्या राज्यामध्ये घेऊन जायचा की, तिथं एखादी उल्का पडावी तसे काही सहजपणे अधूनमधून स्फुरलेले शब्द कानावर पडायचे. दर दोन संवादांमध्ये अनंतकाळाचं अंतर असायचं आणि मग त्या शून्यातून एक नवीन आवाज जन्म घ्यायचा आणि कानांवर आदळून पुनःपुन्हा शांततेत विलीन व्हायचा.

"मी तुम्हाला सांगतो, लोकशाही चांगली गोष्ट आहे. अखेरीस जनता स्वतःचं नशीब घडवणार. आपण सगळ्यांनी या अध्यक्षीय निवडणुकीबाबत आनंद मानायला हवा. या निवडणुकाच आपल्या आयुष्यात शांतता आणि प्रगती घेऊन येतील."

"प्रिय देशबांधवा, मी तुझ्याशी सहमत नाही. आपल्यामध्ये फूट पाडण्याच्या एकमेव हेतूने गोऱ्यांनी शोधून काढलेली क्लृप्ती म्हणजे लोकशाही. आपल्या एकुलत्या एक राजकीय पक्षाचा त्याग करून आपण चूक केली आहे. आज हे गोरे लोक ज्या टप्प्यावर आहेत, तिथे पोहोचण्यासाठी त्यांना बरीच शतकं लागली आणि प्रचंड संघर्षही करावा लागला आणि हे सगळं आपण केवळ काही महिन्यांच्या अवधीमध्ये साध्य करावं अशी अपेक्षा आता ते करत आहेत. आपले राजकीय नेते त्यांना स्वतःलाच नीट न समजलेल्या एका संकल्पनेशी खेळत आहेत; त्यामुळे त्यांनी सुरू केलेला हा डाव त्यांच्याच हाताबाहेर जाईल अशी मला भीती वाटते."

"ज्याला झाडावर चढता येत नाही असा माणूस खाली जमिनीवरच राहतो."

"माझी तहान अजून भागली नाही..."

"आपल्याकडे एकाच राजाचं प्रस्थ असण्याची संस्कृती आहे. एक राजा, एक पक्ष, एक राष्ट्र! आपण ज्या एकात्मतेविषयी बोलतो ती हीच."

"कुत्र्याची गाय होऊ शकत नाही."

“साली माझी तहान भागतच नाही...”

“हे एकात्मतेचं खोटं दर्शन आहे. आपल्याला लोकांचा पंथ विकसित करण्याची गरज आहे, याचमुळे आपल्याला चिरकाल टिकणारी शांतता मिळण्याची शाश्वती प्राप्त होईल.”

“मला वाटतं की, न्यायसंस्थेविषयी प्राथमिक काम केल्याशिवाय लोकशाहीसाठी आवश्यक असलेली शांतता केवळ अशक्य आहे. १९७२ मध्ये आपल्या हजारो बांधवांची सामूहिक कत्तल झाली; पण त्याविषयीचा एक साधा खटलासुद्धा कुठे चालला नाही. आताही त्याविषयी काही केलं गेलं नाही तर मग शेवटी मुलं आपल्या वडिलांच्या खुनाचा बदला घेतील.”

“हा मूर्खपणा आहे! भूतकाळ उगाळायला नको; पाऊल पुढे टाकणं हेच खरंतर भविष्य आहे. वंश, जमाती, प्रादेशिकता, द्वेष यांवर आधारित गटबाजी संपवू या!”

“आणि बेवडेबाजीसुद्धा!”

“मला तहान लागली आहे, मला तहान लागली आहे, मला तहान लागली आहे, मला तहान लागली आहे, मला तहान लागली आहे, मला तहान लागली आहे...”

“माझ्या बांधवांनो, देवाने गोलगोथापर्यंत त्याच्या मुलाला जशी साथ दिली तशीच तो आपल्यालाही या वाटेवर साथ देईल...”

“हं! आत्ता कळलं, या गोष्टीमुळे मला तहान लागली आहे. मला अजून एका बिअरची गरज आहे.”

“गोरे लोक त्यांच्या दुष्ट योजनेमध्ये यशस्वी झाले आहेत. त्यांनी त्यांचा देव, भाषा आणि लोकशाही आपल्याला दिली आहे. आज आपण उपचार घ्यायला त्यांच्याकडे जातो आणि आपल्या मुलांना त्यांच्या शाळांमध्ये पाठवतो. सगळे निग्रो वेडे आहेत, त्यांचा धिक्कार असो...”

“ही भिकारडी बिअर एकदा मला संपवेल; पण माझी तहान काही संपू द्यायची नाही.”

“आपण शोकांतिकेच्या भूमीवर जगतो आहोत. आफ्रिका रिव्हॉल्व्हरच्या आकाराची आहे. वस्तुस्थिती आपल्या डोळ्यांसमोर आहे आणि त्याविषयी आपण काहीच करू शकत नाही. आपल्याला इथून जावं लागणार आहे. वर उत्तरेकडे किंवा कुठेही; पण जावं तर लागणारच!”

“जशी अंड्यातून कोंबडी येते, तसं भूतकाळातूनच भविष्य जन्माला येतं.”

“बिअर! बिअर! बिअर! बिअर! बिअर! बिअर! बिअर! बिअर! बिअर! बिअर! बिअर! बिअर!”

आम्ही आमची कोमट प्रायमस शांतपणे उघडेपर्यंत आणखी एक क्षणभर तिथे थांबलो आणि मग मी जिनोच्या कानात कुजबुजत त्याचा निरोप घेतला. माझ्या रक्तातल्या दारूमुळे माझ्या शेजारी असलेली सावली नक्की त्याचीच होती याची मला खात्री नव्हती. मी घरी जाणं आवश्यक होतं. बाबा काळजी करू लागले असते. अंधारात गल्ली उतरून गेल्यावर मला घर दिसू लागलं. मी थोडंसं अडखळत होतो. झाडाच्या फांद्यांमधून घुबडांच्या ओरडण्याचा आवाज येत होता. माझ्या डोक्यावर स्वच्छ आकाश होतं आणि त्या रात्रीच्या अंधारात मला अजूनही शब्द ऐकू येत होते. कॅब्रेमध्ये दारुडे लोक गप्पा मारत होते, एकमेकांचं ऐकत होते, बिअरच्या बाटल्यांची टोपणं आणि मनातले विचार, दोन्ही उघडत होते. ते अदलाबदल करता येण्याजोगे आत्मे होते, बिनचेहऱ्याचे आवाज होते, गोंधळलेल्या मनांची धडधड होती. रात्रीच्या निष्प्रभ प्रहरी माणसं गायब होतात, उरतो तो फक्त स्वतःशी बोलणारा देश.

। बारा ।

युप्रोनाच्या तीस वर्षांच्या एकपक्षीय कारकिर्दीनंतर १ जून १९९३ रोजी फ्रोडेबू आणि युप्रोना हे दोन राजकीय पक्ष अध्यक्षीय निवडणुकीसाठी उमेदवारी करत होते. दिवसभर या दोन नावांव्यतिरिक्त दुसरं काहीसुद्धा ऐकू येत नव्हतं. रेडिओवर, टीव्हीवर, मोठ्यांच्या तोंडी सर्वत्र हीच नावं होती. आम्ही राजकारणात लक्ष घातलेलं बाबांना आवडायचं नाही, म्हणून मग मी बाहेर लोक बोलत असताना फक्त ऐकायचो.

देशभर निवडणूक मोहीम एखाद्या उत्सवाचं रूप घेत होती. युप्रोनाचे समर्थक लाल पांढरे टी-शर्ट आणि टोपी घालायचे आणि समोरासमोर आल्यावर मधली तीन बोटं उंच करून एकमेकांना खूण करायचे. फ्रोडेबूच्या समर्थकांनी हिरवा आणि पांढरा रंग निवडला होता आणि उंचावलेली मूठ ही त्यांच्या ऐक्याची खूण होती. सर्व सार्वजनिक ठिकाणी, बागा आणि स्टेडिअममध्ये लोक गात होते, नाचत होते, हसत होते, मोठ्या जत्रा आयोजित करत होते. प्रोथे म्हणजे आमच्या स्वयंपाक्याच्या तोंडी लोकशाही एवढा एकच शब्द होता. कुत्रा चावल्यासारखा नेहमी गंभीर चेहरा बाळगणारा त्याच्यासारखा माणूससुद्धा बदलला होता. कधीकधी मी त्याला स्वयंपाकघरात त्याचे छोटेसे कुल्ले हलवत कर्कश आवाजात फ्रोडेबू कोमेरा! फ्रोडेबू कोमेरा! (फ्रोडेबू चांगला!) असं गाताना ऐकायचो. राजकारणानं त्याच्या आयुष्यात आणलेला आनंद बघण्यात मोठी गंमत होती! रविवार सकाळच्या फुटबॉलच्या मॅचमुळे मिळणाऱ्या आनंदासारखी! आम्ही लहान मुलांनी या आनंदाबद्दल, लोकांचे केस विस्कटणाऱ्या आणि त्यांची मनं आशावादाने भरून टाकणाऱ्या या बदलाच्या वाऱ्याबद्दल बोलण्यापासून बाबा आम्हाला का अडवायचे हे मला अजूनच समजेनासं झालं होतं.

अध्यक्षीय निवडणुकांच्या एक दिवस आधी मी परसात, स्वयंपाकघराच्या पायऱ्यांवर कुत्र्याच्या अंगावरच्या पिसवा आणि अळ्या काढत बसलो होतो. प्रोथे पोपडे निघालेल्या मोरीजवळ चवड्यांवर बसून, देवाचं गाणं

गुणगुणत कपडे धूत होता. एक मोठी बादली पाण्याने भरून त्यात ओएमओ कंपनीची कपडे धुण्याची पावडर ओतून, मग तो धुवायच्या कपड्यांचा सगळा ढीग त्याने त्या निळ्या पाण्यात बुडवला होता. आमच्या समोर खुर्चीमध्ये बसलेला डोनासीएन त्याच्या बुटांना पॉलिश करत होता. त्याने करड्या रंगाचा ॲबॅकोस्ट म्हणजे मोबूतूने पुरस्कृत केलेला एक प्रकारचा सफारी सूट घातलेला होता आणि त्याच्या केसांमध्ये प्लॅस्टिकचा एक कंगवा खोचला होता.

इनोसंट जरा लांब, बागेच्या कोपऱ्यात अंघोळ करायचा; पण अंघोळीसाठी आडोशाला दरवाजा म्हणून लावलेल्या पत्र्यातून त्याचे पाय आणि डोकं बाहेर दिसत असे. प्रोथेला चिडवण्यासाठी त्याने फ्रोडेबूची खिल्ली उडवणारं एक गाणं रचलं होतं आणि तो मोठमोठ्याने ते गाणं म्हणायचा. फ्रोडेबू चिखलात; युप्रोना जिंकणार! इनोसंटला ऐकू जाणार नाही याची खात्री करण्यासाठी त्याच्याकडे हळूच बघत प्रोथे पुटपुटला,

"त्याला हा बालिशपणा हवा तेवढा वेळ चालू ठेवू दे; पण या वेळी मात्र ते जिंकणार नाहीत. तुला सांगतो डोनासीएन, तीस वर्षांच्या सत्तेने त्यांना आंधळं केलं आहे आणि त्यांचा पराभव त्याहीपेक्षा भयंकर असेल."

"फाजील गर्व करणं पाप असतं मित्रा. इनोसंट तरुण आणि उद्धट आहे; पण तू त्याला शहाण्यासारखं वागण्याचा मार्ग दाखवायला हवास. या असल्या बालिश चिथावण्यांनी स्वतःला विचलित होऊ देऊ नकोस.

"तुझं बरोबर आहे डोनासीएन; पण तरीसुद्धा आमच्या विजयाची बातमी ऐकल्यावर त्याचा चेहरा बघण्यासाठी मी आतुर आहे."

इनोसंट उघड्या छातीने बाहेर पडला आणि मांजरासारखा चालत आमच्या जवळ आला. त्याच्या कुरळ्या केसातले पाण्याचे छोटेछोटे थेंब सूर्यप्रकाशात चमकत होते; त्यामुळे त्याला टक्कल असल्यासारखं दिसत होतं. तो प्रोथेसमोर येऊन थांबला आणि प्रोथेने लगेचच मान खाली घालून अजूनच जोरजोरात कपडे आपटायला सुरुवात केली. इनोसंटने खिशात हात घालून, त्याचं ते घाणेरडं दातकोरणं काढलं आणि तोंडात घातलं. आमच्यावर छाप पाडण्यासाठी प्रोथेच्या मानेकडे रागाने बघत आपले स्नायू आवळत ऐटीत उभा राहत म्हणाला,

"ए तू रे, नोकरमाणसा!"

प्रोथे कपडे धुवायचा थांबला. उठून उभा राहत त्याने थंड आव्हानात्मक नजरेने इनोसंटकडे पाहिलं. डोनासीएनने बुटांना पॉलिश करायचं थांबवलं. मी कुत्र्याचा पाय सोडून दिला. नाजूक प्रोथेला प्रतिकार करताना बघून इनोसंटला चांगलाच धक्का बसला होता. प्रोथेमध्ये एवढा आत्मविश्वास बघून बावचळलेल्या इनोसंटने शेवटी थोड्याशा शरमेनं चेहऱ्यावर एक कुत्सित हसू आणत तोंडातलं दातकोरणं थुंकलं

आणि मधली तीन बोटं डोक्यावर उंच करत युप्रोनाची खूण करत लांब सरकला. तो दूर होत असताना प्रोथे त्याच्याकडे बघत होता. जेव्हा इनोसंट फाटकामागे नाहीसा झाला, तेव्हा तो पुन्हा बादलीसमोर बसला आणि त्याने 'फ्रोडेबू कोमेरा...' गायला सुरुवात केली.

। तेरा ।

नेहमीसारखीच ती एक सामान्य सकाळ होती. कोंबडा आरवत होता. कुत्रा कानामागे खाजवत होता. घरभर कॉफीचा दरवळ पसरला होता. पोपट बाबांच्या आवाजाची नक्कल करत होता. बाजूच्या अंगणात खराटा जमिनीवर घासल्याचा आवाज येत होता. आजूबाजूला कोणाचातरी रेडिओ केकाटत होता. रंगीत पाल ऊन खात बसली होती. ॲनाने टेबलावरून खाली सांडलेले साखरेचे कण मुंग्याची रांग वेचून नेत होती. अशी ती एक नेहमीची सकाळ होती.

तरीसुद्धा तो एक ऐतिहासिक दिवस होता. देशभर सर्वत्र लोक आयुष्यात पाहिल्यांदा मतदान करण्यासाठी तयार होत होते. दिवस उजाडताच त्यांनी जवळच्या मतदान केंद्रावर जायला सुरुवात केली होती. अत्यानंदित मतदारांनी खच्चून भरलेल्या छोट्या बस जात होत्या, त्या महामार्गावर काळजीपूर्वक तयार झालेले पुरुष आणि रंगीबेरंगी कपडे घातलेल्या बायकांची लांबलचक मिरवणूक चालली होती. घराशेजारच्या फुटबॉलच्या मैदानावर सगळीकडून लोक येत होते. मैदानावरच्या गवतावर मतदानासाठी टेबलं आणि मतदान केंद्रांची स्थापना केली होती. मी कुंपणातून उन्हात थांबलेली मतदारांची ती लांबलचक रांग बघत होतो. लोक शांत आणि शिस्तबद्ध पद्धतीने थांबले होते. गर्दीतल्या काहीजणांना त्यांचा आनंद अनावर होत होता. जॉन-पॉल द्वितीय'चा टी-शर्ट आणि लाल रंगाचा स्कर्ट नेसलेली एक वृद्ध महिला मतदान केंद्रातून नाचत बाहेर आली. ती 'लोकशाही! लोकशाही!' असं गात होती. काही तरुण तिच्या जवळ जाऊन, तिला उचलून घेत आकाशाकडे बघत 'हुर्रे' म्हणत होते. फुटबॉलच्या मैदानाच्या चारही कोपऱ्यांमध्ये काही गोरे आणि आशियायी लोक असंख्य खिशांचं जॅकेट घालून उभे होते. त्यांच्या जॅकेटच्या पाठीवर आंतरराष्ट्रीय निरीक्षक असं लिहिलेलं होतं. बुरुंडीच्या लोकांना त्या क्षणाच्या महत्त्वाची, एक नवीन पर्व सुरू होत असल्याची जाणीव होती.

ही निवडणूक एकच पक्ष असण्याची परंपरा आणि सत्तापालट करण्यासाठी घडवून आणलेल्या हिंसक राज्यक्रांतीला संपुष्टात आणणार होती. अखेरीस प्रत्येकजण त्याचा प्रतिनिधी निवडायला मोकळा होता. दिवसाच्या शेवटी जेव्हा शेवटचे मतदार निघून गेले, तेव्हा फुटबॉलचं मैदान एखाद्या प्रचंड मोठ्या युद्धभूमीसारखं दिसत होतं. मैदानावरची झुडपं पायदळी तुडवली गेली होती. कागदाच्या कपट्यांनी जमीन झाकून टाकली होती. ॲना आणि मी हळूच कुंपणाच्या खालून मैदानावर गेलो. आम्ही रांगतरांगत मतदान केंद्रापर्यंत गेलो. लोक तिथेच विसरून गेलेल्या मतपत्रिका आम्ही गोळा केल्या. त्यातल्या काही फ्रोडेबूसाठीच्या, काही युप्रोनासाठीच्या तर काही पीआरपीसाठीच्या होत्या. मला त्या अविस्मरणीय दिवसाची एखादी आठवण जपून ठेवायची होती.

मतदानाच्या नंतरचा दिवस विचित्रच होता. सगळीकडे सगळं स्तब्ध होतं. निकालाची वाट बघणारं शहर चिंतातुर होतं. घरी सतत फोनची घंटा वाजत होती. बाबांनी मला गल्लीत मित्रांना भेटायला जायचं नाही असं सांगितलं होतं. आमची बाग रिकामी होती. रखवालदार गायब झाला होता. रस्त्यावर अगदी तुरळक वाहनं जात-येत होती. आदल्या दिवशीच्या उत्सवाच्या वातावरणाच्या अगदी उलट परिस्थिती त्या दिवशी होती.

दुपारी बाबा वामकुक्षी घेत असताना मी मागच्या दाराने हळूच निसटलो. मला अरमंडशी बोलायचं होतं. त्याच्या बाबांमुळे त्याच्याकडे नक्कीच काहीतरी माहिती असणार अशी मला खात्री होती. मी त्याच्या घराचं फाटक वाजवून त्याच्या नोकराला त्याला बोलवायला सांगितलं. अरमंड आल्यावर त्याने मला सांगितलं की, त्याचे बाबा सिगारेट ओढत घरात गोलगोल फेऱ्या मारत होते आणि त्यांनी त्यांच्या चहामध्ये नेहमीपेक्षा खूप जास्त साखर घातली होती. त्याच्या घरीसुद्धा फोन वाजयचा थांबतच नव्हता. पुढे काय घडणार याची कोणालाच कल्पना नव्हती; त्यामुळे त्याने मला रस्त्यात न रेंगाळता घरी परत जाण्याचा सल्ला दिला. सगळीकडे चिंताजनक अफवा पसरल्या होत्या.

रात्र होण्याच्या थोडंसं आधी बाबा, ॲना आणि मी दिवाणखान्यात बसलो असताना कोणीतरी बाबांना फोन करून रेडिओ लावायला सांगितला. काळोख पडला होता; ॲना नखं खात बसली होती आणि बाबा रेडिओचं स्टेशन शोधत होते. त्यांना स्टेशनची फ्रिक्वेन्सी सापडली, तेव्हा बुरुंडीचा राष्ट्रीय रेडिओ आणि टेलिव्हिजनचा बातमीदार लवकरच निकाल जाहीर होईल अशी घोषणा करत होता. आधी आम्हाला एका जुन्या कॅसेटची खरखर आणि मग ब्रास बॅन्डच्या साथीला मोठ्या आवाजामध्ये एकत्रितपणे गायलेलं बुरुंडी बवाकु, बुरुंडी बुहिरे... ऐकू आलं. राष्ट्रगीत संपल्यावर

प्रत्यक्ष गृहमंत्र्यांनी बोलायला सुरुवात केली. त्यांनी फ्रोडेबूचा विजय घोषित केला. बाबा निश्चल बसून राहिले होते. त्यांनी फक्त एक सिगारेट शिलगावली.

आजूबाजूच्या परिसरात कोणीही ओरडल्याचा, वाहनाच्या हॉर्नचा किंवा फटाक्याचा कोणताच आवाज नव्हता. मला वाटतं, मी लांब कुठेतरी डोंगरांमध्ये निषेधाचे आवाज ऐकले. तो भास होता का? आम्हाला राजकारणापासून लांब ठेवण्याच्या त्यांच्या अट्टाहासामुळे बाबा फोन करण्यासाठी दुसऱ्या खोलीत निघून गेले. दाराच्या पलीकडून मला समजत नसलेली वाक्ये ऐकू येत होती.

"हा लोकशाहीचा विजय नसून ही एक वांशिक प्रतिक्षिप्त क्रिया आहे. आफ्रिकेत कसं चालतं ते माझ्यापेक्षा जास्त चांगलं तुला माहीत आहे. इथे घटनेला काही महत्त्व नाही... लष्कर युप्रोनाच्या बाजूने आहे... या देशात लष्कराचा उमेदवार असल्याशिवाय कोणी निवडणूक जिंकू शकत नाही. मी तुझ्याइतका आशावादी नाही. आज ना उद्या त्यांना या अपमानाची किंमत मोजावी लागेल..."

आम्ही रात्रीचं जेवण लवकर केलं. मी कांदा घालून ऑम्लेट बनवलं होतं तर ॲनाने अननसाचे काप आणि क्लॅरीस भगिनींचं स्ट्रॉबेरीयुक्त दही वाढलं होतं. झोपायच्या आधी आम्ही बाबांच्या खोलीत बसून टीव्हीवरच्या बातम्या ऐकल्या. बर्फ पडत असल्यामुळे चित्र हलत होतं. मी टीव्हीवरची ॲन्टेना हलवली. बुरुंडीच्या झेंड्यासमोर बसलेले राष्ट्रपती मेजर पिएर बुयोया गंभीर स्वरात म्हणाले, "मी जनतेचा निर्णय प्रामाणिकपणे मान्य करतो आणि मी लोकांनाही हेच करण्याचं आवाहन करतो." मला त्या क्षणी इनोसंटची आठवण आली. त्यानंतर नवे राष्ट्रपती - मेलशियोर एनदादाये टीव्हीच्या पडद्यावर दिसू लागले. "समस्त बुरुंडी जनतेचा हा विजय आहे." आणि मग, माझ्या डोळ्यांपुढे प्रोथे आला. बातम्यांच्या शेवटी सेनाध्यक्ष बोलले, "लष्कर लोकशाहीवर आधारित बहुपक्षीय प्रणालीचा आदर करत आहे." आणि मग मला बाबांचे शब्द आठवले.

मी दात घासत असताना अचानक मला ॲनाच्या किंचाळण्याचा आवाज आला. मी आमच्या खोलीमध्ये धावत गेलो. ती माझ्या पलंगावर पडद्याला धरून उभी होती. खोलीच्या मधोमध फरशीवर एक गोम सरपटत चालली होती. काय घाण आहे! असं ओरडत, बाबांनी ती गोम चिरडली. नव्या राष्ट्रपतींचं येणं ही चांगली गोष्ट होती का? असं झोपायला जाताजाता मी बाबांना विचारलं. ते म्हणाले, "बघू या आता काय होतंय."

प्रिय लोर,

जनतेने मतदान केलं. रेडिओवर त्यांनी सांगितलं की, ९७.३ टक्के जनता मतदानात सहभागी झाली. याचा अर्थ लहान मुलं, दवाखान्यातील रुग्ण, तुरुंगांतले

कैदी, वेड्यांच्या इस्पितळातले मानसिक रुग्ण, पोलीस ज्यांच्या मागावर आहेत असे चोर, अंथरुणात लोळत पडलेले आळशी लोक, ज्यांना मतपत्रिका धरताच येणार नाही असे हात नसलेले लोक आणि माझे आई-बाबा, डोनासीएनसारखे परदेशी लोक : ज्यांना इथे राहण्याचा, काम करण्याचा अधिकार आहे; पण आपलं मत देण्याचा नाही, कारण ते जिथे जन्माला आले तिथेच त्यांना तो अधिकार आहे, असे सगळे लोक वगळता सगळ्यांनी मतदान केलं. नव्या राष्ट्रपतींचं नाव मेलशियोर एनदादाये आहे, मॅगससारखं. आमचा स्वयंपाकी म्हणजे प्रोथेसारख्या काही लोकांना तो आवडतो. प्रोथे म्हणतो की, हा जनतेचा विजय आहे. बाकीचे त्याचा तिरस्कार करतात, उदाहरणार्थ– इनोसंट म्हणजे आमचा वाहनचालक; पण मी तुला सांगतो, तो एक नंबरचा रड्या आणि हार पचवू न शकणारा माणूस आहे.

मला नवे राष्ट्रपती गंभीर स्वभावाचे वाटले. ते अदबीने वागतात. टेबलावर कोपरं न टेकवता बसतात आणि इतरांना तोडून मध्येच बोलत नाहीत. ते टाय बांधतात, छान इस्त्री केलेला शर्ट घालतात आणि अतिशय नम्रपणे बोलतात. ते नीटनेटके आणि स्वच्छ राहतात, ते महत्त्वाचं आहे! कारण नंतर त्यांच्या अस्तित्वाचा विसर पडू नये म्हणून देशभर त्यांचे फोटो लावावे लागतील. नाहीतर एखादा अजागळ किंवा तिरळा असा राष्ट्राध्यक्ष मंत्रालयं, विमानतळं, दूतावास, विमा कंपन्या, पोलीस चौक्या, हॉटेलं, इस्पितळं, कॅब्रे, प्रसूतिगृह, बराक, उपाहारगृह, सलून, अनाथाश्रम या सगळ्या ठिकाणी त्याच्या फोटोमधून डोकावताना बघणं किती त्रासदायक असतं ना!

शिवाय मला नेहमी असा प्रश्न पडतो की, आधीच्या राष्ट्राध्यक्षांचे फोटो कुठे ठेवलेले असतील बरं? का ते टाकून दिले असतील? किंवा मग एखादी अशी जागा असेल जिथे ते फोटो जपून ठेवलेले असतील, जर कधी त्याने परत यायचं ठरवलं तर...?

लष्कराचा पाठिंबा नसलेला असा हा पहिलाच राष्ट्राध्यक्ष आहे. आधीच्या राष्ट्राध्यक्षांपेक्षा त्याला जरा कमी डोकेदुखी होईल असं मला वाटत आहे. लष्कराचं समर्थन असलेल्या राष्ट्राध्यक्षांना कायम अर्धशिशीचा त्रास होता. जणू त्यांना दोन मेंदू होते. आता शांतता राखायची की युद्ध करायचं हे त्यांना कधीच समजायचं नाही.

। चौदा ।

बागेच्या टोकाजवळ गवतावर एक मगर पडलेली होती. साधारण बारा माणसांनी मिळून दोऱ्या आणि बांबूच्या साहाय्याने त्या मगरीला टेम्पोतून खाली उतरवलं होतं. ही बातमी गल्लीत झपाट्याने पसरल्यामुळे त्या मेलेल्या मगरीभोवती उत्सुक लोकांचा घोळका जमा झाला होता. अजूनही उघडे असलेले तिचे पिवळे डोळे आणि त्यामधल्या उभ्या काळ्या बुबुळांमुळे ती आमच्याकडे बघत असल्याचा भीतीदायक भास निर्माण होत होता. तिच्या डोक्याच्या वरच्या भागावर असलेली गुलाबाच्या कळीएवढी जखम तिच्यावरचा जीवघेणा घाव दर्शवत होती. खास झैरहून आलेल्या जॅकने तो प्राणी बंदुकीच्या एका गोळीत मारला होता. एका आठवड्यापूर्वी हॉलिडे क्लबलगतच्या तळ्याकाठी चालणाऱ्या एका कॅनडियन महिलेला एका मगरीने पकडून नेलं होतं. दर वेळेप्रमाणे या वेळीसुद्धा स्थानिक अधिकाऱ्यांनी या गोष्टीचा सूड म्हणून दंडात्मक कारवाई करत एका मगरीला ठार मारण्याचे आदेश तत्परतेने दिले होते. बाबा आणि मी हे साहसी दृश्य बघण्याकरता विशेष प्रेक्षक म्हणून गेलो होतो. जॅक गेली अनेक वर्षं मोठी शिकार करायला आवडणाऱ्या काही गोऱ्या लोकांच्या एका समूहाबरोबर अशा प्रकारच्या मोहिमा राबवत होता.

आम्ही नौकाविहार क्लब जवळ मोटारबोटीमध्ये बसलो आणि बंदुकीच्या गोळ्या आणि स्नायपर रायफल घेऊन काठाच्या कडेकडेने रुसीझी नदीच्या तोंडापर्यंत, जिथे नदीचं गढूळ पाणी टांगांयिकाच्या निळ्याशार पाण्यात मिसळतं तिथपर्यंत गेलो. आम्ही नदीच्या तोंडाजवळच्या त्रिभुज प्रदेशात हळूहळू परत येत असताना, एखादा पाणघोडा नर हल्ला करेल या भीतीने शिकारी बंदुकीच्या चापावर बोट ठेवून पाणघोड्याच्या विखुरलेल्या समूहांवर लक्ष ठेवत होते. बाभळीच्या झाडाच्या फांद्यांवर अलगद लटकणाऱ्या घरट्यांमधल्या सुगरण पक्ष्यांचा चिवचिवाट मोटारबोटीच्या इंजिनाच्या आवाजाला झाकून टाकत होता. ते शिकारी हाताशी विंचेस्टर रायफल ठेवून, उन्हामुळे

डोळे बारीक करून दुर्बिणीतून आजूबाजूच्या परिसरावर लक्ष ठेवत होते. जॅकला त्याच्या बंदुकीच्या दृश्यदर्शीतून वाळूच्या बंधाऱ्यावर बसलेली मगर दिसली. जबडा उघडा ठेवून, ती दुपारच्या कोवळ्या उन्हाचा आस्वाद घेत होती आणि इजिप्शियन प्लोव्हर पक्षी तिचे दात निगुतीने स्वच्छ करत बसला होता. जॅकने बंदुकीचा चाप ओढल्याबरोबर बदकांचा एक थवा नदीकाठच्या गवतावरून उडून गेला. वाळलेल्या लाकडाला तडा जावा तसा बंदुकीच्या गोळीचा आवाज आला. निवांत विश्रांती घेत बसलेल्या त्या प्राण्याकडे हल्ला झाला, तेव्हा हालचाल करायला फारसा काही अवधीच नव्हता. हळूहळू त्याचा जबडा मिटला. इजिप्शियन प्लोव्हर पक्षी शेवटची आदरांजली वाहत असल्यासारखा काही क्षण त्याच्या मित्राभोवती उड्या मारत राहिला आणि मग कुठल्यातरी दुसऱ्या मगरीच्या दातांची काळजी घेण्यासाठी लांब उडून गेला.

सगळे उत्सुक लोक निघून गेल्यानंतर त्या मगरीला पाठीवर झोपवलं गेलं आणि जॅकने पद्धतशीरपणे तिला कापलं. तो मांसाचे तुकडे एका प्लॅस्टिकच्या पिशवीत ठेवत होता आणि प्रोथे त्या पिशव्या गॅरेजमधल्या फ्रिजरमध्ये रचत होता. दरम्यान, पटकन रात्र झाली आणि अजून काहीच तयारी झाली नव्हती. माळी डोनासीएनला टेबल आणि खुर्च्या बाहेर आणायला मदत करत होता. इनोसंटने बार्बेक्यू करण्यासाठी कोळसा आणला. जिनोने अंजिराच्या झाडावर लटकवलेले छोटेछोटे कंदील पेटवले आणि बागेत हायफाय बसवता यावा म्हणून बाबांनी एक्स्टेन्शन केबल बसवली. डास येऊ नयेत म्हणून टेबलांखाली अगरबत्त्यांची वेटोळी ठेवण्याचं काम ॲनाकडे होतं. ती एक विशेष संध्याकाळ होती; सर्वजण माझा अकरावा वाढदिवस साजरा करत होते!

ध्वनिक्षेपकातून संगीताचा आवाज बाहेर पडू लागताच पुन्हा एकदा शेजारीपाजारी गोळा झाले. फुकट दारू मिळेल या कल्पनेने आकर्षित झालेले दारुडे गल्लीतला कॅब्रे सोडून अपवादात्मक रीतीने आमच्याकडे आले होते. लवकरच सबवूफरच्या आवाजात मिसळलेल्या लोकांच्या गप्पांच्या गोंगाटाने बागेचा ताबा घेतला. चंद्राखाली आयत्या वेळी तयार झालेल्या त्या बारमध्ये, लोकांच्या अविरत ये-जामध्ये उत्सवाचं वातावरण होतं आणि हसूनहसून डोळ्यांत पाणी येत होतं. अशा त्या वातावरणात माझा आनंद ओसंडून वाहत होता.

नुकत्याच मोठ्या सुट्ट्या सुरू झाल्या होत्या आणि सुरुवात एकदम छान झाली होती. मला लोरचं पत्र आलं होतं.

प्रिय गॅबी,

मी आत्ता माझा धाकटा भाऊ आणि इतर भावंडांबरोबर समुद्रावर खूप छान क्षण घालवते आहे. तू पाठवलेल्या पत्रासाठी तुझे खूप आभार! किती मजेशीर लिहितोस तू. सुट्टीमध्ये मला विसरून जाऊ नकोस.

लवकरच भेटू.

तुला गोड पापी,

लोर.

पोस्टकार्डच्या मागच्या बाजूला वाँदे या भागाची काही छोटीछोटी छायाचित्रं होती : नुआरमुतियेरचा किल्ला, सेंट-जॉन-द- माँटमधल्या चिकटलेल्या इमारतींच्या रांगा, नोत्र-दाम-द- माँटचा समुद्रकिनारा, सेंट-हिलीएर-द-रिएच्या समुद्रातल्या खडकांच्या रांगा. लोरसाठी मी कोणीतरी खास आहे या भावनेने मी ते पत्र दहा-दहा वेळा पुनःपुन्हा वाचलं. मी तिला विसरून जाऊ नये असं म्हणाली ती; पण खरंतर मला तिची आठवण आली नाही असा एक दिवसही जात नव्हता. माझ्या पुढच्या पत्रात मला तिला सांगायचं होतं की, ती माझ्यासाठी किती महत्त्वाची आहे. आयुष्यात पहिल्यांदा मला असं वाटत होतं की, मी कोणाजवळ तरी व्यक्त होऊ शकतो आणि आयुष्यभर मला तिला पत्रं लिहायची होती आणि एक दिवस तिला भेटायला मला फ्रान्सला जायचीसुद्धा इच्छा होती.

सुट्टीच्या सुरुवातीला घडलेली अजून एक चांगली गोष्ट म्हणजे अनेक महिन्यांच्या शीतयुद्धानंतर माझे आई-बाबा एकमेकांशी परत बोलायला लागले होते. मी सहावीच्या वर्गात गेल्याबद्दल दोघांनी एकत्र माझं अभिनंदन केलं होतं. ते म्हणाले होते, आम्हाला तुझा अभिमान वाटतो. जोडपं असण्याचा, पुन्हा एकत्र येण्याच्या चाहुलीचा शब्द : आम्ही. आशा करायला काय हरकत होती!

पॅसिफिकने रवांडामधून मला वाढदिवसाच्या शुभेच्छा देण्यासाठी फोन केला होता. त्याने सांगितलं की, तो ठीक होता आणि पुन्हा शांतता करार सुरू झाले होते. तो असंही म्हणाला की, त्याला आम्हा सगळ्यांची खूप आठवण येत आहे आणि त्या दिवशीच्या सोहळ्यामध्ये त्याला आमच्याबरोबर सामील व्हायला खूप आवडलं असतं. रवांडाला परत आल्यानंतर तो एका मुलीच्या प्रेमात पडला होता आणि नुकताच त्याने तिच्याशी साखरपुडा केला होता. त्याला कधी एकदा संपूर्ण कुटुंबाशी तिची ओळख करून देतो असं झालं होतं. तिचं नाव ज्यान होतं आणि पॅसिफिकच्या मते ती आफ्रिकेतल्या ग्रेट लेक परिसरातली सगळ्यात सुंदर स्त्री होती. त्याने फोनवर मला त्याचं गुपित सांगितलं होतं. युद्ध संपल्यावर तो गायक बनण्यासाठीचे

त्याचे प्रयत्न सुरू करणार होता आणि तो स्वतः प्रेमावरची गाणी लिहून त्याच्या होणाऱ्या बायकोचं सौंदर्य साजरं करणार होता.

माझ्या आजूबाजूच्या सगळ्या गोष्टी स्थिरस्थावर होत होत्या, आयुष्य हळूहळू रुळावर येत होतं आणि त्या संध्याकाळी माझं ज्यांच्यावर प्रेम होतं आणि ज्यांचं माझ्यावर प्रेम होतं अशा सगळ्यांच्या सहवासाचा मी आनंद घेत होतो.

जॅक आमच्या मोठ्या अंगणात बसून विलक्षण आश्चर्यचकित झालेल्या प्रेक्षकांना त्याच्या मगरीच्या शिकारीची हकिगत सांगत होता. तो कथनाचा वेग वाढवत, छाती फुगवत 'र'चा खास बेल्जिअन उच्चार करत प्रसंग रंगवत होता. एखाद्या चित्रपटातल्या नटाने पिस्तूल बाहेर काढावं तसा तो त्याचा झिप्पो लायटर खिशातून बाहेर काढायचा आणि तोंडाच्या एका कोपऱ्यात निष्काळजीपणाने पकडलेली सिगारेट पेटवायचा. त्याचं प्रभावी व्यक्तिमत्त्व आणि त्याच्या चेष्टामस्करीमुळे इकोनोमोपुलोस मॅडम चांगल्याच मोहित झालेल्या दिसत होत्या. त्यांनी जॅकचं केलेलं कौतुक तो मोठ्या आनंदाने स्वीकारत होता. त्या जॅकच्या विनोदांवर खदखदून हसत होत्या; त्यामुळे नव्याने प्रेमात पडलेल्या एखाद्या तरुणीसारख्या भासत होत्या. आयुष्यात यापूर्वी ते दोघं एकमेकांना कसे भेटले नाहीत याबद्दल आश्चर्य व्यक्त करत बुजूम्बुराचं नाव जेव्हा उसुम्बरा होतं अशा जुन्या सोनेरी दिवसांबद्दल, ग्रॅन्ड हॉटेल, पागिडाचं बॉल नृत्य, जॅझचा ऑर्केस्ट्रा, किटकॅट चित्रपटगृह, सुंदर अमेरिकन स्त्रिया, रस्त्यांवर फिरणाऱ्या कॅडिलॅक आणि शेव्हरोलेट या अमेरिकन गाड्या, त्या दोघांना असलेलं ऑर्किडचं वेड, युरोपमधल्या उत्कृष्ट वाइन, फिलिप द दिलवल नावाच्या फ्रेंच टीव्ही वाहिनीच्या एका प्रवक्त्याचं आणि त्याच्या समूहाचं इंगा धरणाजवळ गूढरीत्या नाहीसं होणं, निरगोनगो पर्वतावरचा लाव्हा रसाचा उद्रेक आणि त्याचे वाहणारे विलक्षण झरे, त्या भागातलं सौम्य हवामान, तळी आणि नद्यांचं सौंदर्य अशा विविध विषयांवर ते दोघे तासन्तास गप्पा मारत बसले होते.

प्रोथे पाहुण्यांमध्ये फिरतफिरत मगरीच्या मांसाचे भाजलेले तुकडे त्यांना वाढत होता. इनोसंट त्याला दिलेलं ताट किळसवाणा चेहरा करून दूर ढकलत म्हणाला, "शी! फक्त गोरे आणि झैरियन लोक मगर आणि बेडूक खाऊ शकतात. अस्सल बुरुंडीयन माणूस तुम्हाला कधीही वन्यप्राण्यांचं मांस खाताना दिसणार नाही. आम्ही सगळे सुसंस्कृत आहोत!" तोंडात मगरीच्या चरबीचा मोठा घास भरलेला डोनासीएन हसतहसत म्हणाला, "बुरुंडीयन लोकांना चव कळत नाही आणि गोरे लोक वाया घालवतात. आता फ्रेंच लोकांचंच उदाहरण घ्या ना, त्यांना बेडूक खायचा कसा ते माहीतच नाही, नुसते पाय खाऊन त्यावर ते समाधान मानतात!"

बागेमधल्या हायफायसमोर अरमंड ॲनाला सुकूस नृत्य शिकवत होता. लहानशी

अॅना छान नाचत होती. तिने कमरेभोवती स्कर्ट गुंडाळला होता आणि बाकीचं शरीर हलू न देता कंबर हलवणं तिला छान जमलं होतं. मद्यपी टाळ्या वाजवत होते. नृत्य मंचाच्या मधोमध, किड्यांनी वेढलेल्या एका दिव्याखाली माझ्या जुळ्या मित्रांचे आई-बाबा निवांतपणे, ते नव्यानं भेटले होते त्या तथाकथित ग्रॅन्ड काले ऑर्केस्ट्राच्या काळासारखं गालाला गाल चिकटवून नाचत होते. त्यांची आई त्यांच्या बाबांपेक्षा चांगलीच उंच आणि धिप्पाड होती. ती नाचाची पावलं ठरवत असताना त्यांचे बाबा स्वप्नात गुंग असलेल्या एखाद्या कुत्र्याच्या पिल्लासारखे डोळे मिटून तोंड हलवत होते. त्यांचे शर्ट घामाने भिजून काखेत डागांची वर्तुळं तयार झाली होती.

बाबा खूप आनंदात आणि चांगल्या मनःस्थितीत होते. कधी नव्हे तो त्यांनी टाय बांधला होता, अत्तर लावलं होतं आणि भांग पाडून केस मागे घेतले होते; त्यामुळे त्यांचे हिरवे, मोहिनी घालणारे डोळे उठून दिसत होते. आई तिच्या मलमलच्या फुलाफुलांच्या झग्यामध्ये चमकत होती. तिच्या जवळून जाणाऱ्या पुरुषांच्या डोळ्यांमध्ये तिच्याबद्दल वाटणारं आकर्षण स्पष्टपणे दिसत होतं. काही वेळा तर बाबा तिच्याकडे पाहत असताना मी त्यांना पकडलं. ते नृत्य मंचाच्या कोपऱ्यात बसून नुकतेच सौदी अरेबियाहून परतलेल्या आणि तिथे अनेक महिने दारू न मिळाल्यामुळे त्याची भरपाई करू पाहणाऱ्या अरमंडच्या बाबांशी व्यवसाय किंवा राजकारण अशा विषयांवर बोलत होते. त्यांच्या शेजारी एखाद्या पापभीरू बाईसारखा पोशाख केलेली अरमंडची आई थोड्या थोड्या वेळाने मान हलवत, भुवया उंचावत होती. ती नक्की तिच्या नवऱ्याच्या लंडन स्टॉक एक्स्चेंजमध्ये स्थिरावणाऱ्या बुरुंडीयन कॉफीच्या किमतीविषयीच्या मतांबद्दल सहमती दर्शवत होती की दिवसभरामध्ये अनंत वेळा म्हणून झालेली प्रार्थना पुन्हा एकदा म्हणत होती, हे सांगणं कठीण होतं.

जिनो आणि माझ्या जुळ्या मित्रांचा घोळका जमवून मी टेम्पोच्या बॉनेटवर आडवा झालो होतो, तेवढ्यात आम्हाला फ्रान्सिस येताना दिसला. आमचा आमच्या डोळ्यांवर विश्वासच बसत नव्हता! तो आत आल्याबरोबर आईने त्याच्या हातात फॅन्टाची बाटली देत त्याला मोठ्या अंजिराच्या झाडाखालच्या प्लॅस्टिकच्या खुर्चीत बसायला सांगितलं. जिनोचा पारा चढला.

"गॅबी, मी जे बघतो आहे तेच तूही बघतो आहेस का? त्या मूर्खाला इथून हाकलून दे! त्याचा तुझ्या वाढदिवसाशी काही संबंध नाही."

"मी असं नाही करू शकत रे. बाबा म्हणाले की, आजूबाजूचे सगळे लोक मेजवानीसाठी येऊ शकतात."

"पण फ्रान्सिस नाही, मूर्ख लेकाचा! तो आपला सगळ्यात मोठा शत्रू आहे!"

"मग बहुतेक त्याच्याशी असलेलं भांडण मिटवण्याची ही संधी असेल," जुळे

मित्र म्हणाले.

"वेड लागलंय का?" जिनो म्हणाला. "असल्या मूर्खांशी करार करायचे नसतात! त्यांचं थोबाड फोडायचं असतं; त्याची तीच लायकी आहे!"

"पण आत्ता तरी तो कोणाला त्रास देत नाही," मी म्हणालो, "त्याला फॅन्टा पिऊ देऊ या आणि मग त्याच्यावर लक्ष ठेवू."

आम्ही त्याच्याकडे एक क्षणही दुर्लक्ष केलं नाही. तो आम्हाला बघून न बघितल्यासारखं करत होता; पण तरी त्याची नजर समारंभाचा अभ्यास करत, विश्लेषण करत भिरभिरत होती. अवघडलेपणाने पाय हलवत तो नजर रोखून जमलेल्या लोकांकडे पाहत होता. आणखी एक पेय घेण्यासाठी तो उठला आणि तो आईशी काहीतरी बोलला. मग आई माझ्या दिशेने वळली आणि माझ्याकडे बोट दाखवू लागली, जणूकाही ती माझी आई असल्याचं त्याला सांगत होती. वेगवेगळ्या लोकांशी म्हणजे अगदी जिनोच्या बाबांशीसुद्धा उत्स्फूर्तपणे संभाषण करत, तो एका समूहातून दुसऱ्या समूहात फिरत होता.

"माझा विश्वासच बसत नाही, तो माझ्या बाबांशी बोलतो आहे! ते दोघं एकमेकांशी कसं काय बोलू शकतात? मला खात्री आहे, तो आपल्याबद्दलच काहीतरी विचारत असणार गॅबी. आपला मित्र असल्याचं नाटक करत असणार!"

आम्ही लांबून त्याचा खेळ पाहत होतो. इनोसंटने त्याला त्याच्याबरोबर बिअर घ्यायला बोलावलं. काही मिनिटांच्या अवधीमध्ये ते दोघं जुने मित्र असल्यासारखे एकमेकांच्या पाठीवर थाप मारत होते.

रात्रीचे बारा वाजून गेले होते. रात्र आणि मद्य यांचे परिणाम एकमेकांत मिसळत होते. विदेशी ऐच्छिक राष्ट्रीय सेवेचा (व्हीएसएनचा) भाग असलेले काही फ्रेंच तरुण उघड्या छातीने एकमेकांच्या वाकवलेल्या शरीरावरून पलीकडे उडी मारण्याचा साहसी खेळ कॅब्रेमधल्या मद्यपींसमोर खेळत होते आणि ते लोकही त्या दृश्याचा आनंद घेत होते. एका मुलाची प्रेयसी, स्टेला मात्यूतीना शाळेत नैतिक शिक्षणाचे वर्ग घेत असल्याचं तिच्या मैत्रिणीला सांगत असताना तो तिची ब्रेसिअर चाचपत होता. त्याच्या कपाळावरच्या जन्मखुणेमुळे 'गोरबातशेव' असं टोपणनाव पडलेला पांढऱ्या दाढीचा एक म्हातारा बुरुंडी माणूस पोपटाच्या पिंजऱ्यासमोर एका पायावर उभा राहून रॉन्सर्डच्या कविता म्हणत होता. फक्त आफ्रिकन पद्धतीचा लांब, ढगळ शर्ट आणि पारंपरिक बुबू घालणाऱ्या एका फ्लेमिश बायल्या माणसाने पाळलेल्या माकडिणीबरोबर काही लहान मुलं खेळत होती. स्वयंपाकघराच्या पायऱ्यांवर रिकाम्या बाटल्यांचे ढीग होते. प्रोथे आणि डोनासीएन त्या बाटल्या दुकानात नेऊन देण्यासाठी खेटे घालत होते.

बागेच्या अंधाऱ्या कोपऱ्यामध्ये, आई-बाबांच्या दृष्टीआड मित्रांसोबत निवांत

वेळ घालवण्यासाठी तो योग्य क्षण होता. अंजिराच्या झाडाला लटकवलेल्या छोट्या कंदिलांखाली झुडपांमध्ये बसून, नृत्याचा मंच बघत आम्ही चोरून काही सिगारेटी ओढल्या. नेच्याच्या कुंडीमध्ये लपवलेल्या दोन प्रायमसच्या बाटल्या अरमंड हळूच घेऊन आला.

"च्यायला! माझा कशावर तरी पाय पडला!" अरमंड म्हणाला.

"हं, जरा जपूनच ये, ते मगरीचं प्रेत आहे." मी म्हणालो.

दोन गाण्यांच्या मध्ये संगीत वाजायचं थांबलं की, लोकांच्या चावण्याचा आणि गिळण्याचा आवाज येत होता. इकोनोमोपुलोस मॅडमची डॉक्सहुंड कुत्री त्या मेलेल्या मगरीच्या अवशेषांवर तुटून पडली होती. त्यांची मेजवानी चालू असताना दुसरीकडे माझ्या मित्रांनी बिअरच्या बाटल्या हवेत उंचावून माझ्या अकराव्या वाढदिवसाबद्दल मला शुभेच्छा दिल्या.

"ही डॉक्सहुंड कुत्री जेव्हा गल्लीतल्या इतर कुत्र्यांना त्यांनी मगर खाल्ल्याचं सांगतील, तेव्हा केवढा भाव खातील!" जिनो म्हणाला. अरमंड सोडून आम्ही सगळे हसत सुटलो; त्याला आमच्या दिशेने कोणीतरी येताना दिसलं होतं. मी सिगारेट बंद केली आणि हाताने धूर बाजूला सारला.

"कोण आहे तिकडे?" मी विचारलं.

"मी आहे, फ्रान्सिस."

"तुझं इथे काही काम नाही." दोन पायांवर उडी मारत जिनो पटकन म्हणाला, "जा इथून!"

"हा उत्सव सगळ्या शेजाऱ्यांचा मिळून आहे आणि मी इथेच राहतो; त्यामुळे मला तरी माझ्या इथे असण्यामध्ये काहीच अडचण दिसत नाही!" फ्रान्सिस म्हणाला.

"नाही, इथे माझ्या मित्राचा वाढदिवस साजरा होतो आहे आणि तुला कोणी आमंत्रण दिलेलं नाही. म्हणून आता मी तुला सांगतोय की तू इथून निघ!"

"कोण बोलतंय तरी कोण? मला तर तू दिसत नाहीस. कोडॅकचा मुलगा आहेस का तू? घाणेरड्या केसांचा, बेल्जिअन माणसाचा मुलगा ना? काय रे तुझं नाव?"

"जिनो आणि माझ्या आई-बाबांविषयी बोलताना तोंड सांभाळून बोल."

"तुझे आई-बाबा? मी फक्त तुझ्या बाबांविषयी बोललो आणि तसंही, तुझी आई आहे तरी कुठे? तुझी आई सोडून मी बाकी सगळ्यांच्या पालकांना बघितलं आहे..."

"तू आमच्यावर अशी पाळत ठेवायला आला आहेस का?" अरमंड म्हणाला, "इन्स्पेक्टर कोलंबो, तुम्ही काय इथे तपास करायला आला आहात का?"

“आम्हाला तू इथे नकोच आहेस,” जिनोने री ओढली, “चालता हो!”

“नाही! मी इथेच थांबणार!”

जिनोने मान खाली करून डोक्याने फ्रान्सिसच्या पोटामध्ये धडक मारली. अंधारात दोघेही त्या पोट फाडलेल्या मगरीच्या प्रेतावर धडपडले. तेवढ्यात कुत्री भुंकू लागली. मी कोणातरी मोठ्या माणसाला बोलवायला गेलो, तेवढ्या वेळात अरमंडने सिगारेटी आणि बिअर लपवल्या. जॅक आणि बाबाही हातामध्ये कंदील घेऊन आले.

शेवटी एकदाचं फ्रान्सिस आणि जिनोला जेव्हा सोडवलं, तेव्हा ते मगरीच्या रक्तामांसानी माखलेले होते. आम्ही फ्रान्सिसने येऊन भांडण उकरून काढल्याचं त्यांना सांगितलं. बाबांनी त्याला कॉलरला धरून आमच्या घराच्या आवाराबाहेर काढलं; त्यामुळे अपमानित झालेला फ्रान्सिस मग फाटकावर दगड मारत आम्ही याची किंमत चुकवू असं धमकावत होता. आम्ही सगळ्या मित्रांनी त्याला बोट दाखवत, त्याला कुल्ले दाखवण्यासाठी पॅन्ट खाली घेतली आणि ऐच्छिक राष्ट्रीय सेवेसाठी आलेली फ्रेंच मुलं टाळ्या वाजवत हसत होती. सगळे हसत सुटले; तेवढ्यात जॅक ओरडला,

“च्यायला! माझा झिप्पो कुठे गेला? माझा झिप्पो कुठे गेला?”

आमच्या सगळ्यांच्या मनात फ्रान्सिसचा विचार आला.

“पकडा रे त्या हरामखोराला!” जिनो ओरडला. बाबांनी इनोसंटला त्याला शोधायला पाठवलं; पण तो रिकाम्या हातांनीच परत आला.

हा सगळा प्रसंग घडून गेल्यानंतर पुन्हा एकदा जोमाने उत्सव सुरू झाला. समारंभ रंगात आलेला असताना अचानक वीज गेली.

शेकडो उत्साही पाहुणे ‘श्या!’ असा नाखुशीचा सूर लावत एकदम नाचायचे थांबले. घामाने थबथबलेले ते सगळे लोक हातपाय आपटत, जोरजोरात गॅबी! गॅबी! अशा हाका मारत गाणी पुन्हा सुरू करण्याचा तगादा लावत होते. प्रत्येकजण रात्रभर उत्सव साजरा करण्याच्या तयारीमध्ये होता; त्यामुळे आकस्मिक खंडित झालेल्या वीजपुरवठ्यामुळे लोकांची मजा करण्याची इच्छा काही कमी होणार नव्हती. कोणीतरी खरी वाद्ये घेऊन, समारंभ चालू ठेवण्याचा प्रस्ताव मांडला. मग काय, डोनासीएन आणि इनोसंट पटकन आजूबाजूचे सगळे ड्रम्स घेऊन आले, माझ्या जुळ्या मित्रांनी त्यांच्या बाबांची गिटार आणली आणि एका फ्रेंच माणसाने त्याच्या रनोच्या डिकीतून ट्रम्पेट काढलं. वाऱ्याची सुखद झुळूक वाहू लागली होती आणि हलका पाऊसदेखील सुरू झाला होता. लांब, तळ्याकाठी ढग गडगडल्याचा आवाज येत होता, वादळाची चाहूल लागत होती. काही लोकांना, विशेषतः म्हाताऱ्या माणसांना काळजी वाटू लागली होती. त्यांनी धो धो पाऊस कोसळणार

असल्याचा अंदाज वर्तवत टेबल-खुर्च्या आतमध्ये घेण्याचा सल्ला दिला. डोनासीएनने गिटारवर ब्राक्का संगीताची धून वाजवत लोकांच्या चर्चा थांबवल्या. विजांच्या लखलखाटाने अधूनमधून चमकणाऱ्या अंधाऱ्या रात्री लोक लाजत-बुजत पुन्हा डोलू लागले. मद्यपींनी काटे आणि छोटे-छोटे चमचे बाटल्यांवर आपटून गाण्यांच्या चालींना साथ करायला सुरुवात केल्यावर रातकिड्यांचा आवाजही बंद झाला. गिटारच्या आवाजात ट्रम्पेटचा सूर मिसळला आणि लोक आनंदाने शिट्ट्या आणि टाळ्या वाजवू लागले. सगळे पाहुणे आणखी उत्साहाने पुन्हा एकदा नाचू लागले. घाबरलेली कुत्री पायांमध्ये शेपटी धरून ढगफुटी व्हायच्या काही क्षण आधी टेबलाखाली दडून बसली. आवाज, विजांचा चमचमाट, वाऱ्याचे जोरदार झोत आणि खडखडाट. ढोलवादकांनी पुढे सरसावून तालाचा वेग वाढवला. एखाद्या आत्म्याने झपाटून टाकावं त्याप्रमाणे शरीराचा ताबा घेणाऱ्या त्या आर्त संगीताचा मोह कोणालाच आवरला नाही. ट्रम्पेटचा आवाज कसाबसा तालवादकांनी धापा टाकत धरलेली लय पकडू पाहत होता. प्रोथे आणि इनोसंट ताणलेल्या ढोलाची कातडी एकत्रितपणे वाजवत होते आणि त्यांच्या चमकणाऱ्या कपाळावरून घामाची धार गळत होती. सगळ्या पाहुण्यांनी हाताने ठेका धरला आणि अंगणातली धूळ उडेपर्यंत जोरजोरात पाय आपटत ताल दिला. संगीताची लय आमच्या धडधडणाऱ्या हृदयाएवढीच जलद होती. सगळ्या वाद्यांचे आवाज एकमेकांत मिसळून एकजीव झाले. वाऱ्यामुळे बागेतली झाडं हलत होती, पानांची थरथर आणि फांद्यांची सळसळ जाणवत होती. वातावरणात विजेचा प्रवाह होता. ओल्या मातीचा सुगंध वाऱ्यावर दरवळत होता. पावसाच्या पाण्याची धार आमच्या अंगावर अशी काही जोरात आदळण्याच्या बेतात होती की, धावतपळत टेबल-खुर्च्या, ताटल्या हे सगळं गोळा करून, आडोशाला उभं राहून मुसळधार पावसामध्ये विरघळणारा आमचा समारंभ पाहावा लागणार होता. लवकरच माझा वाढदिवस संपणार होता, म्हणून मग माझ्यासाठी; माझ्या लहानपणीचं चर्च असणाऱ्या त्या अंजिराच्या झाडाखाली हृदयाला भिडणारं आणि एकमेकांमधलं अंतर मिटवणारं संगीत होतं, त्या वेळेचा, आयुष्य साजरं करणाऱ्या आणि माझ्या अकराव्या वाढदिवसाची शाश्वतता अनुभवू देणाऱ्या त्या क्षणाचा मी पुरेपूर आस्वाद घेत होतो. शेवटी सगळं ठीक होईल असं मला आत खोलवर कुठेतरी वाटत होतं.

। पंधरा ।

उन्हाळ्याची सुट्टी म्हणजे बेरोजगारीपेक्षा वाईट गोष्ट आहे. आम्ही गल्लीच्या आसपासच काहीबाही करून दिवस ढकलण्यासाठीच्या गोष्टी शोधण्यात, आळसात वेळ घालवला. अधूनमधून काहीतरी उद्योग करून जरी आम्ही हसतखिदळत असलो, तरी ही गोष्ट मान्य करायला हवी की, एखाद्या थकलेल्या घोरपडीइतके आम्ही कंटाळलो होतो. उन्हाळ्यामुळे नदी आटून पाण्याची फक्त एक बारीकशी धार उरली होती; त्यामुळे नदीवर गारवा शोधायला जाणं अशक्य होतं. उष्णतेनं सुकून गेलेले आंबे विकण्याच्या लायकीचे राहिले नव्हते आणि रोज दुपारी तिथे जावं तर नौकाविहार क्लब खूपच लांब होता.

शाळा सुरू झाल्यावर मला खूपच आनंद झाला. बाबा आता मला मोठ्या मुलांच्या शाळेच्या प्रवेशद्वाराबाहेर सोडून जायचे. आता मी माध्यमिक शाळेत गेलो होतो. आम्ही सगळे मित्र एकाच वर्गात होतो आणि एक नवीन आयुष्य सुरू झालं होतं. आठवड्यातले काही दिवस आमची शाळा दुपारीसुद्धा असायची आणि मी विज्ञान, इंग्रजी भाषा, रसायनशास्त्र, ललित कला यांसारखे नवीन विषय शिकत होतो. युरोप किंवा अमेरिकेत सुट्टीसाठी गेलेली मुलं परत येताना तिथे प्रचलित असलेले कपडे, बूट घालून आली होती. सुरुवातीला माझं त्या गोष्टीकडे लक्ष गेलं नव्हतं; पण जिनो आणि अरमंड त्या गोष्टीबद्दल डोळे चमकावत, अविरत गप्पा मारायचे. त्यांच्या हेव्याचं रूपांतर झपाटलेपणात झालं आणि शेवटी मलाही त्या गोष्टीची बाधा झालीच! त्यानंतर प्रश्न खेळण्यातल्या गोट्यांचा नसून कपडे आणि महागड्या ब्रॅन्डेड वस्तूंचा होता. फक्त या वस्तूंसाठी पैसा असणं गरजेचं होतं. खूप सारा पैसा; पण आजूबाजूच्या परिसरातले सगळे आंबे विकूनसुद्धा आम्हाला नायकेचे बूट परवडले नसते.

युरोप आणि अमेरिकेला गेलेली मुलं आम्हाला खेळताना घालायचे बूट, टी-शर्ट, जाकीट आणि जीन यांनी ओसंडून वाहणाऱ्या काही किलोमीटरपर्यंत लांब पसरलेल्या भल्या मोठ्या दुकानांविषयी भरभरून सांगायची. शुद्धलेखनाच्या

चुका असलेल्या मोठ्या ब्रॅन्डच्या नावांच्या पाट्या, जेब मार्केटमधल्या छोट्या दुकानांमध्ये मिळणारे रिबॉकचे भोकंवाले बूट आणि शहरातल्या मध्यवर्ती दुकानांच्या खिडक्यांची काचेची रिकामी तावदानं यांच्याव्यतिरिक्त बुजामध्ये बाकी काही नव्हतं. आत्तापर्यंत आमचं ज्या गोष्टींवाचून अडत नव्हतं अशा या सगळ्या गोष्टी आम्हाला मिळत नसल्याचं आता आम्हाला दुःख वाटू लागलं होतं आणि ही भावना आम्हाला आतून बदलून टाकत होती. आम्ही मनातल्या मनात या गोष्टी मिळणाऱ्या लोकांचा द्वेष करू लागलो होतो.

मला महागड्या वस्तूंचं नव्यानं वाटणारं आकर्षण आणि शाळेतल्या श्रीमंत मुलांबद्दल वाईट बोलण्याचा माझा कल डोनासीएनच्या लक्षात आल्यावर मत्सर वाटणे हे कसं मोठं पाप आहे असं तो मला सांगायचा. त्याने दिलेले नैतिकतेचे धडे माझ्या डोक्यावरून जायचे आणि कधी नव्हे ते मला इनोसंटशी गप्पा मारायला जास्त आवडायचं. मला हव्या असलेल्या वस्तू कमीतकमी किमतीत कुठे मिळतील हे शोधून काढण्याची हातोटी इनोसंटकडे होती. त्यानंतर शाळेमध्ये ज्यांच्याकडे महागड्या वस्तू आहेत अशी श्रीमंत मुलं आणि अशा वस्तू परवडू न शकणारी गरीब मुलं असे गट पडू लागले होते.

अरमंड याला अपवाद होता. त्याच्याकडे महागडे कपडे, अत्तरं असं काही नव्हतं; पण तो गमत्या स्वभावाचा होता; त्यामुळे एकमेकांपासून वेगळं करणारी ती अदृश्य भिंत पार करून तो श्रीमंत मुलांच्या गटात स्वीकारला जायचा. जेव्हा जिनो अरमंडला अंगणातल्या अल्पोपाहार केंद्राजवळ त्याच्या नवीन मित्रांशी बोलताना बघायचा, तेव्हा त्याला आवडायचं नाही.

एका संध्याकाळी तो आणि मी चाफ्याच्या झाडाखाली रखवालदाराच्या चटईवर आडवे पडलो असताना कैरीच्या फोडी मिठामध्ये बुडवत जिनो मला म्हणाला,

"अरमंड गद्दार आहे. तो शाळेत आपल्याशी एक शब्दही बोलत नाही; पण गल्लीत मात्र आपण त्याचे जवळचे मित्र असतो."

"तो संधीचा फायदा घेतो; साहजिक आहे. त्याला वर्षाच्या सुरुवातीपासूनच सगळ्या समारंभांचं आमंत्रण होतं. आपल्या जुळ्यांनी मला सांगितलं की, त्याने तर एका मुलीचं तिच्या ओठांवर चुंबन घेतलं म्हणे!"

"खरंच? जिभेने?"

"ते मला माहीत नाही; पण आपण इथे गल्लीत बसून असतो, तेव्हा किमान तो तरी मजा करत असतो. मला शक्य असतं तर मीही गेलो असतो."

"तुलासुद्धा आम्हा सगळ्या मित्रांची लाज वाटते का?"

"तसं नाही जिनो. तुम्ही माझे सगळ्यात जवळचे मित्र आहात! पण बघ ना, शाळेत आपण कोणाच्या खिजगणतीतही नसतो, मुली आपल्याकडे ढुंकूनही पाहत

नाहीत...''

''एक दिवस असा येईल की, ते आपल्याकडे लक्ष देतील गॅबी, सगळे आपल्याला घाबरतील.''

''पण कुणी आपल्याला घाबरावं असं का वाटतं तुला?''

''म्हणजे मग आपल्याला आदर मिळेल, कळलं तुला? माझी आई नेहमी म्हणते, लोकांनी आपल्याला आदर देणं सगळ्यात महत्त्वाचं.''

जिनोने त्याच्या आईचा उल्लेख केलेला ऐकून मला आश्चर्यच वाटलं. तो कधीच तिच्याबद्दल बोलत नसे. त्याच्या दिवाणाशेजारच्या टेबलावर तो दर आठवड्याला तिला पाठवत असलेल्या निळ्या-पांढऱ्या-लाल कडांची काही पाकिटं होती; पण तरीही अगदी काही तासांच्या अंतरावर असलेल्या रवांडाला मात्र तो कधीच जायचा नाही आणि त्याची आईसुद्धा बुजूम्बुराला कधी यायची नाही. तो असं सांगायचा की, राजकीय परिस्थितीमुळे ते आत्ता असं करू शकत नसले तरी एक दिवस पुन्हा सगळीकडे शांतता प्रस्थापित झाल्यानंतर तो किगालीला जाऊन त्याच्या आई-बाबांसोबत एका मोठ्या घरात राहणार होता. जिनो मला, आम्हा मित्रांना, आमच्या गल्लीला सोडून जाण्यासाठी तयार होता हे ऐकून मला वाईट वाटायचं. आई, आजी, पॅसिफिक आणि रोजालीप्रमाणेच जिनोसुद्धा रवांडाला परत जाण्याची स्वप्न पाहत होता. त्यांना वाईट वाटू नये म्हणून मीसुद्धा ते स्वप्न बघत असल्याचं नाटक करायचो; पण मनातल्या मनात मात्र मी अशी प्रार्थना करायचो की, काहीसुद्धा बदलू नये. आई परत घरी यावी; आयुष्य पुन्हा एकदा पूर्वी होतं तसं व्हावं आणि कायम तसंच राहावं.

मी असा सगळा विचार करत असताना अचानक मोठा गडगटाट झाला. जिनोचे बाबा भेदरलेल्या शेळीसारखे धावत घराबाहेर आले आणि आम्हाला भिंतींपासून लांब होऊन त्यांच्याबरोबर बागेच्या मधोमध यायला सांगितलं. आम्ही अचंबित होऊन उठलो, एखाद्याला वाटेल त्यांनी भूत पाहिलं होतं. पुढे काय घडणार होतं हे माहीत नसताना आम्ही त्यांच्या मागे गेलो. काही मिनिटांतच गॅरेजच्या भिंतीला गेलेला भला मोठा तडा बघून आमच्या लक्षात आलं. आमच्या नकळत आमच्या पायाखालची जमीन हादरली होती. जगाच्या त्या भागात, रोजच असं व्हायचं. आम्ही पृथ्वीवरच्या अशा एका मोठ्या भेगेवर राहत होतो, जिथे आफ्रिकादेखील तुटत होती.

त्या प्रांतातली माणसंसुद्धा त्या प्रांतातल्या जमिनीसारखी होती. वरवर शांत भासणाऱ्या लोकांच्या हसऱ्या चेहऱ्यांच्या देखाव्यामागे, मोठमोठाल्या आशावादी भाषणांमागे वाईट वारे वाहावे त्याप्रमाणे १९६५, १९७२, १९८८ अशा ठरावीक काळाच्या अंतराने हिंसक आणि विध्वंसक प्रकल्प भडकावणाऱ्या गुप्त, काळ्या

शक्ती अविरत कार्यरत होत्या. शांतता म्हणजे जणू केवळ दोन युद्धांमधलं अल्पकाळ टिकणारं अंतर असल्याची आठवण अंधकारमय निराशेचं भूत नियमितपणे करून देत होतं. तो विषारी लाव्हा, ते रक्ताचे वाहणारे पाट पुन्हा एकदा डोकं वर काढण्याच्या तयारीत होते. आम्हाला अजूनही तसं जाणवत नसलं तरी भयानक, कठीण काळ येऊ घातला होता. रानटी कुत्री आणि तरसांचे कळप रात्रीच्या अंधारात मोकाट सुटणार होते.

। सोळा ।

मला हलकीच झोप लागली होती, तेवढ्यात कोणीतरी माझ्या डोक्याला स्पर्श केल्याची मला जाणीव झाली. आधी मला वाटलं की, उंदीर माझ्या केसांची टोकं कुरतडत आहेत, कारण बाबांनी घरभर उंदरांसाठी सापळे ठेवण्याच्या आधी अशीच परिस्थिती होती. मग मला कोणीतरी कुजबुजल्याचा आवाज आला, "गॅबी, झोपला आहेस का?" ॲनाच्या आवाजानं मला जाग आली. मी डोळे उघडले. आमच्या खोलीत मिट्ट काळोख होता. डाव्या हाताने मी जरा पडदा सरकवला. डास येऊ नयेत म्हणून खिडकीला लावलेल्या जाळीतून थोडंसं चांदणं आत आलं आणि माझ्या धाकट्या बहिणीच्या घाबऱ्याघुबऱ्या झालेल्या चेहऱ्यावर प्रकाश पडला. "कसला आवाज येतोय गॅबी?" मला काहीच समजलं नाही. रात्र अगदी शांत होती. आमच्या खोलीच्या छतावर बसलेल्या घुबडाच्या घूत्काराचा आवाज तेवढा मला येत होता. मी उठून बसलो आणि थांबून राहिलो. थोड्याच वेळात मला एकापाठोपाठ एक असे फटाक्यांसारखे काही आवाज आले. "हे बंदुकीच्या गोळ्यांचे आवाज वाटत आहेत..." ॲना माझ्या गादीवर आली आणि मला घट्ट बिलगून बसली. गोळीबार आणि स्फोटांच्या आवाजांपाठोपाठ एक भीतीदायक शांतता यायची. ॲना आणि मी घरात एकटेच होतो. काही काळापासून बाबा दुसरीकडे कुठेतरी झोपायला जायचे. इनोसंट सांगायचा की, ते अनेकदा बिविझा नावाच्या गरीब वस्तीतल्या त्याच्या घरापाठीमागच्या गल्लीत राहणाऱ्या एका बाईकडे जायचे. या गोष्टीचं मला फार वाईट वाटायचं, कारण आई आणि बाबा पुन्हा एकमेकांशी बोलायला लागल्यापासून ते एकत्र येतील अशी मला काहीशी आशा वाटत होती.

मी माझ्या मनगटावरच्या घड्याळाचं बटण दाबलं आणि मला दिसलं की, रात्रीचे दोन वाजले होते. प्रत्येक स्फोटाच्या आवाजानंतर ॲना मला अजूनच बिलगायची.

"हे सगळं काय चाललंय गॅबी?"

"मला माहीत नाही..."

सकाळी सहाच्या सुमारास गोळीबार थांबला. बाबा अजूनही घरी परत आले नव्हते. आम्ही उठलो, कपडे घालून तयार झालो आणि मग आमची दप्तरं भरली. प्रोथेसुद्धा अजून आला नव्हता. आम्ही अंगणामध्येच नाश्त्याची तयारी केली. मी चहा केला. पोपट त्याच्या पिंजऱ्यात कोलांटउड्या मारत होता. मी घराच्या आवारात कोणी दिसतं आहे का ते पाहिलं. तिथे साधं चिटपाखरूदेखील नव्हतं. झामूसुद्धा गायब झाला होता. आमचं खाऊन झाल्यावर आम्ही टेबल आवरलं. मी ॲनाला वेणी घालायला मदत केली. तरीही घरात दुसरं कोणीच नव्हतं. मी फाटकाकडे डोळे लावून बसलो होतो. घरातले सगळे नोकर यायची वेळ झाली होती; पण कुठेच काही हालचाल दिसत नव्हती. आम्ही मुख्य दाराच्या पायरीवर इनोसंट किंवा बाबांची वाट पाहत बसलो. ॲनाने दप्तरातून तिची गणिताची वही काढली आणि पाढे म्हणायला सुरुवात केली. घरासमोरच्या रस्त्यावर एकही वाटसरू किंवा वाहन दिसत नव्हतं. काय घडलं होतं? कुठे गेले होते सगळे? आसपास कुठूनतरी अभिजात संगीताचे स्वर कानावर पडत होते. तो गुरुवारचा दिवस होता; पण आजूबाजूचा परिसर मात्र रविवारी सकाळी असतो त्यापेक्षाही जास्त शांत होता.

शेवटी एकदाची एक गाडी येताना दिसली. मी पजेरोच्या हॉर्नचा आवाज ओळखला आणि फाटक उघडण्यासाठी धावलो. बाबांचा चेहरा गंभीर होता आणि त्यांच्या डोळ्यांखाली काळी वर्तुळं तयार झाली होती. त्यांनी गाडीतून उतरून आमची विचारपूस केली. मी मानेनेच सगळं ठीक असल्याची खूण केली; पण ॲना फुरंगटून बसली होती. रात्रभर आम्हाला एकटं सोडून गेल्याबद्दल ती त्यांच्यावर नाराज होती. बाबा दिवाणखान्यापर्यंत झपाझप चालत आले आणि त्यांनी रेडिओ लावला. आम्हाला बाहेर ऐकू येणारे अभिजात संगीताचे तेच स्वर रेडिओवर ऐकू आले. बाबा डोक्याला हात लावत म्हणले, "श्या! श्या! श्या!"

नंतर मला समजलं की, राज्यक्रांतीनंतर सत्तांतर होत असताना अभिजात संगीत लावण्याची प्रथा होती. २८ नोव्हेंबर १९६६ रोजी मिशेल मीकोमबेरोच्या वेळी शुबेर्टचं सॉनेट पियानो क्र. २१ वाजलं होतं आणि ९ नोव्हेंबर १९७६ रोजी जॉन-बॅप्टिस्ट बागाझाच्या वेळी बिथोवेनची सिंफनी क्र. ७, ३ सप्टेंबर १९८७ रोजी पिएर बुयोयाच्या वेळी शॉपँच बोलेरो ऑन दो माजर.

त्या दिवशी, म्हणजे २१ ऑक्टोबर १९९३ रोजी आम्हाला वॅग्नरचं क्रेप्युस्क्युल द दियं ऐकायला मिळालं होतं. बाबांनी एक जाड साखळी आणि बऱ्याच कुलपांच्या साहाय्याने फाटक लावून घेतलं. त्यानंतर चुकून घरात शिरणाऱ्या गोळ्यांच्या भीतीने त्यांनी आमच्या गाद्या वऱ्हांड्यात घातल्या. आम्ही संपूर्ण दिवसभर जमिनीवर आडवे पडून राहिलो होतो. तो सगळा प्रसंग काहीसा मजेशीर होता. आमच्या स्वतःच्याच घरात आम्हाला छावणीमध्ये राहिल्यासारखं वाटत होतं.

नेहमीप्रमाणे बाबांनी फोन करण्यासाठी खोलीत स्वतःला कोंडून घेतलं. दुपारी तीनच्या सुमारास मी आणि ॲना पत्ते खेळत असताना आणि बाबा त्यांच्या खोलीत फोनवर बोलत असताना मला स्वयंपाकघरातून ओरखडे काढल्यासारखा आवाज आला. मी हळूच बघायला गेलो. जिनो धापा टाकत गजांआड उभा होता. मी कुजबुजलो,

"मी तुझ्यासाठी दार उघडू शकत नाही, बाबांनी घराला दोन-दोन कुलपं लावली आहेत. तू कसा काय आतमध्ये आलास?"

"कुंपणाच्या वरून आलो. तसंही मी फार वेळ थांबणार नाही. तुला बातमी समजली का?"

"हो. मला माहीत आहे. हिंसक राज्यक्रांती झाली. आम्हाला अभिजात संगीत ऐकू आलं."

"लष्कराने नवीन राष्ट्राध्यक्षांचा खून केला."

"काय? माझा विश्वासच बसत नाही... घे शप्पथ."

"शप्पथ! एका कॅनेडियन पत्रकाराने बाबांना सांगायला फोन केला होता. तो एक लष्करी हल्ला होता. त्यांनी राष्ट्रीय विधानसभेच्या अध्यक्षांना आणि इतर सरकारी अधिकाऱ्यांनाही मारून टाकलं... असं म्हणतात की, देशात सगळीकडे कत्तली सुरू झाल्या आहेत आणि तुला सगळ्यात एक भारी गोष्ट माहीत आहे का?"

"नाही! अजून काय आता?"

"आत्तीला पळून गेला!"

"आत्तीला, म्हणजे फॉन गोटझेन मॅडमचा घोडा?"

"हो! कमालच आहे, नाही? रात्री तोफेचा एक गोळा घोड्यांच्या तबेल्याजवळ राष्ट्रपती निवासामागे पडला. एका इमारतीला आग लागली. सगळे घोडे घाबरले, आत्तीला बिथरला, पुढच्या दोन पायांवर उभं राहून तो वेड्यासारखा खिंकाळत सुटला, त्याने त्याच्या समोरच्या दरवाजावर लाथा मारायला सुरुवात केली, मग त्याने कुलूप तोडलं आणि अडथळ्यावरून उडी मारून शहरात कुठेतरी पसार झाला. आज सकाळी तू फॉन गोटझेन मॅडमना पाहायला हवं होतंस... त्या रडूनरडून डोळे सुजलेल्या अवस्थेमध्ये, केस कुरळे करण्यासाठी लावलेल्या नळ्या डोक्यावर तशाच ठेवून आणि झोपण्याच्या कपड्यांमध्येच सकाळी आमच्याकडे आल्या होत्या. कसली मज्जा! त्या माझ्या बाबांकडे त्यांच्या ओळखी वापरून त्यांचा हरवलेला घोडा शोधण्यासाठी मदत मागायला आल्या होत्या आणि माझे बाबा परत परत त्यांना सांगत होते, हिंसक राज्यक्रांती झाली आहे फॉन गोटझेन मॅडम, मी तुमची काहीच मदत करू शकत नाही, आपल्या देशाचा राष्ट्राध्यक्षसुद्धा स्वतःची

मदत करू शकला नाही. तरीसुद्धा त्या पुनःपुन्हा विनवण्या करत होत्या. आत्तीलाचा शोध घ्यायला हवा. संयुक्त राष्ट्र समिती, व्हाइट हाउस, क्रेमलिन, कोणाशीतरी संपर्क साधा! राष्ट्राध्यक्षांचा खून झाला, त्याचं तिला काहीच वाटत नव्हतं; ती फक्त तिच्या घोड्याविषयी बोलत होती. वर्णद्वेषी म्हातारी कुठली! हे इथे येऊन वसलेले गोरे लोक खरंतर माझ्या डोक्यात जातात, जणूकाही यांच्या पाळीव प्राण्यांचा जीव माणसांपेक्षासुद्धा महत्त्वाचा असतो. बरं चल, आता मी जातो गॅबी; मला निघायला हवं. पुढे काय काय घडलं ते सगळं नंतर सांगतो.''

जिनो पळतपळत घरी गेला. त्या सगळ्या प्रसंगांबद्दल त्याला फारच उत्साह वाटत होता, म्हणजे अशा गंभीर घटना घडल्याबद्दल त्याला जवळजवळ आनंदच वाटत होता. मी हरवून गेलो होतो. मला सगळं समजून घ्यायला त्रास होत होता. राष्ट्राध्यक्षांचा खून... एनदादायेच्या विजयाच्या दिवशीचे बाबांचे शब्द मला आठवले : आज ना उद्या त्यांना या अपमानाची किंमत मोजावी लागेल...

त्या संध्याकाळी आम्ही लवकर झोपलो. बाबा नेहमीपेक्षा जास्त सिगारेटी ओढत होते. त्यांनी स्वतःची गादीसुद्धा व्हरांड्यात घातली होती आणि गाढ झोपलेल्या ॲनाच्या केसांना कुरवाळत ते रेडिओ ऐकत बसले होते. खोलीचा आकार दाखवणाऱ्या मेणबत्तीच्या मंद प्रकाशात आम्ही बसलो होतो.

साधारण नऊ वाजता अभिजात संगीत वाजायचं थांबलं. एक प्रवक्ता फ्रेंच भाषेत बोलू लागला. दर दोन वाक्यांमध्ये तो एकदा घसा खाकरात होता, त्याच्या आवाजातला एकसुरीपणा प्रसंगाच्या गांभिर्याशी विरोधाभास निर्माण करत होता. तो एखाद्या स्थानिक व्हॉलिबॉलच्या स्पर्धेचे निकाल जाहीर करत आहे असंच वाटत होतं. राष्ट्रीय परिषदेने देशाच्या सुरक्षिततेसाठी काही निर्णय घेतले आहेत : संपूर्ण देशभर संध्याकाळी सहा वाजल्यापासून सकाळच्या सहा वाजेपर्यंत संचारबंदी, सीमा बंदी, जिल्ह्याबाहेर ये-जा करण्यास बंदी, तीनपेक्षा अधिक लोकांचा जमाव करण्यास बंदी आहे. परिषदेने सगळ्यांना शांतता पाळण्याचे आवाहन केले आहे... यादी संपायच्या आत मला झोप लागली. ज्वालामुखीच्या उद्रेकामुळे गंधकाच्या वाफेने तयार झालेल्या तरंगणाऱ्या छोट्या उबदार ढगावर मी शांतपणे झोपलो आहे असं मला स्वप्न पडलं.

। सतरा ।

आम्ही बरेच दिवस घराबाहेर न पडता व्हरांड्यात झोपून राहिलो. फ्रान्सच्या दूतावासामधल्या एका पोलीस अधिकाऱ्याने बाबांना आधीच फोन करून, अजिबात घराबाहेर न पडण्याचा सल्ला दिला होता. आई शहरातल्या टेकडीवरच्या उंच भागामध्ये राहणाऱ्या एका मैत्रिणीकडे राहत होती. ती तिथून रोज फोन करून, बातम्या जाणून घ्यायची. देशामध्ये मोठ्या प्रमाणात होणाऱ्या हत्यांबद्दल रेडिओवर बातम्या सांगत होते.

एक आठवड्यानंतर शाळा पुन्हा सुरू झाली. शहरात विचित्र शांतता पसरली होती. काही दुकानं उघडली होती; पण सरकारी अधिकाऱ्यांनी त्यांचं काम अद्याप सुरू केलं नव्हतं आणि मंत्री अजूनही परदेशी दूतावासांत आणि शेजारच्या देशांमध्ये आश्रय घेत होते. राष्ट्रपती भवनासमोरून जाताना मला मोडतोड झालेली भिंत दिसली. तेवढ्याच काय त्या युद्धाच्या खुणा शहरात दिसत होत्या. खेळाच्या मैदानावर मुलं एकमेकांना त्या रात्रीच्या राज्यक्रांतीबद्दल, गोळीबार आणि तोफांच्या आवाजांबद्दल, राष्ट्राध्यक्षांच्या हत्येबद्दल आणि व्हरांड्यात घातलेल्या अंथरुणाबद्दल सांगत होती. मात्र, कोणालाच भीती वाटत नव्हती.

शहरातील मध्यवस्तीतल्या निवासी भागांमध्ये राहणाऱ्या आमच्यासारख्या विशेष मुलांसाठी युद्ध म्हणजे केवळ एक शब्द होता. आमच्या कानांवर बऱ्याच गोष्टी पडल्या होत्या; पण आम्ही प्रत्यक्ष काही पाहिलं नव्हतं. आमच्या मेजवान्या, प्रेम, महागड्या वस्तू, फॅशन, आमचं आयुष्य पूर्वीसारखंचच चालू होतं. आमच्या घरातले नोकरचाकर, आई-बाबांकडे काम करणारे कर्मचारी, गरीब वस्तीमध्ये राहणारे लोक, ग्रामीण बुजूम्बुरामधले रहिवासी, देशाच्या आतल्या भागांमधले लोक, कुठल्याच दूतावासाकडून सुरक्षिततेच्या काहीच सूचना न मिळणारे लोक, घराची राखण करणारा रखवालदार नसलेले लोक, मुलांना शाळेपर्यंत सोडणारा वाहनचालक दिमतीला नसलेले लोक, चालत, सायकलवर किंवा सार्वजनिक बससेवेमधून

इकडेतिकडे फिरणारे लोक अशा सगळ्या लोकांना त्या घटनांची झळ पोहोचत होती.

मी शाळेतून परत आलो, तेव्हा प्रोथे स्वयंपाकघरातल्या टेबलावर वाटाण्याच्या शेंगा सोलत होता. त्याने एनदादायेला मत दिलं होतं आणि तो जिंकला, तेव्हा प्रोथेला खूप आनंद झाला होता हे मला माहीत होतं. मी त्याच्याकडे बघण्याचंही धाडस करू शकलो नाही.

"प्रोथे, कसा आहेस तू?"

"गाब्रिएल साहेब, मला क्षमा करा; पण मी बोलण्याच्या मनःस्थितीत नाही. त्यांनी सगळ्या आशा संपवून टाकल्या आहेत एवढंच मी म्हणेन. खरंच, त्यांनी काहीच आशा शिल्लक ठेवल्या नाहीत..."

मी स्वयंपाकघरातून बाहेर आलो तरी तो ते एकच वाक्य पुनःपुन्हा म्हणत होता.

जेवण झाल्यानंतर डोनासीएन आणि इनोसंट दोघे मला शाळेमध्ये सोडायला आले.

वाटेत मुहा नदीवरच्या पुलाजवळ लष्कराची गाडी आमच्या शेजारून गेली.

"ते बघा ते सैनिक." त्रासलेल्या स्वरात डोनासीएन म्हणाला, "त्यांचं त्यांनाच कळत नाही की, ते काय करत आहेत. आधी ते राज्यक्रांती घडवून आणतात, राष्ट्रपतींची हत्या करतात आणि आता जनता पेटून उठल्यावर, देशात ज्वाळा आणि रक्त पसरल्यावर परत मागे जात त्यांनी स्वतः पेटवलेली आग सरकारने शमवण्याची अपेक्षा करत आहेत. बिचारी आफ्रिका... देवच आता आपल्या मदतीला येवो."

इनोसंट काहीच बोलत नव्हता, तो समोर रस्त्याकडे बघत गाडी चालवत होता.

त्यानंतर दिवस पटापट जात होते. संचारबंदीमुळे प्रत्येकाला सहा वाजायच्या आत, रात्र व्हायच्या आत घरी परत येणं बंधनकारक होतं. रात्री आम्ही रेडिओवरच्या भयानक बातम्या ऐकत, सूप प्यायचो. मी मौनाचे, न उच्चारलेल्या शब्दांमागचे, सूचित केलेल्या गोष्टींचे आणि भाकीत केलेल्या वक्तव्यांचे अर्थ यांबद्दल विचार करू लागलो होतो. कुजबुजीवर आणि कोड्यांवर देश उभा होता. अवतीभोवती काही अदृश्य तडे, उसासे आणि मला न समजणाऱ्या नजरा होत्या.

दिवस जात होते आणि देशात युद्ध तीव्रतेने पेट घेतच होतं. गावंच्या गावं उद्ध्वस्त होत होती, पेटवली जात होती, शाळांवर हातबॉम्ब फेकले जात होते, आतमधले विद्यार्थी जिवंत जाळले जात होते. हजारोंच्या संख्येने लोक आपला जीव वाचवण्यासाठी रवांडा, झैर किंवा टांझानियाला पळून जात होते. बुजूम्बुरा- भोवतालच्या

परिसरामध्ये चकमकी होत असल्याच्या बातम्या आमच्या ऐकिवात होत्या. रात्री आम्हाला लांब कुठेतरी गोळीबार झाल्याचे आवाज ऐकू यायचे. प्रोथे आणि डोनासीएन राहत असलेल्या भागांमध्ये लष्कर कसून चौकशी करत होतं, त्यामुळे ते दोघं अनेकदा कामावर यायचे नाहीत. आमच्या घराच्या आतील भागात असलेल्या शांततेतून बघितलं तर ते सगळं अवास्तव भासत होतं. नेहमीप्रमाणे आमची गल्ली शांतपणे डुलक्या घेत होती. दुपारच्या वामकुक्षीच्या वेळी फांद्यांवर बसलेल्या पक्ष्यांचा चिवचिवाट ऐकू यायचा, वाऱ्याच्या झुळकेने झाडांवरची पानं डुलायची, अंजिराचे अवाढव्य वंदनीय वृक्ष गार, सुखद सावली द्यायचे. काहीच बदललं नव्हतं. आमचे खेळ आणि शोधमोहिमा चालूच होत्या. मुसळधार पाऊस परत सुरू झाला होता. वृक्ष-वनस्पती हिरव्यागार रंगाने बहरले होते. झाडं पिकलेल्या फळांच्या वजनांनी वाकली होती आणि नदी दुथडी भरून वाहत होती.

एका दुपारी, हातात काठी घेऊन अनवाणी पायांनी आम्ही पाचजण आंबे शोधत भटकत होतो, तेव्हा आम्ही गल्ली पूर्णपणे पिंजून काढलेली असल्यामुळे जिनोने अजून थोडं लांबपर्यंत जाण्याचा प्रस्ताव मांडला. आम्ही फ्रान्सिसच्या घराच्या कुंपणासमोर पोहोचलो. माझ्या मनात वाइटाची चाहूल लागली.

''इथे नका थांबू, काहीतरी गडबड होणार आहे.''

''गप, घाबरटासारखा वागू नकोस गॅबी.'' जिनो म्हणाला, ''हे आंब्याचं झाड आपल्यासाठीच आहे.''

अरमंड आणि जुळ्या भावांनी एकमेकांकडे साशंक नजरेने पाहिलं; पण जिनोने आपला हट्ट चालूच ठेवला. आम्ही हळूहळू दबक्या पावलांनी वाळूच्या वाटेवरून पुढे गेलो. त्याच्या घराला फाटक नसल्यामुळे घराच्या आवारात शिरणं तसं सोपं होतं. आत गेल्यावर एका चढावर जीर्ण झालेल्या भिंतींचं घर होतं. व्हरांड्यातल्या प्लॅस्टर ऑफ पॅरिसच्या फॉल्स सीलिंगवर तेथील दमटपणामुळे वर्तुळं तयार झालेली होती. संपूर्ण बागेवर आंब्याच्या झाडाच्या फांद्या पसरल्या होत्या. आम्ही घराच्या जवळ गेलो. खिडकीच्या गजांच्या आतल्या बाजूला असलेल्या मळकट मच्छरदाणीमुळे घराच्या आतमधला भाग फारसा काही स्पष्ट दिसत नव्हता. घराचे दरवाजे बंदच होते आणि सगळीकडे शांतता होती. आम्ही झाडाच्या बुंध्यापाशी थांबलो आणि जिनोने एक आंबा पाडला, मग दोन आणि तीन. त्याने काठीने झाडाची पानं हलवल्यामुळे धनेश पक्ष्यांच्या थव्याला जरासा धक्का लागला. मी सावध होतो.

अचानक, मला धुळीने माखलेल्या डासांसाठीच्या जाळीमागे चोरपावलांनी एक सावली हलताना दिसली. 'थांबा!' आम्ही सगळेजण एकदम स्तब्ध झालो आणि घराकडे निरखून पाहू लागलो. पुन्हा एकदा सगळं शांत झालं. बागेच्या टोकाला वाहणाऱ्या मुहा नदीच्या खळखळाटाशिवाय काहीच ऐकू येत नव्हतं. जिनोने मग

पुन्हा आंबे पाडायला सुरुवात केली. अरमंड त्याला उत्तेजन देत होता आणि दरवेळी आंबा गवतावर पडला की, नाचत होता. आमचे जुळे मित्र आणि मी आजूबाजूला लक्ष ठेवून होतो. आमच्या मागे एक पक्षी उडाला, त्याच्या पंखांची फडफड आम्हाला ऐकू आली. आम्ही मान वळवून पाहिलं. अरमंड आणि जुळे मित्र सगळ्यात आधी रस्त्याच्या दिशेने प्रकाशाच्या वेगाने पळून गेले.

मग जिनो पळू लागला आणि मीसुद्धा त्याच्या पाठोपाठ निघालो. घराच्या बाजूबाजूने मुहा नदीकडे जाणाऱ्या उतारावरून आम्ही धूम ठोकली. मला सावज असल्याप्रमाणे भीती वाटत होती. फ्रान्सिस खरंच आमचा पाठलाग करतोय याची मला खात्री नव्हती, म्हणून मी मागे वळून पाहिलं. माझ्या तोंडावर त्याच्या बुक्कीचा मार बसला आणि मी रस्त्यातल्या खडीवर कोसळलो. त्यानंतर गांधील माश्यांच्या झुंडीने हल्ला करावा त्याप्रमाणे एकापाठोपाठ एक अशा बुक्क्या माझ्या चेहऱ्यावर बसत गेल्या. जिनो आरडाओरडा करत, मला वाचवण्याचा प्रयत्न करत होता. मी माझ्यापासून काही सेंटिमीटर अंतरावर त्यालाही खाली कोसळताना पाहिलं. फ्रान्सिस एका हाताने आम्हाला नदीच्या काठापर्यंत फरफटत घेऊन गेला आणि मुहा नदीच्या त्या गढूळ करड्या रंगाच्या पाण्यामध्ये आमची डोकी बुडवली. मला श्वासच घेता येत नव्हता. पाण्याच्या तळाशी असलेल्या दगडांना माझा चेहरा घासत होता. मी स्वतःला सोडवण्याचे अतोनात प्रयत्न केले; पण फ्रान्सिसचा हात म्हणजे माझी मान चिरडणारी पक्कड होती. तो जेव्हा माझं डोकं पाण्याच्या बाहेर काढायचा, तेव्हा मला त्याची अर्धवट वाक्ये ऐकू यायची. "चोरी करणं चांगलं नसतं. तुमच्या आई-बापांनी तुम्हाला हे शिकवलं नाही वाटतं, अं?" आणि मग पुन्हा एकदा त्याच्या मला बधिर करणाऱ्या संतापाने, आधी माझं डोकं आणि मग माझं संपूर्ण शरीर पाण्यात बुडवायचा.

मला सगळं अस्पष्ट दिसत होतं. एखादी फांदी, बोटींना मार्गदर्शन करण्यासाठी ठेवलेली तरंगणारी खूण किंवा मनाला उभारी देणारी आशा असं काहीतरी घट्ट धरून ठेवण्यासाठी म्हणून मी जिवाच्या आकांताने हात हलवत होतो. नदीच्या तळाशी एखादा गुप्त दरवाजा किंवा बाहेर पडण्याचा मार्ग शोधावा तसा मी नखांनी जमीन उकरत होतो. माझ्या कानांत आणि नाकात पाणी शिरत होतं आणि मला बारीक आवाजातलं बोलणंदेखील ऐकू येतच होतं; पण मला पाण्याखाली धरून ठेवणाऱ्या घट्ट पकडीमुळे तो आवाज अगदी नाजूकपणे येत होता. "बिघडलेली टवाळखोर पोरं कुठली! आता मी तुम्हाला शिकवतो चांगल्या सवयी म्हणजे काय असतं ते." फ्रान्सिस मला गुदमरवून टाकून, जणूकाही बेशुद्ध पाडण्याचा प्रयत्न करत होता. माझं कपाळ जमिनीवर आपटत होतं. लवकरात लवकर मला हवेतील श्वास घेता यावा अशी माझी एकमेव धडपड होती. कुठे होती ती हवा? आता माझी फुफ्फुसं

गुदमरत होती, आक्रसत होती. भीतीने माझं हृदय धडधडत होतं; तोंडावाटे माझा जीव जाण्याची वेळ आली होती. मला दुरून कुठूनतरी माझ्याच अस्पष्ट किंचाळण्याचा आवाज येत होता. मी आई आणि बाबांना हाका मारत होतो. कुठं होते ते दोघं? फ्रान्सिस काही चेष्टा करत नव्हता. नक्कीच! त्याला माझा जीव घ्यायचा होता, म्हणजे हिंसा हिंसा म्हणतात ती हीच होती का? आश्चर्य आणि भीतीने आयुष्य काबीज करणं म्हणजे हिंसा होती का? तो माझं डोकं एका झटक्यात नदीच्या बाहेर काढायचा आणि मला त्याचं बोलणं ऐकू यायचं, "तुमच्या आया म्हणजे गोऱ्या लोकांच्या वेश्या आहेत!" आणि पुन्हा एकदा मी ते गढूळ पाणी प्यायचो. हळूहळू माझे थकलेले स्नायू शिथिल होत गेले. परिस्थितीचा स्वीकार करत, फ्रान्सिसचा आवाज ऐकतऐकत नकळतपणे त्या दहा सेंटिमीटर पाण्यात मी स्वतःला सोडून दिलं. माझ्या मनात भीती आणि शरणागती, तर त्याच्या मनात ताकद आणि हिंसा या भावना होत्या.

पण जिनो काही बुडून मरायला तयार नव्हता. तो स्वतःला वाचवायला त्याची संपूर्ण ताकद पणाला लावत होता. पाणी आणि फ्रान्सिसची बोलणी असं दोन्ही नाकारत होता. तो अजून पुढचं पाहत होता. त्याला नोव्हेंबरमध्ये आणखी आंबे पाडायचे होते, केळीच्या पानांच्या होड्या करून नदीत सोडायच्या होत्या. आयुष्यात नवीन असलेल्या त्या हिंसेने तो बधिरही झाला नाही आणि अचंबितही झाला नाही. त्याने तिला आव्हान दिलं. त्याचा जीव फ्रान्सिसच्या हातात असूनसुद्धा तो त्याला तोडीस तोड उत्तर देत होता. तो त्याला प्रतिकार करत होता, टोमणे मारत होता; उलट उत्तरे देत होता. मी हळूच चाकाच्या फुगलेल्या ट्यूबप्रमाणे सुजलेल्या त्याच्या मानेवरच्या रक्तवाहिन्या बघितल्या. "माझ्या आईचा अपमान करू नकोस! माझ्या आईचा अपमान करू नकोस!" तेवढ्यात मला माझ्या मानेवरचा जोर जरा कमी झाल्याचं जाणवलं. फ्रान्सिस जिनोची वाढणारी ताकद रोखण्याचा प्रयत्न करत होता. त्यासाठी त्याला त्याचे दोन्ही दंड, दोन्ही हात आणि जिनोच्या पाठीवर टेकवलेल्या दोन्ही गुढघ्यांची गरज होती. मी श्वास घेऊन माझ्या फुफ्फुसांपर्यंत थोडी हवा पोहोचवली. आधी थोडा वेळ रांगलो आणि मग माझी पाठ जमिनीवर कोसळली. मी तोंडातलं पाणी थुंकलं. त्या निळ्या आकाशात खूपच प्रखर उजेड होता. सूर्याच्या प्रखर प्रकाशामुळे मी डोळे मिटून घेतले आणि रांगतरांगत जाऊन जमिनीवर पडलेल्या केळीच्या खोडावर डोकं टेकवलं. माझ्या एका कानात दडा बसला होता.

"कोणालाही माझ्या आईचा अपमान करण्याचा हक्क नाही!" जिनो पुनःपुन्हा सांगत होता.

"मला तो हक्क आहे. तुझी आई वेश्या आहे."

मी जिथे हार पत्करणार होतो, त्याच गढूळ पाण्यात फ्रान्सिस जिनोचं डोकं पुनःपुन्हा बुडवत होता. वास्तविक ती दुपारच्या वामकुक्षीची वेळ होती. कडक ऊन पडलं होतं. रस्त्यावर कोणी चिटपाखरूदेखील नव्हतं. पुलावर एकही गाडी नव्हती. मी डोकं टेकवलं होतं ते केळीच्या झाडाचं साल मऊ स्पंजासारखं होतं. मी पुन्हा एकदा नाका-तोंडातलं पाणी थुंकलं आणि घाबरत घाबरत काही शब्द उच्चारले. एखाद्या धोब्याने मळलेले कपडे हवा-पाण्याच्या गप्पा मारतमारत पाण्यात बुचकळून काढावेत तसं फ्रान्सिस न थांबता जिनोचं डोकं नदीत बुडवत होता. फ्रान्सिसच्या प्रत्येक वाक्याच्या शेवटी जिनोचं डोकं नदीच्या पाण्याच्या फेसामध्ये दिसेनासं व्हायचं.

"मग? आहे कुठे तुझी रांड आई? आम्ही कोणी तिला कधीच पाहिलं नाही..." जिनो त्याच्या छातीत कसेबसे काही श्वास साठवायचा आणि पुन्हा मासे पकडायला वापरतात तशा आकड्यासारखा पाण्यावर तरंगताना दिसायचा. पाण्याखालून तो ओरडत होता; त्यामुळे त्याच्या डोक्याभोवती पाण्याचे भोवरे तयार होत होते. "कुठे आहे तुझी रांड आई?" दरवेळी फ्रान्सिसने असं केल्यावर जिनो आणखी गुदमरून जायचा आणि त्याने जिनोला सोडून द्यावं म्हणून मी अधिकच आरडाओरडा करायचो आणि फ्रान्सिस अजूनच जोमाने पुन्हा एकदा तोच प्रश्न विचारून पुनरावृत्ती करायचा. आता जिनोचीही ताकद संपत आली होती. तो हार मानू लागला होता.

अखेरीस मी जेव्हा उठलो आणि फ्रान्सिसला थांबवण्यासाठी पुरेसं धाडस गोळा करू शकलो, तेव्हा जिनो अडखळत म्हणाला "मेली." मी तो शब्द अगदी स्पष्ट ऐकला. हलकेच हुंदके देत तो पुन्हा एकदा म्हणाला, "माझ्या आईचा मृत्यू झाला."

पुलावर काळी टोपी घातलेला, डोक्यावर इंद्रधनुष्याच्या रंगांची छत्री धरलेला एक म्हातारा माणूस कठड्यापाशी उभा होता. त्याच्या छत्रीचं टोक नाताळच्या चांदणीसारखं चमकत होतं. लहान मुलांना नदीवर खेळताना बघायला म्हाताऱ्या माणसांना आवडतं. त्यांना माहीत असतं की, त्यांना स्वतःला परत कधीच असं खेळता येणार नाही. फ्रान्सिसने त्याला हात केला. त्याने काहीच प्रतिउत्तर दिलं नाही. त्याने एक क्षण आमच्याकडे पाहिलं आणि मग हळूहळू पावलं टाकत त्याच्या डोक्यावरची काळी टोपी आणि रंगीबेरंगी छत्री यांच्यासह पुढे चालू लागला. फ्रान्सिस माझ्यासमोर येताच मी मागे झालो; पण माझ्याकडे न पाहता तो तिथून निघून गेला. मी जिनोजवळ गेलो. नदीकाठी बसून तो रडत होता. गुढघ्यांवर डोकं ठेवून त्याच्या ओल्या कपड्यांमध्ये तो हुंदके देत होता. आजूबाजूचा परिसर अधिकच शांत भासत होता. आमच्या समोर वाहणाऱ्या मुहा नदीच्या पाण्यामध्ये या सगळ्याविषयी एक

क्रूर अलिप्तता होती. मी त्याचं सांत्वन करण्यासाठी त्याच्या खांद्यावर हात ठेवला. जिनोने मला दूर ढकललं आणि मग अचानकपणे उठून रस्त्याच्या दिशेने निघून गेला.

मी तिथेच पाण्याशेजारी बसून राहिलो. माझ्या कानाचा दडा सुटला होता आणि हळूहळू पुन्हा वाहनांचे आवाज ऐकू येऊ लागले. चायनीज सायकलीच्या घंटा, चिकणमातीच्या पायवाटेवर घासणाऱ्या चपलांचे आवाज आणि गरम डांबरी रस्त्यावर होणाऱ्या मिनीबसच्या चाकांचे आवाज. सगळं पुन्हा एकदा जिवंत झालं होतं. पुलावर हालचाल दिसू लागली होती. माझ्या आतमध्ये रागाचा पारा चढत होता. माझ्या तोंडातून रक्त येत होतं आणि माझ्या हातांना आणि गुडघ्याला खरचटलं होतं. मी माझ्या जखमा मुद्दा नदीमध्ये धुवून टाकल्या.

माझ्यातला संताप मला माझ्यातल्या भीतीचं वाढणं थांबवण्यासाठी तिच्यावर मात करायला सांगत होता. ही भीती मला अनेक गोष्टींचा त्याग करायला लावायची. मी फ्रान्सिसला सामोरं जायचं असं ठरवलं. मी परत त्याच्या बागेत आमचे गळ आणण्यासाठी गेलो. तो दरवाजाच्या उंबरठ्यावर बसला होता. मी जवळ जाताच त्याने मला घाबरवलं, तरीही मी पुढे चालत राहिलो. माझ्या जिभेवर रक्ताची खारट चव लागत होती. मी थांबलो आणि त्याच्याकडे नजर रोखून पाहिलं, बराच वेळ. त्याच्या चेहऱ्यावर उन्मत्त हसू होतं; पण तो जरादेखील जागचा हलला नाही. मुख्य दरवाजाबाहेरच्या पायरीवर तो थांबून राहिला. माझं डोकं नदीत बुडालेलं असताना मला त्याची भीती वाटत होती; पण आता नाही. माझ्या तोंडात रक्ताची चव होती; पण जिनोच्या रडण्यापुढे ते काहीच नव्हतं. रक्त गिळलं की त्या चवीचा विसर पडायचा; पण जिनोचे अश्रू? भीतीची जागा आता रागाने घेतली होती. पुढे काय घडेल याची कोणतीच भीती माझ्या मनात उरली नव्हती. मी आमचे गळ घेतले आणि आंबे तिथेच सोडून दिले. ते आंबे कदाचित कोणीच घेतले नसते. मला हे माहीत होतं; पण ते महत्त्वाचं नव्हतं. माझा राग इतका वाढला होता की, ते आंबे तिथल्या हिरव्यागार गवतावर सडून गेले असते तरी मला काही फरक पडला नसता.

। अठरा ।

त्या दिवसापासून जिनो मला टाळत होता. नदीवर जे काही घडलं होतं त्याबद्दल अरमंड आणि आमच्या जुळ्या मित्रांना काहीच कल्पना नव्हती. आम्हीसुद्धा त्यांच्यासारखेच फ्रान्सिसच्या तावडीतून निसटलो होतो असं मी त्यांना वाटू दिलं; पण जिनोचे अश्रू काही केल्या मी विसरू शकत नव्हतो. खरंच त्याच्या आईचा मृत्यू झाला होता का? अजूनतरी मी त्याला हा प्रश्न विचारण्याचं धाडस करू शकलो नव्हतो. पावसाळ्यातील आभाळासारखे एकामागून एक आठवडे जात होते. प्रत्येक दिवस स्वतःबरोबर येताना वेगवेगळ्या अफवा, हिंसेच्या बातम्या आणि सुरक्षेचे नियम घेऊन यायचा. देशात अद्यापही राष्ट्रपती नव्हता आणि सरकारमधला एक गट अजूनही अज्ञातवासात राहत होता; पण कॅब्रेमध्ये मात्र लोक बिअर पीत होते, शेळीचं मांस खात होते; जणू ते उद्याच्या चिंतेपासून दूर पळून जात होते.

राजधानीवर एका नवीन घटनेने कब्जा केला होता. लोक त्या दिवसांना शहरव्यापी बंद असं संबोधत होते. अमुक एका दिवशी किंवा सूचित केलेल्या दिवसांमध्ये लोकांनी घराबाहेर पडू नये अशा संदेशाची पत्रकं शहरात वाटली जात होती. अशा हालचालींना सुरुवात झाली की, तरुणांचे काही गट कायदा अंमलबजावणी संस्था हातात घेऊन, रस्त्यांवर उतरून वेगवेगळ्या भागांतले मुख्य रस्ते अडवायचे आणि दमदाटी करत घराबाहेर पडण्याचं धाडस दाखवणाऱ्या लोकांवर किंवा वाहनांवर दगडफेक करायचे. संपूर्ण शहरभर भीतीचं वातावरण होतं. दुकानं आणि शाळा बंद होत्या. फेरीवाले आणि विक्रेते आपापल्या घरात बसून होते. असा भीतीदायक दिवस उलटून गेला की, मग लोक रस्त्याच्या कडेला पडलेले मृतदेह मोजायचे, रस्त्यांवर पडलेले दगड गोळा करायचे आणि आयुष्य पुन्हा नेहमीप्रमाणे सुरू व्हायचं.

बाबांना दुबळं असल्यासारखं वाटत होतं. एरवी आम्हा मुलांना राजकारणापासून लांब ठेवू पाहणाऱ्या बाबांना देशातली परिस्थिती आमच्यापासून लपवून ठेवणं

शक्य नव्हतं. बाबा थकल्यासारखे दिसत होते. त्यांना मुलं आणि व्यवसाय अशा दोन्ही काळज्या होत्या. मोठ्या संख्येने होणाऱ्या कत्तलींमुळे बाबांना देशाच्या आतल्या भागांमधली त्यांची बांधकामं थांबवावी लागली होती आणि बऱ्याच कामगारांना नोकरीवरून काढून टाकावं लागलं होतं. पन्नास हजार लोकांचे मृत्यू झाले होते असं लोक म्हणत होते.

एका सकाळी मी शाळेत असताना बाबांच्या उपस्थितीत आमच्या घराच्या परिसरात एक घटना घडली. प्रोथे आणि इनोसंटमध्ये हिंसक भांडण पेटलं. नक्की कशावरून वाद झाला ते मला माहीत नाही; पण इनोसंटने प्रोथेवर हात उचलला. अजिबात माफी मागायला तयार नसणाऱ्या आणि सगळ्यांना धमकावणाऱ्या इनोसंटला बाबांनी कामावरून काढून टाकलं.

सततचा तणाव लोकांना चिंताग्रस्त बनवत होता. अगदी लहानातला लहान आवाजसुद्धा त्यांना हळवं करत होता. रस्त्यावरून जाताना आता ते सावधगिरी बाळगत होते, कोणी आपला पाठलाग तर करत नाही ना, याची खात्री करून घेत होते. प्रत्येकजण अतिशय सतर्क होता. एक दिवस भूगोलाचा तास चालू असताना कुंपणाच्या पाठीमागून इंडिपेन्डन्स बुलवार्डवर टायर फुटल्याचा आवाज आला आणि आमच्या शिक्षकांसह वर्गातली सगळी मुलं पटकन टेबलाखाली पोटावर आडवी झोपली.

शाळेमध्ये बुरुंडीयन मुलांचे आपापसांतले संबंध बदलून गेले होते. बदल सूक्ष्म होते; पण मला जाणवले होते. हे बदल दाखवणाऱ्या पुष्कळ गूढ सूचना होत्या; थेट व्यक्त न होता सूचित करणारी बोलणी होती. एखाद्या खेळासाठी किंवा सादरीकरणासाठी गट पाडायची वेळ येताच, लगेचच एक प्रकारची अस्वस्थता जाणवायची. खरं म्हणजे, ज्या दिवशी दोन बुरुंडीयन मुलं मधल्या सुट्टीत मैदानाच्या मागे शिक्षकांची आणि पर्यवेक्षकांची नजर चुकवून मारामारी करताना मला दिसली, निदान त्या दिवसापर्यंत तरी मला काही केल्या तो क्रूर बदल आणि स्पष्टपणे दिसून येणारी ती अस्वस्थता समजत नव्हती. पेटलेल्या भांडणाचा परिणाम म्हणून इतर विद्यार्थी भांडणाऱ्या मुलांच्या समर्थनार्थ वेगाने दोन वेगवेगळ्या गटांत विभागले गेले. एक गट म्हणत होता- घाणेरडे हुतू तर दुसरा गट त्यांना प्रतिउत्तर म्हणून म्हणायचा- घाणेरडे तुत्सी.

त्या दुपारी, आयुष्यात पहिल्यांदाच देशातल्या खोल वास्तवाचा मला प्रत्यय आला. हुतू आणि तुत्सी लोकांमधल्या शत्रुत्वाचा मला साक्षात्कार झाला आणि प्रत्येकाला कुठल्या ना कुठल्या गटात सामील होण्यासाठी भाग पाडणारी ती न ओलांडता येणारी, फूट पाडणारी रेषही दिसली. एखादी व्यक्ती जन्मापासून स्वतःसाठी जसं एक नाव घेऊन येते, तसं ती कुठल्या गटात मोडायची हे तिचा जन्मच

ठरवायचा आणि ही ओळख मग आयुष्यभर तिचा पाठपुरावा करायची. हुतू की तुत्सी? यापैकी काहीतरी एक ओळख. छापा किंवा काटा! एखाद्या आंधळ्याला दृष्टी प्राप्त व्हावी आणि त्याला जग दिसू लागावं, तसं मला हळूहळू लोकांच्या नजरांचे, हावभावांचे आणि त्याआधी कधीच न जाणवलेल्या चालीरीतींचे, अव्यक्त वक्तव्यांचे अर्थ समजू लागले.

युद्ध नेहमी आपल्याला नको असलं तरीही आपल्यासाठी शत्रू निर्माण करतं. खरंतर मला तटस्थ राहायचं होतं; पण ते शक्य झालं नाही. मी माझा भूतकाळ घेऊनच जन्माला आलो होतो. तो माझ्या नसानसांत वाहत होता. मी त्याचा एक भाग होतो.

। एकोणीस ।

पॅसिफिकच्या लग्नासाठी जेव्हा फेब्रुवारीच्या सुट्ट्यांच्या शेवटी मी आई आणि ॲनाबरोबर रवांडाला गेलो, तेव्हा तिथलं वास्तव अधिकच हिंसक असल्याचं आम्हाला समजलं. पॅसिफिकने आम्हाला त्याच्या लग्नाची बातमी एक आठवडाभर आधी सांगितली होती. किगालीमधल्या वाढत्या असुरक्षिततेमुळे घटनांचा वेग वाढला होता. ॲना, आई आणि मी आमच्या कुटुंबाचे प्रतिनिधी म्हणून लग्नाला गेलो होतो. आजी आणि रोझाली बुजूम्बुरामध्येच थांबल्या; त्या आश्रित असल्यामुळे त्यांना प्रवास करता येणं शक्य नव्हतं.

ग्रेगुआर-कायिबंदा विमानतळाबाहेर युसेबी, म्हणजे आईची आत्या आमची वाट पाहत होती. आईपेक्षा वयाने थोडीशीच मोठी असलेली तिची आत्या देश सोडून जाणं मान्य न करता तिथेच राहिली होती. आईला मोठी बहीण नव्हती; त्यामुळे आई तिला तिची मोठी बहीणच मानायची. ती आईएवढीच गोरी होती. कुटुंबातल्या इतर स्त्रियांसारखाच तिचा चेहरादेखील उभट होता. मोठं, गोलाकार कपाळ होतं, कान छोटे होते, मान नाजूक होती. तिच्या पुढच्या दातांमध्ये फट होती आणि ते थोडेसे पुढे आलेले होते तसेच तिच्या नाकावर आणि पापण्यांवर वांग होते. तिने घातलेला पायघोळ काळा, चुरगळलेला स्कर्ट आणि तिच्या जॅकेटला खांद्याजवळ असलेल्या फुगवट्यामुळे ती एखाद्या बुजगावण्यासारखी दिसत होती. ॲना तिच्याकडे एक आठवडा राहिली होती; पण मी तिला पहिल्यांदाच भेटत होतो. भावुक होऊन तिने मला जवळ घेतलं, तिच्या मऊ त्वचेला शिया बटरचा सुगंध येत होता.

किगालीमध्ये मध्यवस्तीतल्या घरात विधवा युसेबी तिच्या पाच ते सोळा वयोगटातल्या ख्रिस्तेल, ख्रिस्तियान, ख्रिस्टिओन आणि ख्रिस्तीन अशा चार मुलांना एकटी वाढवत होती. युसेबी आत्याच्या मुली घाईघाईने ॲनाकडे गेल्या, त्यांनी तिला अजिबात नजरेआड होऊ दिलं नाही. त्यांच्यासाठी ती त्यांची प्रमुख पाहुणी होती. ॲना म्हणजे त्यांच्यासाठी पुढचे काही दिवस जिच्याशी खेळता येईल

अशी जणूकाही बाहुलीच होती. तिच्या सहवासासाठी त्या भांडायच्या आणि त्यांच्यासाठी नवीन असणारे तिचे मुलायम केस विंचरायला मिळावे म्हणून त्यांच्यामध्ये मारामारी व्हायची. त्यांनी आदल्या वर्षीच्या नाताळच्या सुट्टीदरम्यान ॲनाबरोबर काढलेले फोटो त्यांच्या खोलीच्या भिंतीवर लावले होते. ख्रिस्तिओन माझ्याच वयाचा होता आणि तो त्याच्या हसऱ्या डोळ्यांनी माझ्याकडे आनंदाने बघत राहायचा. तो जवळजवळ माझ्या जुळ्या मित्रांइतकाच बडबड्या होता आणि त्याच्याकडे अतुलनीय असं कुतूहल होतं. बुरुंडी, माझे मित्र, माझे आवडते खेळ या सगळ्यांविषयी तो हजार प्रश्न विचारायचा. त्याच्या शाळेच्या फुटबॉलच्या संघाचा तो कर्णधार असल्याचा त्याला अभिमान होता. त्यांच्या दिवाणखान्यातल्या कपाटावर सहज दिसतील असे चषक आणि पदकं ठेवलेली होती; तरीही त्याने ती मला मोठ्या आग्रहाने दाखवली होती. तो ट्युनिशियामध्ये आयोजित केलेल्या पुढच्या आफ्रिका चषकाच्या विचारांनी उतावीळपणे उड्या मारत होता. त्याच्या लाडक्या कॅमेरूनच्या संघाची निवड झाली नसल्यामुळे त्याने नायजेरियाला समर्थन द्यायचं ठरवलं होतं.

रात्रीच्या जेवणाच्या वेळी युसेबी आत्याने असे काही गमतीदार किस्से सांगितले की, आई खूप वेळ वेड्यासारखी हसत सुटली होती. त्या दोघी किशोरवयामध्ये असताना शहराबाहेर मुलींच्या स्काउटदरम्यान घालवलेल्या सुट्ट्यांच्या आठवणी ती खूप रंगवून सांगत होती. कुटुंबाच्या दुःखांचं आणि कठीण प्रसंगांचं रूपांतर ती मजेदार गोष्टींमध्ये आणि साहसी कथांमध्ये करून सांगत होती आणि तिची मुलं मोठ्या प्रेमाने तिला प्रोत्साहन देत, टाळ्या वाजवत, कधी तिची वाक्ये अर्ध्यातून पूर्ण करत तर कधी फ्रेंचमधले शब्द शोधण्यासाठी तिला मदत करत होती. जेवण झाल्यानंतर युसेबी आत्याने झोपायची तयारी करायला सांगितली आणि तिची मुलं लगेचच आनंदाने दंगा करू लागली. बाथरूममध्ये मुली त्यांचा ब्रश एखाद्या माइकसारखा धरून मोठ्या आरशासमोर नाचत आणि गात होत्या. ख्रिस्तिओनने त्याचा रॉजर मिलचा जर्सी झोपताना पायजमा म्हणून घातला. झोपायच्या आधी त्याला त्याच्या खोलीच्या फुटबॉल खेळाडूंच्या चित्रांनी भरलेल्या भिंतीवर टप्पा मारून बॉल खेळायला आवडायचं. तो म्हणायचा की, असं केल्यानंतर त्याला विश्वचषक जिंकल्याचं स्वप्न पडण्याची खात्री होती.

युसेबी आत्याने दिवे बंद केल्यावर दोन मिनिटांच्या आत ख्रिस्तिओनला झोप लागली. मलासुद्धा झोप लागणार इतक्यात मला पॅसिफिकचा आवाज ऐकू आला. मी घाईघाईने दिवाणखान्यात गेलो. मला वाटलं होतं की, तो त्याच्या सैन्याच्या पोशाखात असेल; पण त्याने साधाच पोलोचा टी-शर्ट, जीनची पॅन्ट आणि पांढरे बूट घातले होते. त्याने मला जमिनीवरून उचललं आणि त्याच्या डोक्याच्या वर हात लांब करून उचलून धरलं. ‘‘हे बघ गॅबी! तू किती उंच झाला आहेस! लवकरच

तू तुझ्या मामापेक्षा उंच होशील!'' त्याचा चेहरा अजूनही देवदूतासारखा आणि त्याचं व्यक्तिमत्त्व एखाद्या उत्स्फूर्त कवीसारखं होतं; पण त्याची नजर बदलली होती, गंभीर झाली होती. युसेबी आत्या हातामध्ये किल्ल्यांचा मोठा जुडगा घेऊन, घराचे दरवाजे घट्ट लावून घेण्यात व्यग्र होती. तिने स्वयंपाकघरातून बाहेर येऊन दिवाणखान्यातला दिवा बंद केला. क्षणभरातच छोट्या टेबलावर ठेवलेली मेणबत्ती लायटरच्या ज्योतीने पेटताना दिसली आणि पॅसिफिक आईच्या समोरच्या खुर्चीत बसला. मोठ्या माणसांना आपापसांत चर्चा करायची असल्यामुळे आईने मला झोपायला जायला सांगितलं. मी तिचं ऐकून जड पावलांनी तिथून गेलो; पण पलंगावर जाण्याऐवजी त्यांना मी दिसणार नाही; पण मला ते दिसतील अशा पद्धतीने दारापाठीमागे बोळात थांबून राहिलो. अखेरीस जेव्हा युसेबी आत्या येऊन बसली, तेव्हा पॅसिफिक आईकडे बघत म्हणाला,

''ताई, इतक्या पटकन इथे आल्याबद्दल तुझे खूप खूप आभार! आणि या सगळ्या गोष्टींचं व्यवस्थित नियोजन न करू शकल्याबद्दल कृपया मला क्षमा कर. मी लग्नासाठी अजून थांबू शकत नव्हतो. कारण तुला तर माहीत आहे, ज्यानचं कुटुंब श्रद्धाळू आहे. रितीभाती आणि परंपरा पाळून, गोष्टी ठरलेल्या क्रमानुसार करणारं आहे; त्यामुळे त्यांना बाळाची बातमी सांगायच्या आत आम्हाला लग्न करणं भाग होतं. कळतं आहे ना तुला?'' या प्रश्नावर जोर देत डोळा मिचकावत तो म्हणाला.

आई क्षणभर काहीच बोलली नाही; जणू तिने बरोबर ऐकलं आहे ना, याची ती खात्री करत होती आणि मग आनंदाने ओरडत तिने पॅसिफिकला मिठी मारली. युसेबी आत्याला बातमी आधीच माहीत होती, तिच्या चेहऱ्यावर एक मोठं हसू उमटलं होतं. पॅसिफिकने पटकन स्वतःला आईच्या मिठीतून सोडवलं आणि काळजीयुक्त स्वरात तो म्हणाला, ''कृपा करून खाली बस. मला तुझ्याशी अजून काहीतरी बोलायचं आहे.''

त्याचा चेहरा उदास झाला. त्याने युसेबी आत्याला हनुवटीने खूण केली आणि ती लगेचच उठून खिडकीजवळ गेली, तिने पटकन बाहेर एक नजर टाकली आणि खिडकीच्या पट्ट्या बंद करून, पडदा सरकवला. ती परत येऊन पॅसिफिकच्या शेजारी एका जुन्या नक्षीदार प्लॅस्टिकच्या फ्रेमखाली बसली. त्या फ्रेममध्ये ती, तिचा नवरा आणि तिची मुलं असा स्टुडिओमध्ये काढलेला सुंदर कृष्ण-धवल फोटो होता आणि आश्चर्य म्हणजे त्या फोटोमध्ये ती एकटीच हसत होती. कुटुंबातले बाकीचे सदस्य कॅमेऱ्यासमोर ताठ गोठल्यासारखे उभे होते. पॅसिफिकने त्याची खुर्ची आईच्या खुर्चीच्या इतक्या जवळ सरकवली की, त्याचे पाय आईच्या गुढघ्यांना टेकले. जवळजवळ ऐकू येणार नाही इतक्या हळू आवाजामध्ये तो बोलू लागला.

“इवोन, नीट लक्ष देऊन माझं म्हणणं ऐक. मी तुला आता जे काही सांगणार आहे ते अतिशय महत्त्वाचं आहे. आपल्याला वाटत होती त्यापेक्षा परिस्थिती खूप जास्त गंभीर आहे. आपल्या गुप्तचर संस्थेच्या हाती काही चिंताजनक संदेश लागले आहेत आणि इथे काहीतरी भीषण घडण्याची तयारी सुरू असल्याचे संकेत मिळाले आहेत. जहाल मतवादी हुतूंना आपल्याबरोबर, म्हणजे एफपीआरबरोबर सत्ता वाटून घ्यायची नाही. शांततेचे करार हाणून पाडण्यासाठी वाट्टेल ते करण्याची त्यांची तयारी आहे. त्यांनी विरोधी पक्षातल्या सगळ्या नेत्यांना आणि मवाळ मतवादी हुतूंना संपवण्याचा डाव आखला आहे. त्यानंतर ते तुत्सी लोकांकडे वळणार आहेत...”

तो बोलायचा थांबला आणि त्याने आजूबाजूला नजर फिरवून, कान टवकारून कुठला विचित्र आवाज तर येत नाही ना, याचा कानोसा घेतला. बाहेर ठरावीक अंतराने बेडूक ओरडत होते. पडदे बंद होते तरीसुद्धा रस्त्यावरच्या दिव्याचा मंद केशरी प्रकाश दिवाणखान्यातली वाट उजळत होता. मग त्याने पुन्हा एकदा कुजबुजत त्याचं बोलणं सुरू केलं,

“संपूर्ण देशभर मोठ्या संख्येने हत्या होणार असल्याची आम्हाला भीती आहे. पूर्वी घडलेल्या कत्तली केवळ रंगीत तालीम वाटतील एवढ्या मोठ्या प्रमाणावर या वेळी हत्या घडण्याची भीती आहे.”

मेणबत्तीच्या प्रकाशामुळे भिंतीवर त्याची सावली पडत होती. अंधारामुळे त्याच्या चेहऱ्याची वैशिष्ट्यं स्पष्ट दिसत नव्हती. काळोखामध्ये त्याचे डोळे तरंगत असल्याचा भास होत होता.

“सगळ्या प्रांतांमध्ये तलवारी वाटल्या गेल्या आहेत. किगालीमध्ये मोठ्या प्रमाणावर शस्त्रसाठा केला गेला आहे. खासगी सैन्याचं प्रशिक्षण चालू आहे. शहराच्या प्रत्येक भागामध्ये ज्यांना मारायचं आहे अशा लोकांची यादी फिरत आहे. संयुक्त राष्ट्रांकडे अशीसुद्धा खात्रीशीर बातमी आहे की, दर वीस मिनिटांनी एक हजार तुत्सी लोकांना मारण्याचा सत्ताधिकाऱ्यांचा मानस आहे...”

रस्त्यावरून एक वाहन गेलं. ती गाडी लांब निघून जाईपर्यंत पॅसिफिक बोलायचं थांबला आणि मग अगदी हळू आवाजात तो पुन्हा बोलू लागला,

“आपल्यापुढे वाढून ठेवलेल्या गोष्टींची यादी याहीपेक्षा मोठी आहे. आपल्याला थोडा अधिक अवधी वाढवून मिळाल्यासारखं आहे; पण मृत्यू आपल्या भोवती घिरट्या घालतो आहे. लवकरच तो आपल्यावर हल्ला करेल आणि मग आपण त्याच्या तावडीत सापडू.”

घाबरलेल्या, धक्का बसलेल्या मनःस्थितीमध्ये आईने या सगळ्याची पुष्टी करण्यासाठी उदास नजरेने एकटक जमिनीकडे बघत असलेल्या युसेबी आत्याकडे पाहिलं.

“आणि आरुषाचे करार? त्यांचं काय? आणि संक्रमणकालीन सरकार?” घाबऱ्याघुबऱ्या स्वरात आईने विचारलं. “मला वाटलं होतं की, आता युद्ध संपलं आहे आणि सगळं स्थिरस्थावर होत आहे. किगालीमध्ये एवढ्या संख्येने शांतिदूत असताना तू म्हणतोस त्या कत्तली होणं कसं शक्य आहे? शक्यच नाही...”

“या देशातल्या सगळ्या गोऱ्या लोकांना पळवून लावायचं असेल तर काही मोजक्या गोऱ्यांचा जीव घेतला तरी पुरेल... तो त्यांच्या धोरणाचा भाग आहे. महासत्ता असलेले देश त्यांच्या सैनिकांचा जीव गरीब आफ्रिकन लोकांसाठी पणाला लावणार नाहीत हे जहाल मतवाद्यांना चांगलंच ठाऊक आहे.”

“आपण कशाची वाट पाहत आहोत? आपण आंतरराष्ट्रीय पत्रकारांना, राजदूतांना, संयुक्त राष्ट्रांना का सांगत नाही आहोत?”

“त्यांना चांगलंच माहीत आहे. त्यांच्याकडेही त्याच बातम्या आहेत ज्या आपल्याकडे आहेत. ते या सगळ्या गोष्टींना काहीच महत्त्व देत नाहीत. त्यांच्याकडून आपण कसलीच अपेक्षा ठेवायला नको. आपण फक्त स्वतःवर अवलंबून राहू या. मी तुला भेटायला आलो आहे, कारण आम्हाला तुझ्या मदतीची गरज आहे ताई आणि आपल्या कुटुंबातला एकमेव पुरुष या नात्याने मला वेगाने काही निर्णय घेणं गरजेचं आहे. युसेबी आत्याची मुलं आणि माझी होणारी बायको आणि आमचं होणारं बाळ यांना तू बुजूम्बुराला तुझ्याकडे घेऊन जावंस अशी माझी इच्छा आहे. तिथे ते सुरक्षित असतील.”

“पण तुला हे चांगलंच ठाऊक आहे की, बुरुंडीलासुद्धा युद्धच सुरू आहे,” आई म्हणाली.

“इथली परिस्थिती युद्धापेक्षा जास्त भयानक असणार आहे.”

“तुला त्यांना तिथे कधी पाठवायचं आहे?” अजिबात वेळ न दवडता आईने विचारलं.

“हे सगळे लोक ईस्टरच्या सुट्ट्यांमध्ये तुमच्याकडे येतील, म्हणजे कुणाला शंका येणार नाही.”

“आणि तू, युसेबी, तू काय करणार आहेस?”

“मी इथेच थांबणार आहे इवोन, मुलांसाठी तरी मला काम करत राहावंच लागेल. ती नसतील तर मला जरा कमी असुरक्षित वाटेल आणि तसंही, आम्ही सगळेच इथून पळून जाऊ शकत नाही. माझी काळजी करू नकोस, मी व्यवस्थित राहीन. संयुक्त राष्ट्रांमध्ये माझ्या ओळखी आहेत, अगदीच अडचण आली तर मी इथून निघून जाऊ शकेन.”

आम्हाला घराबाहेर एका वाहनाचा आवाज ऐकू आला. युसेबी घाईघाईने खिडकीपाशी गेली आणि तिने अलगद पडदा उघडला. कुणीतरी वाहनाचे दिवे

चमकवत होतं. ती परत आली आणि तिने डोकं हलवून पॅसिफिकला खूण केली. तो जेव्हा उठला, तेव्हा मला त्याच्या जीन पॅन्टच्या पट्ट्यामध्ये खोचलेली बंदूक दिसली.

''मला निघायला हवं, ते लोक माझी वाट बघत आहेत. आपण उद्या लग्नाला भेटू. रस्त्यावरून येताना जपून या. मला जीतारामापर्यंत तुमच्या सोबत येता येणार नाही. गुप्तचर सेवा डोळ्यांत अंजन घालून माझ्या मागावर आहेत तसेच तुमचा आणि माझा संबंध असल्याचं त्यांना कळता कामा नये. एफपीआरच्या सैनिकांच्या कुटुंबांची नावं कत्तलींच्या यादीवर सगळ्यात वरच आहेत. मी थेट समारंभाच्या वेळी तुम्हाला भेटेन.''

आणि मग तो बाहेर निघून गेला. माझ्या लपायच्या ठिकाणाहून बाहेर येत मी युसेबी आत्यासोबत खिडकीपाशी गेलो. मला एक दुचाकी लांब जाताना दिसली. तिथून आम्हाला खड्ड्यांजवळ ब्रेक दाबल्यावर लागणारे गाडीच्या मागचे लाल दिवे दिसत होते. हळूहळू गाडीचा आवाज कमीकमी होत गेला आणि मग संपूर्णपणे नाहीसा झाला. युसेबीनं पुन्हा एकदा पडदा लावून घेतला. त्यानंतर कुठे, काहीच हालचाल नव्हती. सर्वत्र संपूर्ण शांतता होती.

। वीस ।

सूर्याच्या पहिल्या किरणांनी रात्रीची भीती आणि काळजीला पळवून लावलं. ॲना आणि माझ्या बहिणींच्या हसण्याच्या आवाजाने मला जाग आली. युसेबी आत्या आणि आई अजिबात झोपल्या नव्हत्या, मला पहाटेपर्यंत त्यांच्या बोलण्याचा आवाज ऐकू येत होता. नाश्ता झाल्यावर लगेचच आम्ही मार्गस्थ झालो. ख्रिस्टिओन आणि मी डिकीमध्ये, लग्नात घालायला घेतलेल्या कपड्यांच्या बॅगांवर बसलो होतो. जर पोलीस तपासायला आलेच तर त्यांच्या नजरेस येऊ नये या हेतूने युसेबी आत्याने तिथे पोहोचल्यावरच लग्नासाठीचे नवीन कपडे घालायला सांगितलं होतं. मुली मागच्या सीटवर एकमेकींना खेटून बसल्या होत्या. आई पुढे बसून, आरशात बघून तयार होत होती. सुरुवातीला आमची गाडी हॉर्नचे आवाज आणि गजबजलेल्या गरीब वस्तीमधून गेली आणि मग बसस्थानक सोडल्यानंतर हळूहळू बाहेर दिसणारं दृश्य मोकळं मोकळं होऊ लागलं. आता नजर पोहोचेल तिथपर्यंत शहराऐवजी लव्हाळ्याची दलदल दिसू लागली.

किगालीपासून पन्नास किलोमीटर लांब असलेल्या जीतारामाला लवकरात लवकर पोहोचण्याच्या हेतूने युसेबी आत्या शक्य तेवढ्या वेगाने गाडी चालवत होती. धुराड्यामधून काळाकुट्ट धूर सोडणाऱ्या एका ट्रकच्या मागे आम्ही बराच वेळ अडकून पडलो होतो. सडलेल्या अंड्यांचा दुर्गंध सहन न होऊन, मुलींनी नाक बंद करून पटकन खिडकीच्या काचा वर केल्या.

आईनं रेडिओ लावला आणि पापा व्हेंबाच्या गाण्याच्या ठेक्याने त्या प्रवासी डब्याचा ताबा घेतला. माझे भाऊ अस्वस्थपणे चुळबुळ करू लागले आणि ख्रिस्टिओनने भुवया उंचावत, एखाद्या इथिओपियन नर्तकासारखे खांदे उडवत खोडकर नजरेने माझ्याकडे पाहिलं. युसेबी आत्याने घाईघाईने रेडिओचा आवाज वाढवला. डिकीतून बघताना मला संगीताच्या तालावर डावीकडून उजवीकडे हलणारी डोकी दिसत होती. धृपद आलं की, मुली गाऊ लागायच्या : "मारिया व्हॅलेन्सिया हे हे हे!" ते बघून तर आईला

खूप गंमत वाटायची आणि ती मागे वळून, माझ्याकडे बघून डोळे मिचकावायची. रेडिओवरचा माणूस हसवण्यासाठी म्हणून गाण्याची धून वरच्या सुरात गात होता. मला किनयरवांडा भाषेतल्या त्या ओळींमधले अगदी मोजके शब्दच समजत होते. "रेडिओ १०६ एफएम! रेडिओ सांपा! पापा व्हेंबा!" प्रसन्न आवाजात तो धृपद गात होता, बोलत होता, हसवत होता; तो रेडिओवरचा खराखुरा विदूषक होता. माझ्यासारखा नाचायला न आवडणारा माणूससुद्धा त्या माहोलकडे ओढला गेला. मी डोलू लागलो, कशाही टाळ्या वाजवत, उत्साहात 'हेऽ हेऽ हे!' असं गाऊ लागलो. तेवढ्यात माझ्या असं लक्षात आलं की, बाकी कुणीच हलतही नव्हतं. माझ्या भावंडांच्या चेहऱ्यावरचे भाव बदलले होते. ख्रिस्टिओन स्तब्ध बसून होता. युसेबी आत्याने एकाएकी रेडिओ बंद केला. आईचा चेहरा जरी मला दिसत नसला तरी तिची अस्वस्थता मला जाणवत होती. मी ख्रिस्टिओनकडे पाहिलं.

"काय झालं?"

"काही नाही. मूर्खपणा. तो रेडिओवरचा प्रवक्ता... तो म्हणाला की..."

"काय म्हणाला तो?"

"तो म्हणाला की, सगळीच्या सगळी झुरळं मारायला हवीत."

"झुरळं?"

"हो. झुरळं. म्हणजे इंझय्येन्झी."

"..."

"ते आपल्याला, म्हणजे तुत्सी लोकांना या शब्दांनी संबोधतात."

गाडीचा वेग कमी झाला. आमच्या समोर एका पुलावर वाहनं थांबली होती.

"लष्करी बॅरिकेड." घाबरीघुबरी झालेली युसेबी आत्या म्हणाली.

आम्ही सैनिकांच्या जवळ येताच त्यांच्यापैकी एकाने युसेबी आत्याला गाडी थांबवण्याची खूण केली आणि तिला तिचं ओळखपत्र दाखवायला सांगितलं. खांद्याला मोठी बंदूक अडकवलेला अजून एक सैनिक भीतीदायकरीत्या गाडीभोवती गोल फिरत तपासणी करत होता. डिकीसमोर आल्यावर त्याने त्याचा चेहरा काचेला चिकटवला. त्याच्याशी नजरानजर टाळण्यासाठी ख्रिस्टिओनने मान फिरवली. मीसुद्धा तेच केलं. त्यानंतर तो सैनिक आईपाशी गेला. तिच्याकडे रोखून पाहत, त्यांनी तिला तिची कागदपत्रं दाखवायला सांगितलं. आईने त्याला तिचा फ्रेंच पासपोर्ट दाखवला. सैनिकाने पटकन त्यावर एक नजर फिरवली आणि उपहासानं फ्रेंच भाषेत म्हणाला,

"नमस्कार फ्रेंच बाईसाहेब!"

पासपोर्ट चाळत असताना त्याच्या चेहऱ्यावर आश्चर्याचे भाव होते. आईने काही बोलण्याचं धाडस केलं नाही. तो पुढे म्हणाला,

"हं... तू खरंच फ्रेंच असशील असं मला वाटत नाही. तुझ्यासारखं नाक असणारी फ्रेंच बाई मी कधीच पाहिली नाही. आणि ही मान..."

आणि मग त्याने आईच्या मानेवरून हात फिरवला. ती हलली नाही. भीतीने तिचं शरीर कडक झालं होतं. दुसरीकडे युसेबी आत्या दुसऱ्या सैनिकाशी बोलत होती. तिला वाटत असलेली भीती लपवण्याचा ती सर्वतोपरी प्रयत्न करत होती.

"आमच्या जवळच्या नात्यातली एक व्यक्ती आजारी आहे, म्हणून तिला भेटायला आम्ही जीतारामाला जात आहोत."

मी त्यांच्या पाठीमागे तयार केलेला अटकाव आणि त्यांच्या खांद्यांवरची शस्त्रं पाहत होतो. मला पात्याच्या घासण्याचा आवाज ऐकू येत होता आणि दुतर्फा लव्हाळ्याच्या दलदलीतून वाट काढत पाण्याच्या पृष्ठभागावर अल्पकाळ टिकणारे भोवरे तयार करत पुलाखालून वाहणाऱ्या शेंदरी लाल नदीचा आवाज मी ऐकत होतो. त्या सैनिकांनी अप्रत्यक्षरीत्या दिलेल्या संकेतांचा अर्थ, युसेबी आत्याच्या भेदरलेल्या हालचाली आणि आईची भीती हे सगळं समजणं माझ्यासाठी विचित्र होतं. महिनाभरापूर्वीपर्यंत मला यातलं काहीच जाणवलं नसतं. एका बाजूला हुतू सैनिक आणि दुसऱ्या बाजूला तुत्सी कुटुंब. मी तो तिरस्काराचा देखावा अग्रभागी बसून बघत होतो.

"जा, निघा इथून, झुरळं कुठली!" अचानकपणे युसेबी आत्याच्या तोंडावर तिचं ओळखपत्र फेकत एक सैनिक म्हणाला. दुसऱ्या सैनिकाने आईला तिचा पासपोर्ट परत दिला आणि क्रूरपणे बोटाने तिचं नाक दाबलं.

"बाय बाय, नागीण कुठली! आणि तू फ्रेंच आहेस; त्यामुळे आमचा मित्र मितेरॉंड काकांपुढे मान खाली घालून अभिवादन कर!" पुन्हा एकदा उपहासात्मक हसत तो म्हणाला.

युसेबी आत्याने गाडी सुरू करताच त्यांच्यातल्या एकाने गाडीवर लाथ मारली तर दुसऱ्याने त्याच्या काठीने मागच्या खिडक्यांपैकी एक काच फोडली. काचेचे काही तुकडे ख्रिस्टिओन आणि माझ्या दिशेने उडाले. ॲना जोरात किंचाळली. युसेबी आत्या क्षणार्धात तिथून निघाली.

ज्यानकडे पोहोचलो तरीसुद्धा आम्ही त्या धक्क्यातून सावरलो नव्हतो; पण रंगाचा बेरंग होऊ नये म्हणून युसेबी आत्याने आम्हाला घडल्या प्रकाराविषयी काही बोलायचं नाही असं सांगितलं.

ज्यानचं कुटुंब जीतारामामधल्या उंचीवरच्या भागामध्ये लाल विटांच्या एका छोट्या घरामध्ये राहत होतं. घराभोवती थोरच्या झाडांचं कुंपण होतं. तिचे आई-बाबा आणि तिचे भाऊ-बहीण आमची वाटच पाहत होते. त्यानंतर विशिष्ट शिष्टाचार पाळत पाठीला आणि हातांना स्पर्श करत, आमच्या स्वागतासाठी म्हणून अभिवादनाची

एक मोठी रीत पार पाडण्यात आली. ॲना आणि मी अगदी अवघडून गेलो होतो, हरवून गेलो होतो. ज्यानच्या घरचे किनयरवांडा भाषेमध्ये आम्हाला विचारत असलेल्या प्रश्नांना उत्तरे देण्यास आम्ही असमर्थ होतो.

ज्यान तिचा लग्नाचा पोशाख घालून आली. ती जवळजवळ पॅसिफिकएवढीच उंच होती आणि तिच्याकडे मंत्रमुग्ध करणारं सौंदर्य होतं. तिच्या हातात गुलाबी रंगाचा जास्वंदीच्या फुलांचा गुच्छ होता, तो तिने ॲनाला दिला. आई अलगदपणे तिच्या जवळ गेली आणि तिने तिचा चेहरा दोन्ही हातांमध्ये धरून, तिच्या कानात आशीर्वादपर शब्द उच्चारत तिचं आमच्या कुटुंबामध्ये स्वागत केलं.

आम्ही सगळ्यांनी समारंभासाठीचे कपडे घातल्यावर आम्ही चालतच नगरपालिकेकडे निघालो. जवळचा मार्ग म्हणून आम्ही गवत-मातीच्या, एकमेकांना चिकटलेल्या घरांना ओलांडणारी पायवाट निवडली. मी आणि ख्रिस्टिओन पुढे चालत होतो, आई आणि ज्यान दोघी घसरू नये म्हणून एकमेकींचे हात धरून मागून येत होत्या. ती पायवाट ब्यूटारकडे जाणाऱ्या डांबरी रस्त्याला येऊन मिळाली. वाटेमध्ये आजूबाजूचे लोक वळूनवळून, सायकली थांबवून आमच्याकडे बघत होते. काही उत्सुक लोक तर आम्हाला पाहायला आपल्या घराच्या बाहेर येत होते. त्यांच्या भेदक नजरा अक्षरशः आमच्या आरपार जात होत्या. जणूकाही तिथल्या तिथे आमचं विच्छेदन करत होत्या. आमची मिरवणूक म्हणजे त्या शहरासाठी एक आकर्षण होतं.

पॅसिफिक त्याच्या मापाचा नसलेला करड्या रंगाचा पोशाख घालून समारंभाच्या ठिकाणी वाट पाहत होता. त्याच्या चेहऱ्यावर पुन्हा एकदा ते भाबडे आणि हलकेफुलके भाव दिसत होते. निबंधक घाईत असल्यासारखा आणि थोडा नशेत असल्यासारखा वाटत होता. त्याने बराच वेळ एकसुरी आवाजात होणाऱ्या नवरा-बायकोला कायद्यानुसार त्यांना मिळणारे हक्क आणि जबाबदाऱ्या सांगितल्या. नगरपालिकेच्या कार्यालयात खूप कमी माणसं होती, फक्त कुटुंबातले जवळचे लोक होते. कुणीही हसत नव्हतं, काही लोक जांभया देत होते; तर काही बाहेर सूर्यप्रकाशात हलणाऱ्या निलगिरीच्या झाडांचं निरीक्षण करत होते. पॅसिफिक आणि ज्यानच्या भावना लपत नव्हत्या. नवरा-बायको झाल्याबद्दल त्यांना झालेला आनंद दिसत होता. ते सतत एकमेकांकडे पाहत होते. त्यांच्या भावी आयुष्याच्या विचारांनी हसत होते आणि शक्य तेव्हा एकमेकांना स्पर्श करत होते. त्यांनी राष्ट्राध्यक्षांच्या छायाचित्रासमोर एकमेकांना होकार दिला होता. शांतता करार होण्यापूर्वी ज्याच्याविरुद्ध पॅसिफिक लढत होता तोच!

समारंभ झाल्यावर आम्ही परत ज्यानच्या घरी गेलो. आकाश काळं झालं होतं; भर दिवसा जवळजवळ रात्र झाल्यासारखा काळोख पडला होता. सोसाट्याच्या वाऱ्यामुळे धुळीचे लाल ढग शहराच्या वर तरंगत होते आणि काही पत्र्याची छप्परं

निघून येत होती. परिस्थितीची काहीच खात्री नसल्यामुळे संध्याकाळ व्हायच्या आत आमचं किगालीला पोहोचणं गरजेचं होतं, असं युसेबी आत्याने पॅसिफिकला सांगितलं; त्यामुळे मग त्यानेही थांबायचा आग्रह केला नाही. त्याला धोके माहीत होते आणि तरीही आम्ही लग्नाला येऊ शकलो याचा त्याला विशेष आनंद वाटत होता.

आकाश स्वच्छ करून, पुन्हा सूर्यदर्शन घडवणाऱ्या सरीमुळे आम्हाला जरा उशीर झाला; पण शेवटी निघायची वेळ आलीच. ज्यानने आम्हा सगळ्यांना भेटवस्तू देऊन आमचे आभार मानले. मला टेराकोटाची डोंगरातल्या गोरिलाची मूर्ती मिळाली. आई ज्यानचा हात सोडायला तयारच नव्हती. ज्यान बुजूम्बुराला येण्याची आणि त्या दोघींची आणखी सविस्तर ओळख होण्याची आई आतुरतेने वाट पाहत असल्याचं तिने ज्यानला सांगितलं. तिने हळूच पैशाचं एक पाकीट ज्यानच्या म्हाताऱ्या वडिलांच्या खिशात सरकवलं. त्यांनी त्यांची काऊबॉयची अजब टोपी उंचावत आईचे आभार मानले. युसेबी आत्या ज्यानला लांब बागेच्या टोकापर्यंत घेऊन गेली आणि नव्या नवरीच्या ओटीपोटावर हाताचे तळवे टेकवून तिच्या होणाऱ्या बाळासाठी तिने प्रार्थना म्हटली. इतका पटकन आणि जवळजवळ लपूनछपून केलेला लग्न समारंभ संपल्यामुळे वाटणाऱ्या आश्चर्याने आणि लगेचच निघावं लागतं आहे या भावनेने सगळ्यांनी एकमेकांचा निरोप घेतला. ख्रिस्तिओन आणि मी डिकीतल्या आमच्या जागेवर जाऊन बसलो. आईच्या बाजूचा दरवाजा बंद करत पॅसिफिक गाडीच्या आतमध्ये वाकला.

"आपण परत एकदा दणक्यात समारंभ साजरा करू आणि पुढच्या वेळी मी माझी गिटार घेऊन येईन!"

आम्हाला सगळ्यांना त्याचं म्हणणं मनापासून पटलं होतं.

"पण तुझ्या गाडीची काच कशामुळे फुटली आत्या?"

"काही नाही, एक किरकोळ अपघात होता," युसेबी आत्याने उत्तर द्यायचं टाळलं. तिने गाडी चालू केली आणि त्या छोट्या अंगणातून बाहेर काढली. गाडी फाटकाबाहेर जाण्याआधी मी निरोप घेण्यासाठी मान वळवली. सर्वांत पुढे ज्यान आणि पॅसिफिक त्यांच्या लग्नाच्या पोशाखात हातात हात घालून उभे होते. त्यांच्या शेजारी उभे असलेले ज्यानचे वडील त्यांच्या डोक्यावरची टोपी हलवत होते. त्यांच्या मागे ज्यानचं कुटुंब स्तब्ध उभं होतं. दुपार संपताना पडलेल्या गुलाबी प्रकाशामुळे ते दृश्य एखाद्या चित्रासारखं दिसत होतं. डावीकडून उजवीकडे हिसके देत गाडी हळूहळू त्या मातीच्या रस्त्यावरून खाली उतरत होती. रस्त्याच्या उताराने त्या सगळ्यांना गिळून टाकलं आणि ते आम्हाला दिसेनासे झाले.

। एकवीस ।

स्वयंपाकघराच्या एका कोपऱ्यामध्ये बसून मी माझा गृहपाठ करत होतो. विचारांत हरवून गेलेला प्रोथे भांडी घासत होता. रेडिओवर शासकाच्या अनेक महिन्यांच्या अभावानंतर संसदेने निवडून दिलेल्या बुरुंडीच्या नवीन राष्ट्राध्यक्षांचं, म्हणजे फ्रोडेबू पक्षाचा सदस्य असणाऱ्या सिप्रियां एनतारयामीरा यांचं भाषण चालू होतं.

सकाळी शाळेजवळच भर रस्त्यात एक खून झाला होता. दुपारचे सगळे वर्ग रद्द केले गेले होते. मी रवांडाहून परत आल्यापासून आणि शाळा पुन्हा सुरू झाल्यापासून गल्लीतल्या मित्रांना भेटलोच नव्हतो. मी वह्या मिटल्या आणि जिनो आणि माझ्यातला अवघडलेपणा संपवून टाकण्याच्या हेतूने त्याच्या घरी चक्कर मारायचं ठरवलं. तो घरी नव्हता म्हणून मग मी माझ्या जुळ्या मित्रांकडे गेलो. ते दोघं अरमंडबरोबर कोचावर लोळून, मंत्रमुग्ध होऊन कुंगफूचा चित्रपट पाहत होते. मी दिवाणखान्यातल्या गालिचावर आडवा झालो. माझ्या डोळ्यांपुढे चित्रं हलत होती; पण माझं मन मात्र इकडेतिकडे भटकत होतं. मला बराच वेळ झोप लागली असावी, कारण मी डोळे उघडले, तेव्हा टीव्हीच्या पडद्यावर मला हळूहळू शीर्षकं सरकताना दिसली. आम्ही आमच्या नेहमीच्या ठिकाणी जाऊन पत्ते खेळायचा बेत आखला. आम्ही जेव्हा कोम्बी फोक्स वॅगनचा दरवाजा सरकवला, तेव्हा आम्हाला जिनो आणि फ्रान्सिस दोघं मिळून एक सिगारेट ओढताना दिसले. मला समोर दिसत असलेलं दृश्य समजून घ्यायला वेळ लागला.

"हा इथे काय करतोय?" मी रागाने विचारलं.

"शांत हो. मीच फ्रान्सिसला आपल्या समूहात यायला सांगितलं. गल्लीचं रक्षण करण्यासाठी आपल्याला त्याची गरज पडेल."

स्वतःच्या घरात असावा तसा गाडीच्या सीटवर निवांत आडवा झालेला फ्रान्सिस पेटलेल्या बाजूने सिगारेट ओढत होता. अरमंड आणि माझ्या जुळ्या मित्रांनी काहीच प्रतिक्रिया दिली नाही. म्हणून मग मी सगळी शक्ती

एकवटून जोरात दार आपटलं. मला विश्वासघात झाल्यासारखं वाटत होतं. मी त्या माळरानावरून निघून जात असताना जिनोने मला पकडलं.

"थांब गॅबी, जाऊ नकोस!"

"काय झालं काय तुला?" मी त्याला दूर ढकलत किंचाळलो. "तो आपला सगळ्यात मोठा शत्रू आहे आणि आता तुला त्यालाच आपल्या गटामध्ये सामील करायचं आहे?"

"मी त्याला ओळखण्यात चूक केली. मी त्याला चुकीचं समजत होतो. तुला वाटतो तसा तो नाही."

"आणि त्याने नदीकाठी जे केलं ते? विसरलास तू? तो चक्रम माणूस आपल्याला जिवे मारायला निघाला होता!"

"त्याला त्याबद्दल पश्चात्ताप होतो आहे. काही दिवसांनंतर तो माझ्या घरी माफी मागायला आला होता."

"आणि तुझा त्याच्यावर विश्वास बसला? ही त्याची नवीन क्लृप्ती आहे हे तुला समजलं नाही? त्याने माझ्या वाढदिवसाच्या दिवशी केली तशी?"

"नाही... नाही गॅबी, चुकतो आहेस तू. तो अगदी सरळ मुलगा आहे. मी त्याच्याशी खूप गप्पा मारल्या आहेत. तो काही वाईट माणूस नाही. तुला माहिती आहे का? फक्त त्याचं नशीब खूप वाईट होतं. त्यानेसुद्धा त्याच्या आईला गमावलं आहे; पण... ते तुला नाही समजणार म्हणा, तुझ्याकडे तुझी आई आहे; पण आई गमावल्यामुळे माणूस बदलून जाऊ शकतो, कठोर होऊ शकतो..."

जिनोने मान खाली घातली आणि बुटाच्या टोकाने तो जमिनीवरची माती उकरू लागला.

"जिनो, मला तुला सांगायचं होतं... मला तुझ्या आईबद्दल ऐकून खूप वाईट वाटलं; पण तू मला हे कधीच का सांगितलं नाहीस?"

"माहीत नाही आणि तुला सांगू का? माझी आई खरंतर मेली नाही. तुला सांगणं कठीण आहे. मी तिच्याशी बोलतो, तिला पत्र लिहितो आणि कधीकधी तर मला तिचा आवाजसुद्धा ऐकू येतो. हे तरी कळतं ना तुला? माझी आई इथेच कुठेतरी आहे..."

मला त्याला मिठी मारावीशी वाटत होती, त्याचं सांत्वन करावंसं वाटत होतं; पण नक्की कुठून सुरुवात करावी, काय बोलावं ते समजत नव्हतं. अशा गोष्टी मला कधीच समजायच्या नाहीत. जिनो मला इतका जवळचा वाटायचा की, मला त्याला गमवायचं नव्हतं. तो माझा भाऊ, माझा मित्र, माझीच दुसरी प्रत होता. मला ज्याच्यासारखं व्हायला आवडलं असतं असा तो मुलगा होता. माझ्याकडे नसलेली ताकद आणि धैर्य त्याच्याकडे होतं.

"जिनो, मी अजूनही तुझा सगळ्यात जवळचा मित्र आहे का?"

त्याने माझ्याकडे पाहिलं आणि मग माझ्या मागच्या बाभळीच्या झुडपाकडे चालत गेला. त्याने बाभळीचा एक काटा तोडला आणि त्यावरची धूळ साफ करण्यासाठी तो तोंडाने चोखला आणि मग स्वतःच्या बोटाला टोचला. हिवतापाची चाचणी करताना रक्ताची तपासणी करतो तसं बोटावर थोडंसं रक्त आलं. त्याने माझं बोट घेतलं आणि रक्त येईल इतक्या जोरात तोच काटा मला टोचला. मग त्याने आम्हा दोघांची बोटं एकमेकांना चिकटवली.

"हे तुझ्या प्रश्नाचं उत्तर आहे गॅबी. आता तू माझा रक्ताचा भाऊ आहेस. इतर कोणाहीपेक्षा तू माझा सगळ्यात लाडका आहेस."

त्याचा आवाज थोडासा कापरा झाला होता. माझ्या घशात काहीतरी टोचल्याची जाणीव मला होऊ लागली. आम्ही एकमेकांकडे बघणं टाळलं, नाहीतर आम्हाला दोघांना रडू आलं असतं. आम्ही एकमेकांचे हात पकडून कोम्बीमध्ये परत गेलो.

फ्रान्सिस, अरमंड आणि जुळ्या मित्रांची काहीतरी मोठी चर्चा सुरू होती. थोड्या वेळापूर्वी कुंगफूचा चित्रपट ज्या तन्मयतेने ते पाहत होते, तेवढ्याच एकाग्रतेने ते फ्रान्सिसचं बोलणं ऐकत होते. स्वाहिली, फ्रेंच, इंग्रजी आणि किरुंदी भाषा एकत्र करून तयार केलेल्या नवीन शब्दांवर भर देत तो जवळजवळ आमच्या जुळ्या मित्रांपेक्षा चांगल्या पद्धतीने गोष्टी सांगायचा.

जेव्हा बाहेरचा उष्मा जरा कमी झाला, तेव्हा आम्ही त्याला आमच्याबरोबर नदीवर जाऊन खेळायचं आमंत्रण दिलं.

"तुम्हाला जर पोहायचं असेल, तर माझ्याकडे मुहा नदीपेक्षा चांगला पर्याय आहे," फ्रान्सिस म्हणाला, "चला माझ्याबरोबर!"

मोठ्या रस्त्यावर त्याने एक निळी-पांढरी टॅक्सी थांबवली. गाडीच्या चालकाला एवढ्या सगळ्या मुलांना घेऊन जायचं नव्हतं, म्हणून मग तो काहीबाही सबबी सांगू लागला; पण फ्रान्सिसने त्याच्यापुढे हजारची नोट धरल्याबरोबर तो लगेच तयार झाला. आमचा विश्वासच बसत नव्हता, खरीखुरी जादू होती ती! अचानक आम्ही सगळ्यांनी असं एकत्र गल्लीपासून लांब जाणं आम्हाला रोमांचक वाटत होतं. आमचे जुळे मित्र पुनःपुन्हा विचारत होते, "आपण कुठे चाललो आहोत? आपण कुठे चाललो आहोत? आपण कुठे चाललो आहोत?"

"ते एक गुपित आहे." फ्रान्सिस रहस्यमय पद्धतीने म्हणाला.

गाडीच्या आतमध्ये गरम वाऱ्याचा एक झोत शिरला. अरमंड टॅक्सीच्या बाहेर हात काढून, वाऱ्यावर हाताचं विमान करून उडवत होता. शहर गजबजलेलं होतं, बाजारपेठांमध्ये गोंगाट होता. बसस्थानकं, सायकली आणि मिनीबस खचाखच भरली होती. देशामध्ये युद्ध सुरू होतं यावर कोणाचा विश्वासच बसला नसता.

मोठाल्या आंब्याच्या झाडांमुळे प्रिन्स लुईस रावगासोर रस्ता शोभून दिसत होता. दुसऱ्या भागांतल्या मुलांना त्यांचा लांबलचक गळ वापरून आंबे तोडताना बघून जिनोने गाडीचा हॉर्न वाजवला. टॅक्सी शहराच्या उंचावरच्या भागात गेली. हवा थंड होऊ लागली. आम्ही प्रिन्सची समाधी, त्यावरची क्रुसाची खूण आणि राष्ट्रध्वजाच्या रंगांच्या तीन टोकदार कमानी ओलांडून पुढे गेलो. समाधीच्या खालच्या भागावर मोठ्या अक्षरांत देशाचं ब्रीदवाक्य लिहिलेलं होतं 'एकी काम प्रगती.' आम्ही क्षितिज दिसेल इतक्या उंचीवर पोहोचलो होतो. बुजूम्बुराचा आकार पाण्याच्या कडेला असलेल्या एखाद्या आरामखुर्चीसारखा होता. पर्वतांच्या टोकापासून टांगांयिका तळ्यापर्यंत लांब पसरलेल्या समुद्रकिनाऱ्यावरच्या एखाद्या रिसॉर्टसारखा. त्या उंचीवरून शहराकडे पाहणाऱ्या मोठ्या पांढऱ्या होडीसारख्या दिसणाऱ्या सेंट-एस्प्रिट महाविद्यालयासमोर आम्ही थांबलो. फ्रान्सिसने त्या चालकाला आणखी हजार फ्रँक दिले आणि त्याला तिथेच थांबायला सांगितलं.

आम्ही महाविद्यालयाच्या भिंतीपलीकडे शिरताच पावसाचे मोठमोठे गरम थेंब रेतीवरच्या धुळीवर छोटी छोटी ज्वालामुखीची तोंडं असल्यासारखे खड्डे तयार करत होते आणि चिखल आमच्या पोटऱ्यांवर उडत होता. ओल्या मातीचा सुगंध दरवळत होता. पावसामुळे सगळे विद्यार्थी वर्गामध्ये किंवा वसतिगृहांमध्ये आडोसा शोधण्यास पळत होते. काही वेळातच, त्या भल्या मोठ्या रिकाम्या अंगणात आम्ही एकटेच होतो. आम्ही रस्त्याच्या कडेकडेने फ्रान्सिसच्या मागे मागे जात राहिलो. मी माझं तोंड उघडं ठेवून चालत होतो आणि पावसाचे थेंब माझ्या जिभेवर पडून माझ्या टाळूला गारवा देत होते. एका छोट्या भिंतीच्या पाठीमागे आम्हाला पोहण्याचा तलाव दिसला. आम्हाला खरंच वाटत नव्हतं. ऑलिम्पिकच्या तलावासारखा खरा तलाव आणि पाण्यात बुडी मारण्यासाठी काँक्रीटचा छज्जा.

फ्रान्सिसने लगेचच सगळे कपडे काढले आणि तो तलावात उतरला. त्याच्या पाठोपाठ जिनो गेला आणि मग लाजाळू अरमंडसह सगळ्यांनी गुडघे छातीशी घेऊन, शरीराची गुंडाळी करत पाण्यात बुडी मारली. पाण्याच्या पृष्ठभागावर मुसळधार पाऊस कोसळत होता आणि अधूनमधून सूर्याची किरणं त्यावर पडत होती. प्रेमामध्ये पडल्याच्या पहिल्या दिवशी असावं तेवढे आम्ही सगळेच खूश होतो. आम्ही वेड्यासारखे हसत होतो, दमेपर्यंत पोहत आणि मूर्खासारख्या शर्यती लावत होतो. पाण्याखालून एकमेकांचे पाय ओढत होतो, एकमेकांना बुडवण्याचा खेळ खेळत होतो. फ्रान्सिस तलावाच्या काठावर उभा राहून पाण्यात कोलांटीउडी मारत होता. सर्वप्रथम जिनो आणि मग बाकीचे मित्रसुद्धा त्याची ही करामत पाहून मंत्रमुग्ध झाले होते, जिनोचे तर डोळेच विस्फारले होते. मला मत्सराची भावना टोचून गेली.

"सगळ्यात उंच डायव्हिंग बोर्डवरून उडी मारायची आहे तुला?" कौतुकानं

जिनो म्हणाला.

तडतडणारा पाऊस आमच्या चेहऱ्यावर पाण्याचा मारा करत होता. फ्रान्सिसने मान वर केली आणि म्हणाला,

"डोक्यावर पडला आहेस की काय? दहा मीटर उंचीवर आहे तो! मरेन ना मी!"

मी एक क्षणसुद्धा मागेपुढे पाहिलं नाही. मला जिनोला दाखवून द्यायचं होतं की, मी फ्रान्सिसपेक्षा भारी आहे. मी पाण्यातून बाहेर आलो आणि मोठ्या निश्चयाने शिडीच्या दिशेने चालू लागलो. शिडी घसरडी झाली होती आणि तिचं वरचं टोक धुक्यामध्ये हरवून गेलं होतं. मी वर चढत असताना पावसाचं पाणी माझ्या चेहऱ्यावरून ओघळत होतं; त्यामुळे मला डोळे उघडताच येत नव्हते. मी घसरून पडू नये अशी देवाकडे प्रार्थना करत, सगळी शक्ती एकवटून शिडी घट्ट पकडून ठेवत होतो. जणूकाही मला वेड लागले आहे अशा पद्धतीने बाकी सगळे मित्र माझ्याकडे पाहत होते. वर पोहोचल्यावर मी डायव्हिंग बोर्डच्या टोकापर्यंत पुढे गेलो. खाली उभे असलेले माझे मित्र आश्चर्यचकित झाले होते. त्यांची पिटुकली डोकी चेंडूंसारखी पाण्यावर तरंगत होती. मला चक्कर आली नाही; पण माझ्या हृदयाची धडधड प्रचंड वाढली होती. मला परत मागे फिरण्याची इच्छा होत होती; पण मग माझ्या डोळ्यांपुढे फ्रान्सिसचं कुत्सित हसू, त्याचे टोमणे आणि आम्ही कशी लाडावलेली मुलं आहोत अशा प्रकारच्या प्रतिक्रिया आल्या.

जिनो निराश होईल; आमची मैत्री आणि आमचं रक्ताचं नातं विसरून तो माझ्याकडे पाठ फिरवेल आणि कदाचित फ्रान्सिसच्या अधिक जवळ जाईल अशी मला भीती वाटली.

डायव्हिंग बोर्डच्या टोकावरून मी बुजूम्बुराकडे आणि निळ्याशार टांगांयिका तलावाच्या पलीकडल्या झैरमधली विस्तीर्ण पठारं आणि प्राचीन पर्वत पाहत होतो. मी माझ्या शहराच्या वर निर्वस्त्र उभा होतो आणि जाड पडद्याइतका मुसळधार पाऊस माझ्या त्वचेला कुरवाळून जात होता. इंद्रधनुष्याचं चंदेरी प्रतिबिंब कापसासारख्या मऊ ढगांवर तरंगत होतं. मला मित्रांचा आवाज ऐकू येत होता, "चल गॅबी! मार उडी! गॅबी! गॅबी!" मला पुन्हा भीती वाटू लागली होती. मला बधिर करण्यात जिला नेहमीच मजा यायची, तीच भीती!

मी तलावाकडे पाठ केली. आता माझ्या टाचा हवेत होत्या. मला भीतीने लघवी झाली, ते पिवळं द्रव माझ्या पायांवर एखाद्या वेलीप्रमाणे वेटोळे घालत गेलं. धीर एकवटण्यासाठी म्हणून मी सीऊ जमातीच्या सरदाराप्रमाणे, धबधब्याच्या खळखळाटाप्रमाणे आवाज करणाऱ्या मुसळधार पावसाच्या गोंगाटात मोठ्याने ओरडलो. एखाद्या स्प्रिंगप्रमाणे माझे पाय दुमडले गेले आणि माझं शरीर मागे

ढकललं गेलं. कुठल्यातरी अज्ञात शक्तीने नियंत्रित केल्यासारखी माझ्या शरीराने हवेमध्ये सराईतपणे गिरकी घेतली. त्यानंतर एखाद्या निर्जीव बाहुल्याप्रमाणे मी खाली पडत असल्याची मला जाणीव झाली. पाण्याने मला आपल्या मऊ कवेत घेऊन त्याच्या भोवऱ्यांमध्ये आणि हवेच्या नाजूक बुडबुड्यांमध्ये असलेल्या उष्णतेने तापाप्रमाणे लपेटून घेऊन मला आश्चर्याचा धक्का दिला. मी नक्की कुठे होतो याची मला अजिबात जाणीव नव्हती. मी तलावाच्या काठाशी पोहोचल्यावर फरशीवर आडवा होऊन माझ्या यशस्वी कामगिरीचा आनंद घेतला.

मी तलावाच्या बाहेर आलो, तेव्हा तो माझा विजय होता! माझे मित्र माझ्या नावाचा जयघोष करत माझ्याकडे धावत आले, "गॅबी! गॅबी!" तलावाच्या पृष्ठभागावर खळबळ झाली होती. विजेत्या मुष्टियोद्ध्याचा करतात तसा जिनोने माझा हात वर केला, फ्रान्सिसने माझ्या कपाळाचं चुंबन घेतलं. त्यांची बुळबुळीत शरीरं माझ्या शरीराला घासत होती, पकडत होती; आलिंगनं देत होती. मी करून दाखवलं होतं! आयुष्यामध्ये दुसऱ्यांदा मी त्या भीतीच्या त्रासदायक भावनेवर मात केली होती. अशा तऱ्हेने मी त्या विचित्र पाशामधून स्वतःला मुक्त करण्यात यशस्वी होत होतो.

तेवढ्यात महाविद्यालयाचा म्हातारा रखवालदार आम्हाला तलावातून हाकलायला आला. आम्ही आमचे ओले कपडे गोळा केले आणि धाप लागेपर्यंत हसत बिनकपड्याचे पळत सुटलो. टॅक्सीचा चालकसुद्धा आम्हाला असं अळ्यांसारखं नागडं गाडीत बसताना पाहून खोऽखो हसत सुटला. पावसाच्या आच्छादनाखाली रात्र पसरली होती. टॅक्सीच्या दिव्यांच्या प्रखर उजेडात आम्ही किरिरीच्या वळणावळणांचे रस्ते उतरू लागलो. आम्हाला बाहेरचं शहर बघण्यासाठी खिडकीच्या काचांवरची वाफ आमच्या चड्ड्यांनी पुसावी लागत होती. आता बुजूम्बुरा म्हणजे त्या अपारदर्शक पठाराला उजळून टाकणारं दिव्यांचं शेत किंवा काजव्यांचा मळा भासत होतं. रेडिओवर जिओफ्री ओर्येमा मकाम्बो गात होता. त्याचा आवाज म्हणजे क्षणार्धात होणारी जादू होती, तो आमच्या आत्म्यांमध्ये साखरेच्या दाण्यासारखा विरघळत होता आणि आमच्या ओसंडून वाहणाऱ्या आनंदाला शांत करत होता. आम्हाला कधीच एवढं मोकळं, एवढं जिवंत वाटलं नव्हतं. डोक्यापासून पायांपर्यंत एकसंध, त्याच नसांनी जोडले गेल्यासारखं आणि सुखाची जाणीव देणारं तेच द्रव सगळ्यांमध्ये झिरपत असल्यासारखं मला वाटत होतं. मी फ्रान्सिसबद्दल जो विचार केला होता, त्याबद्दल मला पश्चात्ताप होत होता. तो आमच्यासारखाच होता, त्याला दुसरा कोणताच पर्याय न देणाऱ्या जगात त्याला जमेल तसं वागू पाहणारा माझ्यासारखा साधा सरळ मुलगा.

बुजूम्बुरा शहरावर मुसळधार पावसाचा मारा होत होता. गटारं ओसंडून वाहत होती, शहराच्या उंच टोकापासून तळ्यापर्यंत कचऱ्यानं भरलेलं गढूळ पाणी वाहत

होतं. गाडीचे वायपर समोरच्या काचेवर नाहक दमछाक करत होते, कारण एवढ्या पावसात त्यांचा फार काही उपयोग नव्हता. मिट्ट काळोखात वाहनांचे दिवे रस्ता झाडत होते आणि पावसाच्या थेंबांना पिवळा आणि पांढरा रंग देत होते. त्या वेड्या दुपारची सुरुवात जिथून केली होती, त्या आमच्या गल्लीपाशी आम्ही परत आलो.

आम्ही मुहा नदीच्या पुलावर असताना गाडी अचानक गचकन थांबली. सगळ्यांनाच हे अनपेक्षित असल्यामुळे आम्ही सगळे एकमेकांना धडकलो आणि पुढच्या बाजूला फेकले गेलो. फ्रान्सिसचं डोकं गाडीच्या पुढच्या पट्टीवर आपटलं. त्यानं वर बघितलं, तेव्हा त्याच्या नाकातून थोडंसं रक्त येत होतं. आम्ही त्या धक्क्यातून सावरलो तोच टॅक्सीचालकाचा आविर्भाव पाहून आम्हाला गोठून जायला झालं. तो भीतीने स्तंभित झाला होता. त्याचे बधिर झालेले हात गाडीच्या चाकावर आणि भेदरलेली नजर रस्त्यावर खिळलेली होती. तो पुनःपुन्हा एकच म्हणत होता, सैतान! सैतान! सैतान! राक्षस. आमच्यासमोर, अंधारात, गाडीच्या दिव्यांच्या थोडं पलीकडे एका काळ्या घोड्याची सावली हलताना आम्ही पाहिलं.

। बावीस ।

७ एप्रिल १९९४ च्या त्या सकाळी फोनची रिंग वाजली. बाबा रात्रीच बाहेर गेले होते, ते अजून घरी परत आले नव्हते. म्हणून मग मीच फोन उचलला :

"हॅलो?"

"हॅलो?"

"तू बोलत आहेस का आई?"

"गॅबी, बाबांना फोन दे."

"ते घरात नाहीत."

"काय?"

आई थोडा वेळ थांबली. मला तिच्या श्वासाचा आवाज ऐकू येत होता.

"मी तिथे येत आहे."

राज्यक्रांतीच्या दुसऱ्या दिवसाप्रमाणे त्या दिवशीसुद्धा आमच्या घराच्या आवारामध्ये एकही माणूस नव्हता. प्रोथे नव्हता, डोनासीएन नव्हता आणि रखवालदारही नव्हता. सगळेच गायब झाले होते.

आई पटकन तिच्या दुचाकीवरून घरी आली. डोक्यावर हेल्मेट तसंच ठेवून, गच्चीच्या पायऱ्या झपाट्याने चढून वर आली आणि तिने मला आणि ॲनाला कुशीत घेतलं. ती अस्वस्थ दिसत होती. तिने स्वयंपाकघरात जाऊन चहा बनवला आणि मग दिवाणखान्यात बसायला आली. दोन्ही हातांनी कप धरून, त्यातून येणाऱ्या सुगंधी वाफेवर ती फुंकर मारत होती.

"बाबा खूप वेळा तुम्हाला एकटं सोडून जातात का?"

मी नाही म्हणालो; त्याच वेळी ॲना हो म्हणाली.

"राज्यक्रांती झाली त्या रात्री बाबा घरी नव्हते." हिशेब चुकता केल्यासारखं ॲना बोलून गेली.

"हरामखोर!"

जेव्हा बाबा घरी आले, दिवाणखान्यात आले, तेव्हा त्यांनी कोणालाही अभिवादन केलं नाही. आईला सोफ्यावर बसलेलं बघून त्यांना फक्त आश्चर्य वाटलं होतं.

"तू इथे काय करते आहेस इवोन?"

“रात्रभर मुलांना एकटं सोडून जायला तुला लाज वाटत नाही?”

“हं, आत्ता समजलं... तुला त्याविषयी बोलायचं आहे? खरंच? तू आपला संसार सोडून निघून गेलीस; त्यामुळे तू मला याबद्दल दोष देऊ शकत नाहीस.”

आईने डोळे मिटले. तिने मान खाली घातली. सूं ऽ सूं करत तिने तिच्या ब्लाउजच्या बाहीला नाक पुसलं. बाबा तिचा सामना करायच्या तयारीने तिच्याकडे कठोर नजरेने बघत होते. तिने आमच्याकडे पाहिलं, तेव्हा तिचे डोळे अश्रूंमुळे लाल झाले होते. ती म्हणाली,

“काल रात्री बुरुंडी आणि रवांडा अशा दोन्ही देशांच्या राष्ट्राध्यक्षांचा खून झाला आहे. ते दोघं ज्या विमानात होते, त्या विमानावर किगालीमधून जात असताना हल्ला झाला.”

बाबा मटकन खुर्चीत बसले. स्तब्ध!

“ज्यान आणि पॅसिफिक उत्तर देत नाहीत. युसेबी आत्यासुद्धा फोन उचलत नाही. मला तुझ्या मदतीची गरज आहे मिशेल.”

नवीन राष्ट्राध्यक्षांच्या हत्येच्या आणि हल्ल्याच्या बातमीनंतरसुद्धा बुजूम्बुरामध्ये शांतता होती. एकीकडे बाबांनी फ्रान्सच्या दूतावासामधील अधिकाऱ्यांशी संपर्क साधला, तर दुसरीकडे आई हताशपणे तिच्या रवांडामधल्या कुटुंबाशी संपर्क साधण्याचा प्रयत्न करत होती. दुपार संपता संपता शेवटी युसेबी आत्याने फोन उचलला. इअरफोनच्या साहाय्याने बाबा संभाषण ऐकत होते.

“इवोन,” युसेबी उद्‌गारली “इवोन, तूच बोलत आहेस का? नाही, इथे काहीच ठीक नाही. काल संध्याकाळी आम्ही विमानाच्या स्फोटाचा आवाज ऐकला. त्यानंतर काही मिनिटांतच रेडिओवर राष्ट्राध्यक्षांच्या मृत्यूची बातमी जाहीर केली गेली आणि हल्ला तुत्सी लोकांनी केल्याचा आरोप केला. सूड घेण्यासाठी म्हणून त्यांनी हुतू लोकांना शस्त्र उचलण्याचं आवाहन केलं.

माझ्या लक्षात आलं की, आपल्याला संपवण्यासाठीचा तो त्यांचा संकेत होता. त्यांनी लगेचच सगळीकडे बॅरिकेड घातले, तेव्हापासून राष्ट्राध्यक्षीय रक्षक आणि लष्कर शहरात भटकत आहेत, सगळे भाग पिंजून काढत आहेत. तुत्सी आणि विरोधक हुतू लोकांची कुटुंबं, एकही व्यक्ती न वगळता संपवून टाकत आहेत. आज पहाटे इथेच कुंपणामागे आमचे शेजारी आणि त्यांच्या मुलांची हत्या केली. देवा, हे सगळं भयंकर आहे... आम्ही त्यांच्या वेदना हतबलपणे पाहिल्या. आम्ही प्रचंड घाबरलो आहोत. घराच्या आतमध्ये जमिनीवर झोपून आहोत. आमच्या आजूबाजूला सगळीकडून गोळीबाराचे आवाज येत आहेत. चार मुलांना घेऊन मी एकटी करू तरी काय शकते? इवोन, आता आपलं काय होणार? आणि संयुक्त राष्ट्रांमध्ये असलेल्या माझ्या ओळखीच्या माणसाशी संपर्क होत नाही. मला फारशी काही

आशा वाटत नाही.''

तिला धाप लागली होती. आईला जमेल तसं ती तिचं सांत्वन करत होती.

''असं म्हणू नकोस युसेबी! मी आत्ता मिशेलबरोबर आहे. आम्ही किगालीमधल्या फ्रान्सच्या दूतावासाशी संपर्क साधत आहोत. काळजी करू नकोस. माझी खात्री आहे की, पॅसिफिक तुम्हाला सोडवण्यासाठी येतच असेल. हवं तर सेंट फामीय चर्चमध्ये आसरा घे. ते लोक चर्चवर हल्ला करत नाहीत. तुला आठवतं का, १९६३ आणि १९६४ मध्ये झालेल्या हल्ल्यांच्या वेळी आपण अशा पद्धतीने वाचलो होतो. पवित्र ठिकाणांना धक्का पोहोचवण्याचं धाडस ते करत नाहीत...''

''शक्यच नाही. संपूर्ण इलाक्याला त्यांनी घेराव घातला आहे. मी मुलांना घेऊन घराबाहेर पडण्याचा धोका पत्करू शकत नाही. मी निर्णय घेतला आहे. मी त्यांच्यासोबत प्रार्थना करणार आहे. मग मी त्यांना छपरामध्ये लपवून, मदत शोधायला बाहेर पडणार आहे; पण मी आत्ताच तुझा निरोप घेत आहे. हेच योग्य आहे. या वेळी या सगळ्यांमधून आम्ही वाचण्याची शक्यता फार कमी आहे. त्यांच्या मनात आमच्याबद्दल टोकाचा द्वेष आहे. त्यांना एकदाच आम्हा सगळ्यांना संपवून टाकायचं आहे. गेली तीस वर्षं ते याविषयी बोलत आहेत. ही त्यांना योजना राबवण्याची संधी आहे. त्यांच्या हृदयात आता काहीच दयामाया शिल्लक नाही. आपण आधीच गाडले गेलो आहोत. आम्ही शेवटचे तुत्सी असू. माझी विनंती आहे की, आमच्यानंतर एक नवीन राष्ट्र बनवा. आता मला तुझा निरोप घ्यायला हवा. अच्छा! माझ्या प्रिय बहिणी, अच्छा... आमच्यासाठी तुम्ही जिवंत राहा... मी माझ्याबरोबर तुझं प्रेम घेऊन जाते...''

आईने फोन ठेवला, तेव्हा ती भेदरली होती; तिचे दात वाजत होते, हात थरथरत होते. तिला शांत करण्यासाठी बाबांनी तिला मिठीत घेतलं. तिने पटकन धीर एकवटला आणि तिने बाबांना अजून एक नंबर फिरवायला सांगितला आणि मग अगोदर एक आणि मग आणखी एक...

पुढचे काही दिवस आणि रात्र संयुक्त राष्ट्र, फ्रान्स किंवा बेल्जिअमचे दूतावास यांपैकी कोणाशीतरी संपर्क व्हावा म्हणून ते दोघं फोनपाशी एकमेकांना खो देत होते.

''आम्ही फक्त पाश्चात्यांनाच वाचवत आहोत,'' असं थंड उत्तर पलीकडून मिळायचं.

''आणि त्यांची कुत्री आणि मांजरी!'' न राहवून आई ओरडायची.

जसजसे तास, दिवस, आठवडे जात होते तसतशा रवांडामधून येणाऱ्या बातम्या काही आठवड्यांपूर्वी पॅसिफिकने वर्तवलेलं भाकीत खरं ठरवत होत्या. देशात सर्वत्र ठरवून पद्धतशीरपणे तुत्सी लोकांना दिवाळखोरीत काढून, त्यांचे खून करून त्यांना संपुष्टात आणलं जात होतं.

आईने जेवण-खाण सोडलं होतं. तिला झोप लागत नव्हती. ती रात्री हळूच पलंगावरून उठून निघून जायची. दिवाणखान्यात तिने फोन उचलल्याचा मला आवाज यायचा. ती हजार वेळा ज्यान आणि युसेबी आत्याचा नंबर फिरवायची. सकाळी उठून बघावं तर तिला सोफ्यावरच झोप लागलेली असायची. कानाशी तिने फिरवलेल्या नंबरवर एकटाच वाजणारा फोन असायचा.

मृतांच्या संख्येची यादी रोज अधिकाधिक वाढत होती. रवांडा म्हणजे जणू शिकारीचं मोठं मैदान होतं आणि तिथले सावज तुत्सी लोक होते. जन्म घेण्याचा अपराध केलेली, अस्तित्वात असण्याचा गुन्हा केलेली माणसं. मारेकऱ्यांच्या नजरेमध्ये तर ते कीटक, झुरळं होते; ज्यांना मारणं हे त्यांचं कर्तव्य होतं. आईला स्वतःला असाहाय आणि निरुपयोगी असल्यासारखं वाटत होतं. तिची संपूर्ण ताकद आणि दृढनिश्चय वापरूनसुद्धा ती कुणालाच वाचवू शकत नव्हती. तिच्या डोळ्यांदेखत तिची माणसं, तिचं कुटुंब उद्ध्वस्त होत होतं आणि ती काहीच करू शकत नव्हती. तिच्या पायातले त्राण जात होते, ती आमच्यापासून आणि स्वतःपासून दूर जात होती. हे सगळं तिला आतून पोखरून टाकत होतं. तिचा चेहरा पार कोमेजून गेला होता, डोळ्यांभोवती काळी वर्तुळं आली होती आणि कपाळावर सुरकुत्या पडल्या होत्या.

घराचे पडदे कायमच बंद असायचे. आम्ही त्या काळोखातच राहत होतो. घराच्या अंधाऱ्या खोल्यांमध्ये रेडिओच्या मोठ्या आवाजात स्पर्धांचे निकाल, शेअर बाजाराच्या बातम्या आणि जगाचं रहाटगाडगं चालू ठेवणाऱ्या छोट्यामोठ्या राजकीय गोष्टींच्या मध्येमध्ये वेदनांच्या किंकाळ्या, मदतीसाठीच्या हाका आणि असह्य दुःख ऐकू यायचं.

रवांडामध्ये युद्धासारखं असं जे काही होतं, ते संपूर्ण तीन महिने चालू होतं. त्या काळात आम्ही काय केलं ही मला आठवतच नाही. मला शाळा, मित्र, आमचं दैनंदिन आयुष्य काहीच आठवत नाही. घरी पुन्हा एकदा आम्ही चौघेजण होतो; पण आमच्यामध्ये असणाऱ्या प्रचंड मोठ्या काळ्याकुट्ट दरीने आम्हाला आणि आमच्या आठवणींना गिळून टाकलं होतं. १९९४ च्या एप्रिल महिन्यापासून जुलै महिन्यापर्यंत रवांडामध्ये चालू असलेला नरसंहार आम्ही घराच्या चार भिंतींच्या आत, फोन आणि रेडिओशेजारी बसून अनुभवला.

जूनच्या सुरुवातीला पहिल्यावहिल्या बातम्या आल्या. पॅसिफिकने आजीकडे फोन केला. तो जिवंत होता. त्याला बाकी कोणाबद्दल काहीच खबरबात नव्हती; पण त्याला एवढं माहीत होतं की, त्याच्या सैन्याने, म्हणजे एफपीआरने जीतारामावर ताबा मिळवला होता आणि त्याला आठवडाभर ज्यानच्या घरी राहता येणार होतं.

या बातमीमुळे आमच्या आशा पल्लवित झाल्या. आई काही लांबच्या नातेवाइकांशी आणि थोड्याफार मित्रांशी संपर्क साधण्यात यशस्वी झाली. त्यांच्याकडून समजणाऱ्या गोष्टी खूप भयंकर होत्या. त्यांचं जिवंत असणं म्हणजे एक चमत्कारच होता.

एफपीआर अधिकाधिक जमिनीवर ताबा मिळवत होतं. रवांडाच्या सशस्त्र सैन्याला आणि त्यांच्या नरसंहारक सरकारला शह देऊन, त्यांना राजधानीमधून पळवून लावण्यात त्यांना यश आलं होतं. संभाव्य हत्या थांबवण्यासाठी आणि देशाच्या त्या भागात शांतता प्रस्थापित करण्यासाठी म्हणून फ्रान्सच्या सैन्याने तर्कूवाज नावाचा मोठा मानवतावादी प्रकल्प हाती घेतला होता. आईच्या मते फ्रान्सने त्याच्या हुतू सहयोग्यांना वाचवण्यासाठी खेळलेली ती आणखी एक घाणेरडी खेळी होती.

जुलैअखेरीस एफपीआर किगालीमध्ये पोहोचलं. आई, आजी आणि रोजाली लगेचच युसेबी आत्या, तिची मुलं, ज्यान, पॅसिफिक, कुटुंबातले बाकीचे लोक, त्यांचे मित्र या सगळ्यांच्या शोधात तिकडे जायला निघाल्या. तीस वर्षांनंतर त्या आपल्या स्वतःच्या देशात परत जात होत्या. त्यांनी या क्षणाची वाट पाहिली होती, विशेषतः रोजालीने. तिला तिचे शेवटचे दिवस तिच्या पूर्वजांच्या जमिनीवर घालवायचे होते; पण दूध आणि मधाचं रवांडा नष्ट झालं होतं. ती आता उघड्या आकाशाखालची स्मशानभूमी झाली होती.

। तेवीस ।

शाळेचं वर्ष संपत आलं होतं. राजकीय परिस्थितीमुळे बुजूम्बुरामधून लोक निघून जायला सुरुवात झाली होती. माझ्या जुळ्या मित्रांच्या बाबांनी कायमचं फ्रान्सला निघून जाण्याचा निर्णय घेतला होता आणि ही बातमी अचानकपणे चाकूच्या वारासारखी आम्हाला समजली. त्यांच्या घराच्या फाटकाबाहेर आम्ही त्यांचा निरोप घेतला. अगदी घाईघाईत. त्यांचीही गाडी गल्लीच्या बाहेर जाताच धुळीच्या लोटामुळे दिसेनाशी झाली. म्हणून मग फ्रान्सिसला टॅक्सीने विमानतळापर्यंत जाऊन त्यांचा निरोप घ्यायची कल्पना सुचली. ते विमानामध्ये बसायच्या थोडंसं आधी आम्ही तिथे पोहोचलो. आम्ही एकमेकांना मिठी मारली. ते मला पत्र पाठवतील असं मी त्यांच्याकडून वचन घेतलं. त्यांनी देवा शप्पथ! असं म्हणत वचन दिलं.

आमचे जुळे मित्र मागे एक पोकळी निर्माण करून गेले. सुरुवातीला आम्ही त्या पडीक जमिनीवरच्या कोम्बी फोक्स वॅगनमध्ये भेटलो की, आम्हाला अरमंडच्या विनोदांवरचं त्यांचं हसू आणि त्यांच्या गोष्टी ऐकण्यात घालवलेल्या दुपारींची आठवण यायची. त्यांच्या जाण्यामुळे फ्रान्सिसला आमच्या मनांत आणखी स्थान प्राप्त झालं. त्यानंतर आम्हाला गप्पा मारण्यावाचून दुसरं काही करणं माहीतच नव्हतं. आम्ही तासन्तास कोम्बीमधल्या सीटवर बसून पीटर तोषच्या जुन्या कॅसेटस ऐकायचो, फ्रान्सिसने दुकानातून आमच्यासाठी आणलेल्या स्वस्त सिगारेटी ओढायचो तसेच बिअर आणि फॅन्टा पीत बसायचो. मी मासे पकडायला जाण्याचा, नदीत खेळायला जाण्याचा किंवा आंबे तोडायला जाण्याचा विचार मांडला की, मित्र मला बाहेर चक्कर मारायला पाठवायचे. त्यांच्या मते हे सगळे लहान मुलांचे खेळ होते आणि आम्ही ते वय ओलांडून पुढे गेलो होतो.

''आपल्या समूहासाठी एक खरंखुरं नाव शोधायला हवं,'' जिनो म्हणाला.

''पण आपल्याकडे आधीच एक नाव आहे! किनानीरा बॉइज!''

फ्रान्सिस आणि जिनो उपहासाने हसले.

"या नावावर थोडी दया कर!"

"मी तुला आठवण करून देऊ इच्छितो की, हे नाव तूच निवडलं होतंस जिनो."

मी वैतागून म्हणालो.

"तसंही आता आपण समूह म्हणता काम नये. आता आपली गँग असेल." फ्रान्सिस म्हणाला. "लॉस एंजेलिससारखं बुजासुद्धा गँगवाल्यांचं शहर आहे. शहराच्या प्रत्येक भागात एक गँग आहे. बिविझामधील गँगचं नाव 'सॉन्स डेफेत' (अजिंक्य) आहे, एनगागारामध्ये 'सॉन्स एषेक' आणि बुयेन्झीला 'सिस गाराज'..."

"हो हो, आणि 'शिकागो बुल' आणि 'सॉन्स कपोत'सुद्धा आहेत ना!" रॅप केल्याच्या आविर्भावात जिनो म्हणाला.

"आपण किनानीराची गँग असू." सिगारेटचा धूर सोडत फ्रान्सिस म्हणाला. "मी तुम्हाला समजावून सांगतो हे सगळं कसं चालतं ते. या गँगकडे शस्त्रं असतात, गँगमधले लोक वेगवेगळ्या श्रेणीवर असतात आणि अशा पद्धतीने गँगची विशिष्ट अशी रचना असते. शहरबंदीच्या वेळी हे लोक बॅरिकेड घालतात. सगळेजण त्यांचा आदर करतात. लष्करसुद्धा त्यांच्या वाट्याला जात नाही."

"पण आपण शहरबंदीमध्ये भाग घ्यायचा नाही ना मित्रांनो?" अरमंडने विचारलं.

"आपल्याला आपल्या इलाक्याचं रक्षण करायला हवं." जिनो म्हणाला.

"जर शहरबंदीच्या दिवशी मी माझ्या बाबांबरोबर घराबाहेर पडलो तर मित्रा, फक्त शहरच बंद पडेल असं नाही!" अरमंड हसला.

"काळजी करू नकोस. आपण काही लगेच बॅरिकेड घालत नाही." स्वतःला आमचा म्होरक्या समजू लागलेला फ्रान्सिस म्हणाला. "माझी फक्त एवढीच इच्छा आहे की, मुहा पूल अडवणाऱ्या 'सॉन्स डेफेत' गँगबरोबर आपण चांगले संबंध ठेवू या. आपण त्यांच्यासोबत आहोत असं त्यांना वाटायला हवं; अधूनमधून त्यांच्याशी हात मिळवून राहिलो की, आपल्याला त्या भागात निश्चिंतपणे फिरता येईल आणि गरज पडली तर ते आपल्याला वाचवायला येतील.

"मला त्या खुनी लोकांबरोबर काही संबंध ठेवायचे नाहीत." मी म्हणालो. "कामावरून घरी परत येणाऱ्या गरीब बिचाऱ्या लोकांना मारणं, एवढंच त्यांना जमतं.

"ते हुतूंना मारतात गॅबी आणि हुतू लोक आपल्याला! डोळ्याच्या बदल्यात डोळा, दाताच्या बदल्यात दात! समजलं तुला? बायबलमध्येसुद्धा हेच लिहिलं आहे."

"बायबलमध्ये? मी कधीच नाही ऐकलं! मला एन्डोम्बोलीचं गाणं माहीत आहे : पैशाच्या बदल्यात पैसा! पैशाच्या बदल्यात पैसा! ओ!ऽ ओ!ऽ ओ!ऽ"

"गप्प बस अरमंड!" मी रागाने म्हणालो. "याच्यामध्ये हसण्यासारखं काहीच नाही!"

"रवांडामधल्या आपल्या कुटुंबातल्या माणसांचं त्यांनी काय केलं ते तू बघितलंस ना गॅबी?" जिनो पुढे म्हणाला. "आपण जर स्वतःचं रक्षण करू शकलो नाही तर तेच आपल्याला मारून टाकतील; त्यांनी माझ्या आईला मारून टाकलं, तसं."

फ्रान्सिस आमच्या डोक्याच्या वर धुराची वर्तुळं सोडत होता. अरमंडने वेडे चाळे करणं थांबवलं. मी जिनोला त्याची कशी गफलत होते, तो सगळ्यांना एकाच तराजूमध्ये कसा तोलतो आणि दर वेळी आपण सूड घ्यायचं ठरवलं तर युद्ध कधीच संपणार नाही असं सगळं समजावणार होतो; पण जिनोने त्याच्या आईविषयी केलेल्या गौप्यस्फोटामुळे मला धक्काच बसला. मला असं वाटलं की, त्याचं दुःख त्याच्या तर्कबुद्धीपेक्षा मोठं होतं. दुःख म्हणजे चर्चेच्या खेळामधलं विदूषकाचं कार्ड होतं, बाकी सगळ्या युक्तिवादातून ते सहज निसटू शकायचं. एका दृष्टीने, ते अन्यायकारक आहे.

"जिनोचं बरोबर आहे. युद्धामध्ये कोणीच तटस्थ राहू शकत नाही!" फ्रान्सिस त्याला सगळंच कळत असल्याच्या आविर्भावात म्हणाला आणि त्याचा मला सगळ्यात जास्त राग आला.

"तू बोलू शकतोस, तू झैरियन आहेस." हास्याचा फवारा उडवत अरमंड म्हणाला.

"हो मी झैरियन आहे; पण झैरियन तुत्सी आहे."

"घ्या! अजून एक गोष्ट!"

"आम्हाला लोक बाण्यामुलेंगे म्हणतात."

"मी हे नावदेखील यापूर्वी कधीच ऐकलं नव्हतं." अरमंड म्हणाला.

"आणि जर एखाद्याला कुठलीच बाजू घ्यायची नसेल तर?" मी विचारलं.

"आपल्याकडे पर्याय नाही, आपण सगळे कुठल्या न कुठल्या बाजूचे आहोत." चेहऱ्यावर भीतीदायक हसू आणत जिनो म्हणाला.

जिनो आणि फ्रान्सिसला भारावून टाकणाऱ्या हिंसेविषयीच्या त्या चर्चांचा मला कंटाळा यायचा; त्यामुळे मी आमच्या भेटण्याच्या त्या ठिकाणी जाण्याचं प्रमाण कमी करण्याचा निर्णय घेतला. एवढंच नव्हे तर मी माझ्या मित्रांना आणि त्यांच्या युद्धाच्या वेडाला टाळू लागलो. मला मोकळा श्वास घेण्याची, डोक्यातले विचार

बदलण्याची गरज होती. आयुष्यामध्ये पहिल्यांदाच मला आमच्या गल्लीमध्ये अडकून पडल्यासारखं वाटत होतं, त्या बंदिस्त जागेमध्ये माझ्या चिंता गोल गोल फिरत होत्या.

एका दुपारी मला इकोनोमोपुलोस मॅडम त्यांच्या बोगनवेलीच्या झाडांच्या कुंपणाबाहेर भेटल्या. आम्ही काही वेळ एकमेकांशी इकडचं-तिकडचं बोललो आणि मग त्यांनी मला पॅशनफ्रूटचा रस प्यायला घरात बोलावलं. त्यांच्या मोठ्या दिवाणखान्यात शिरताच एक भिंत संपूर्णपणे व्यापून टाकणाऱ्या पुस्तकांनी भरलेल्या फळ्यांनी माझं लक्षण वेधून घेतलं. मी एकाच ठिकाणी एवढी सगळी पुस्तकं कधीच बघितली नव्हती. जमिनीपासून पार छपरापर्यंत!

"ही सगळी पुस्तकं तुम्ही वाचली आहेत?" मी विचारलं.

"हो. काही पुस्तकं तर मी अनेक वेळा वाचली आहेत. ही पुस्तकं म्हणजे माझ्या आयुष्यातलं सगळ्यात मोठं प्रेम आहेत. ती मला हसवतात, रडवतात, मला आंधळा विश्वास न ठेवता चौकस बनायला शिकवतात; मला विचार करायला लावतात. ती मला वास्तवाच्या जगातून निसटून जायला मदत करतात. त्यांनी मला बदलून टाकलं आहे, माझं नवीन व्यक्तीमध्ये रूपांतर केलं आहे."

"पुस्तक आपल्याला बदलू शकतं?"

"हो नक्कीच! एखादं पुस्तकसुद्धा तुला बदलून टाकू शकतं! आणि तुझं आयुष्यसुद्धा! एखाद्या विजेसारखं. अशी आयुष्य बदलून टाकणारी भेट कधी घडेल हे आपण आधी सांगू शकत नाही. पुस्तकांपासून सावध राहायला हवं, पुस्तकं म्हणजे झोपलेल्या अवस्थेतले जादुई राक्षस असतात."

माझी बोटं शेल्फवरील पुस्तकांच्या मुखपृष्ठांना कुरवाळत फिरत होती, प्रत्येक मुखपृष्ठाचा पोत किती वेगळा होता! मी वाचत असलेल्या पुस्तकांची नावं मी मनातल्या मनात उच्चारत होतो. इकोनोमोपुलोस मॅडम काही न बोलता माझ्याकडे बघत होत्या; पण जेव्हा त्यांनी पाहिलं की, एका विशिष्ट पुस्तकाच्या शीर्षकाने माझ्यातली उत्सुकता जागृत केली आणि मी जरा जास्त वेळ त्या पुस्तकापाशी रेंगाळलो, तेव्हा त्या मला प्रोत्साहन देत म्हणाल्या,

"घेऊन जा ते पुस्तक. मला खात्री आहे ते तुला नक्की आवडेल."

त्या रात्री झोपायला जाण्याआधी बाबांच्या सचिवांच्या ड्रॉवरमधून तात्पुरता वापरण्यासाठी एक टॉर्च आणला. डोक्यावरून चादर घेऊन मी कादंबरी वाचायला सुरुवात केली. त्या गोष्टीमध्ये एक म्हातारा मच्छीमार, एक छोटा मुलगा, एक मोठा मासा, शार्क माशांचा एक समूह... अशी सगळी पात्रं होती. पुस्तक वाचतावाचता माझ्या पलंगाचं रूपांतर एका होडीत झालं. मला गादीच्या कडांवर आदळणाऱ्या

लाटांचे आवाज ऐकू येऊ लागले, मला समुद्राकाठची हवा आणि चादरीच्या शिडाला हलवणारा वारा जाणवू लागला.

दुसऱ्या दिवशी मी ते पुस्तक इकोनोमोपुलोस मॅडमना परत करायला गेलो.

"एवढ्यात झालंसुद्धा तुझं वाचून? शाब्बास गाब्रिएल! आता मी तुला दुसरं पुस्तक देते."

पुढच्या रात्री मला लोखंड एकमेकावर आपटल्याचे, घोड्यांच्या धावण्याचे, घोडेस्वारांचा अंगरखा आणि राजकन्येच्या लेसच्या वस्त्रांच्या सळसळण्याचे आवाज ऐकू आले.

आणखी एके दिवशी, युद्धामुळे उद्ध्वस्त झालेल्या एका शहरामध्ये मी किशोरवयातली एक मुलगी आणि तिच्या कुटुंबासह एका बंदिस्त खोलीत लपून बसलो होतो. ती मला तिच्या खासगी वहीत लिहीत असलेले तिचे विचार वाचू द्यायची. ती तिची भीती, स्वप्न, प्रेम, तिचं पूर्वीचं आयुष्य या सगळ्यांविषयी लिहायची. मला वाटायचं की, ती माझ्याचबद्दल लिहीत होती, मीसुद्धा असंच लिहिलं असतं.

दर वेळी मी त्यांना पुस्तक परत करायला गेलो की, इकोनोमोपुलोस मॅडम मला त्या पुस्तकाबद्दलचं माझं मत विचारायच्या. त्या हे जाणून घेऊन काय करणार असा मला प्रश्न पडायचा. सुरुवातीला मी त्यांना थोडक्यात गोष्टीची रूपरेषा सांगायचो. गोष्टींमधल्या ठळक घटना, ठिकाणांची आणि मुख्य पात्रांची नावं सांगायचो. त्यांना आनंद झाल्याचं मला दिसायचं. फक्त खोलीत जाऊन मला ज्यामध्ये बुडून जाता येईल असं नवीन पुस्तक हवं होतं.

आणि मग हळूहळू, मला काय वाटतं ते मी त्यांना सांगू लागलो. मला पडलेले प्रश्न त्यांच्यापाशी बोलून दाखवू लागलो. लेखकाविषयी आणि पात्रांविषयी माझी मतं मांडू लागलो. अशा पद्धतीने गोष्ट लांबवून मी माझ्या पुस्तकाचा अधिकच आस्वाद घेऊ लागलो. मला रोज दुपारी त्यांच्याकडे जाण्याची सवय लागली. माझ्या वाचनामुळे मी गल्लीच्या मर्यादा ओलांडू शकलो होतो, पुन्हा एकदा श्वास घेऊ शकलो होतो. मला जाणीव झाली की, आपल्याला स्वतःमध्ये आणि स्वतःच्या भीतींमध्ये गुरफटवून टाकणाऱ्या कुंपणापलीकडेसुद्धा जग आहे. मी मित्रांच्या भेटण्याच्या ठिकाणी जाणंच बंद केलं. मला त्यांना भेटायची, त्यांच्या युद्ध, शहरबंदी, हुतू, तुत्सी यांविषयीच्या गप्पा ऐकण्याची इच्छाच नव्हती. मी आणि इकोनोमोपुलोस मॅडम त्यांच्या बागेतल्या निळ्या गुलमोहराच्या झाडाखाली बसायचो. त्यांच्या मजबूत लोखंडी टेबलावर त्या गरमागरम चहा आणि बिस्किटं आणून ठेवायच्या. त्या मला देत असलेल्या पुस्तकांविषयी आम्ही तासन्तास गप्पा मारायचो. माझ्या लक्षात आलं की, माझ्या आतमध्ये दडून बसलेल्या आणि मी आजवर दुर्लक्ष

केलेल्या अनंत गोष्टींविषयी मी बोलू शकत होतो. त्या पुस्तकांच्या नव्याने गवसलेल्या आश्रयामध्ये मला माझ्या आवडीनिवडी लक्षात येऊ लागल्या. माझ्या इच्छा, माझे दृष्टिकोन समजू लागले आणि एकूणच विश्वाचा अनुभव येऊ लागला. इकोनोमोपुलोस मॅडम माझ्यामध्ये स्वतःबद्दलचा विश्वास निर्माण करायच्या, कधीच माझ्याबद्दल ठाम मतं बनवायच्या नाहीत. त्यांच्याकडे माझं ऐकून घेण्याची आणि मला धीर देण्याची कला होती. भरपूर गप्पा मारून झाल्यावर, जेव्हा दुपार सूर्यास्ताच्या प्रकाशामध्ये विरघळून जायची, तेव्हा मजेशीर प्रेमी युगुल असल्यासारखे आम्ही त्यांच्या बागेमध्ये फेरफटका मारायचो. त्या वेळी मला एखाद्या चर्चच्या छताखालून जात असल्यासारखं वाटायचं. पक्ष्यांचा चिवचिवाट म्हणजे कुजबुजणाऱ्या आवाजातल्या प्रार्थना वाटायच्या. आम्ही त्यांच्या बागेतल्या रानटी ऑर्किडच्या फुलांसमोर थांबायचो, जास्वंदीच्या झाडांच्या रांगांमधून आणि नुकतीच पालवी फुटलेल्या अंजिराच्या झाडांमधून फिरायचो. त्या झाडांची फुलं म्हणजे आजूबाजूच्या परिसरातल्या सूर्यपक्ष्यांसाठी आणि मधमाश्यांसाठी जणू मेजवानीच होती. मी झाडांच्या बुंध्यापाशी पडलेली वाळलेली पानं पुस्तकांच्या पानांमध्ये खूण म्हणून ठेवण्यासाठी गोळा करायचो. गल्ली हळूहळू काळोखात बुडत असताना आम्ही गवतावर पाय घासत, सावकाश - रेंगाळत चालायचो; जणू सरणारा वेळ आम्ही पकडून ठेवू पाहत होतो.

। चोवीस ।

आमची शाळा सुरू व्हायच्या दिवशी आई रवांडाहून परत आली. तो शहरबंदीचा दुसरा दिवस होता. शाळेच्या वाटेवर जळलेल्या गाड्यांचे सांगाडे, रस्त्यावर दगड आणि अद्याप धूर येत असणारे किंवा वितळून गेलेले चाकांचे टायर विखुरलेले होते. जर रस्त्याच्या कडेला एखादं प्रेत पडलेलं दिसलं तर बाबा आम्हाला नजर फिरवून दुसरीकडे पाहायला सांगायचे. शाळेच्या मुख्याध्यापकांनी फ्रान्सच्या दूतावासाच्या पोलिसांबरोबर आणि शाळेतल्या इतर सगळ्यांबरोबर आम्हाला सुरक्षेसंबंधीच्या नवीन सूचना द्यायला मोठ्या मैदानावर एकत्र बोलावलं होतं. नेम चुकलेल्या बंदुकीच्या गोळ्या वर्गांमध्ये घुसू नयेत म्हणून शाळेभोवती बोगनवेलीच्या प्रचंड कुंपणाऐवजी त्या जागी विटांची उंच भिंत बांधली होती.

प्रचंड भीतीच्या वातावरणाने शहराला घेरलं होतं. मोठ्या माणसांना नवे धोके निर्माण होण्याची चाहूल लागली होती. त्यांना आमच्या देशाची परिस्थितीसुद्धा रवांडासारखी बिघडत जाण्याची भीती वाटत होती; त्यामुळे सगळीकडे जरा जास्तच प्रमाणात बॅरिकेड घालून ठेवले होते आणि हिंसक वातावरणाचा परिणाम म्हणून सर्वत्र तारांच्या कुंपणांचं, रखवालदारांचं, धोक्याची सूचना देणाऱ्या साधनांचं, फाटकांचं, धातूशोधक यंत्रांचं, काटेरी तारांच्या कुंपणांचं प्रमाण वाढवलं होतं. : आम्ही कसे हिंसेला लांब ढकलू शकत होतो, दूर ठेवू शकत होतो हे पटवून देण्यासाठीचा हा सगळा खटाटोप होता. ना युद्ध चालू होतं आणि ना शांतता होती. अशा विचित्र परिस्थितीत आम्ही जगत होतो. जी जीवनमूल्ये घेऊन आम्ही लहानाचे मोठे झालो, ती आता नाहीशी झाली होती. असुरक्षिततेची भावना भूक, तहान, उकाडा या जाणिवांइतकीच सवयीची झाली होती. क्रोध आणि रक्त आमच्या दैनंदिन आयुष्याचा भाग झाले होते.

एक दिवस गर्दीच्या वेळी मी जमावाने एका माणसाचा जीव घेतल्याचं दृश्य मध्यवर्ती डाकघरासमोर पाहिलं.

बाबा गाडीमध्ये होते. त्यांनी मला आमच्या पत्रपेटीत आलेलं पार्सल आणायला पाठवलं होतं. मी मनातल्या मनात लोरचं पत्र आलं असेल अशी आशा करत होतो. माझ्या समोरून जाणाऱ्या तीन तरुणांनी काहीही उघड कारण नसताना एका माणसावर अचानकपणे दगडफेक करून हल्ला केला. रस्त्याच्या कडेला उभे राहून दोन पोलीस अधिकारी हे दृश्य निष्क्रियपणे पाहत होते. येणारे-जाणारे लोक फुकट बघायला मिळत असलेल्या एखाद्या तमाशाचा आस्वाद घ्यावा तसं क्षणभर थांबून पुढे निघून जात होते. त्या तिघांपैकी एक हल्लेखोर चाफ्याच्या झाडाखाली सिगारेट आणि च्युइंगगमविक्रेते बसायचे, तो मोठा दगड आणायला गेला. जखमी माणूस पुन्हा एकदा उठण्याचा प्रयत्न करत असतानाच त्या मोठ्या दगडाने त्याचं डोकं फोडलं. तो रस्त्यावर कोसळला आणि संपूर्णपणे आडवा झाला. अतिशय वेगाने शर्टाच्या आतून त्याची छाती तिप्पट उंच होताना दिसत होती. तो श्वास घेऊ पाहत होता आणि मग काहीच नाही. हल्लेखोर जेवढ्या शांतपणे आले होते, तेवढ्याच शांतपणे निघून गेले आणि रस्त्यातले लोकदेखील रहदारीच्या बाजूने निघून जावं तसे त्या मृतदेहाला टाळत तिथून निघून गेले.

संपूर्ण शहर कार्यरत होतं, दैनंदिन उपक्रम, खरेदी तसेच नित्यकर्मं चालू होती. रस्त्यांवर गर्दी होती, मिनीबसच्या हॉर्नचे आवाज ऐकू येत होते, लहान-मोठे विक्रेते दाण्याची पाकिटं आणि पाण्याच्या बाटल्या विकत होते. प्रेमी युगुलं पत्रपेटीमध्ये आपला प्रियकर किंवा प्रेयसीचं पत्र मिळण्याच्या आशेत होते. एक छोटा मुलगा त्याच्या आजारी आईसाठी पांढरे गुलाब विकत घेत होता. एक बाई टोमॅटोच्या रसाच्या किमतीबाबत घासाघीस करत होती. एक किशोरवयीन मुलगा न्हाव्याकडून तेव्हाच्या प्रचलित फॅशननुसार केस कापून बाहेर पडत होता. काही काळापासून काहीही केलं तरी शिक्षा होणार नाही अशा खात्रीमुळे माणसं माणसांना भर दुपारच्या टळटळीत उन्हात मारत होती.

आम्ही जेवत असताना जॅकची गाडी आमच्या घराच्या आवारामध्ये शिरताना आम्ही पहिली. आई त्या रेंज रोव्हरमधून खाली उतरली. गेल्या दोन महिन्यांपासून आम्हाला तिची काहीच खबरबात नव्हती. ती ओळखायला येत नव्हती, अगदी रोड (बारीक) झाली होती. तिच्या कमरेभोवती एक वस्त्र गबाळ्या पद्धतीने कसंबसं बांधलेलं होतं. तिच्या अंगावर एक तपकिरी रंगाचा शर्ट अडकवलेला होता आणि घाणीत माखलेले तिचे पाय अनवाणी होते. ती आम्ही ओळखत असलेली सुसंस्कृत, रुबाबदार शहरी तरुण स्त्री नव्हतीच मुळी, कुठल्यातरी धान्याच्या शेतामधून परत आलेली अस्वच्छ शेतकरीण होती. ॲना पायऱ्यांवरून धावतधावत गेली आणि तिच्या कुशीत शिरली. आई इतकी थरथरत होती की, ती जवळजवळ मागच्या

मागेच पडली.

मी तिच्या चेहऱ्यावरचा तणाव, तिच्या पिवळ्या डोळ्यांभोवतीची काळी वर्तुळं, तिची निस्तेज कांती पाहत होतो. तिच्या शर्टाच्या उघड्या कॉलरमुळे तिच्या शरीरावरचे फोडांचे डाग दिसत होते. ती म्हातारी झाली होती.

"मला इवोन बुकावूमध्ये सापडली." जॅक म्हणाला. "मी बुजाला निघालो होतो, तेव्हा शहराबाहेर अचानक मला ती दिसली."

जॅकची तिच्याकडे बघण्याची हिंमतच होत नव्हती. जणू त्याला तिची किळस वाटत होती. तो त्याचा अवघडलेपणा घालवण्यासाठी म्हणून बोलत राहिला आणि दुसरीकडे एकापाठोपाठ एक व्हिस्कीचे ग्लास रिचवत राहिला. उकाड्यामुळे त्याच्या कपाळावर घामाचे मोठे थेंब दिसत होते. तो त्याच्या कापडी रुमालाने चेहऱ्यावरचा घाम अधूनमधून टिपत होता.

"एरवी सगळं ठीक असतानासुद्धा बुकावू म्हणजे एक गोंधळच असतो; पण अरे मिशेल, आत्ता तर तुझा डोळ्यांवर विश्वासच बसणार नाही; सगळं अकल्पनीय आहे जणू! माणसांची कचराकुंडीच. प्रत्येक चौरस किलोमीटर अंतरावर दुःखाचे स्टॉल लागले आहेत. एक लाख निर्वासित लोक रस्त्यांवर आहेत! सगळं गुदमरवून टाकणारं आहे. पदपथांवर एक कणही जागा शिल्लक नाही आणि अजूनही रोजच्या रोज हजारोंच्या संख्येने माणसांचा लोंढा येणं सुरूच आहे.

रवांडामधून रक्ताचे पाट वाहत आपल्या इथे येत आहेत. : दोन दशलक्ष बायका, मुलं, म्हातारे, शेळ्या, लढवय्ये, आधीच्या सैन्यातले अधिकारी, मंत्री, बँक अधिकारी, पाद्री, अपंग लोक, निष्पाप लोक, गुन्हेगार आणि असे आणखी बरेचजण ज्यांची मी नावंही घेत नाही. सामान्य माणसांपासून ते मोठमोठाल्या हरामखोर माणसांपर्यंत मानवजातीतले शक्य तेवढे सर्व प्रकारचे लोक त्यामध्ये आहेत. हे सारे लोक स्कॅव्हेंजर कुत्री, कापली गेलेली गुरं, डोंगरउतारांवर मरून पडलेली एक दशलक्ष माणसं असं सगळं आपल्यामागे सोडून कॉलरा आणि दुष्काळाला सामोरे जायला आले आहेत. किवू या सगळ्या दुष्टचक्रातून कसं बाहेर पडतं हाच प्रश्न आहे!

प्रोथेने आईला बटाट्याचं सूप आणि बीफ वाढलं आणि आम्हा सगळ्यांना भेडसावत असलेला प्रश्न ॲनाने विचारला,

"युसेबी आत्या आणि आमची भावंडं सापडली का तुला?"

आईने मानेनंच नाही असं उत्तर दिलं. आम्ही तिच्या ओठांकडे पाहत होतो; पण ती काहीच बोलली नाही. मलासुद्धा पॅसिफिकबद्दल तोच प्रश्न विचारायचा होता; पण बाबांनी मला खुणेने थांबायला सांगितलं.

आई एखाद्या आजारी म्हाताऱ्या बाईप्रमाणे ताटातलं अन्न सावकाश चावत

होती. थकलेल्या हातांनी तिने पाण्याचं भांड उचललं आणि छोटेछोटे घोट घेत पाणी प्यायली. ती पावाच्या मधल्या मऊ भागाचे छोटे गोळे करून ते पद्धतशीरपणे ताटासमोर ठेवत होती. ती आमच्याकडे पाहतही नव्हती, तिचं सगळं लक्ष खाण्याकडे होतं. जेव्हा तिने मोठ्याने ढेकर दिला, तेव्हा आम्हीच काय पण टेबल आवरायला घेतलेल्या प्रोथेनेसुद्धा तिच्याकडे चमकून पाहिलं. काहीच न घडल्यासारखं तिने पुन्हा पाण्याचा एक घोट घेतला आणि मग पावाचा एक तुकडा गिळला. तिचे कपडे, तिचं वागणं; ही बाई माझी आई असूच शकत नव्हती... बाबांना खरंतर तिच्याशी बोलायचं होतं; पण घाई केल्यासारखं वाटू नये म्हणून कुठून सुरुवात करावी हे त्यांना कळत नव्हतं. अर्थात त्यांना तशी काही गरजच पडली नाही. लहानपणी मला झोपवताना गोष्ट सांगायची तशा शांत, हळू आवाजामध्ये आई स्वतःहूनच बोलू लागली :

"५ जुलै रोजी मी किगालीला पोहोचले. एफपीआरने शहराला मुक्त केलं होतं. रस्ताभर प्रेतांची न संपणारी रांग जमिनीवर पडलेली होती. क्वचित बंदुकीच्या गोळ्यांचे आवाज ऐकू येत होते. एफपीआरचे सैनिक गेल्या तीन महिन्यांपासून माणसांच्या शरीराचं मांस खाणाऱ्या कुत्र्यांना मारत होते. काही वाचलेले लोक स्तब्ध नजरेने रस्त्यांमध्ये भटकत होते. मी युसेबी आत्याच्या फाटकापाशी पोहोचले. फाटक उघडंच होतं. घराच्या आवारात शिरताच दुर्गंधीमुळे मला परत मागे फिरण्याची इच्छा झाली. तरीही मी धीर एकवटून पुढे गेले. दिवाणखान्यातल्या जमिनीवर तीन मुलं पडलेली होती. मला ख्रिस्टिओनचं प्रेत बोळात पडलेलं दिसलं. त्याने कॅमेरूनच्या संघाचा शर्ट घातलेला असल्यामुळे मी त्याला ओळखलं. मी युसेबी आत्याला सगळीकडे शोधलं; पण तिचा काहीच पत्ता नव्हता. आजूबाजूला कोणीही माझ्या मदतीला नव्हतं. मी एकटीच होते. मी स्वतः बागेमध्ये मुलांच्या पार्थिवांना पुरलं. एक आठवडा त्या घरात राहिले. मला वाटत होतं की, युसेबी आत्या अखेरीस घरी येईल. ती येत नाही असं पाहून मी मग पॅसिफिकला शोधायला जायचं ठरवलं.

"मला माहीत होतं की, तो सगळ्यात आधी ज्यानला भेटायला जीतारामाला जाणार. मी तिच्या घरी पोहोचले, तेव्हा तिचं सगळं घर लुटून नेलेलं होतं; पण ज्यान आणि तिचं कुटुंब कुठेच दिसत नव्हतं. दुसऱ्या दिवशी एफपीआरच्या एका सैनिकाने मला सांगितलं की, पॅसिफिक तुरुंगात होता. मी तिथे गेले; पण मला त्याला भेटू दिलं नाही. मी पुढचे तीन दिवस तिथे जात राहिले. चौथ्या दिवशी सकाळी एका रखवालदाराने मला तुरुंगाच्या मागच्या बाजूला, फुटबॉलच्या मैदानावर केळ्याच्या लागवडीच्या काठावर नेलं. एफपीआरचे सैनिक त्या ठिकाणावर लक्ष ठेवून होते. तिथे पॅसिफिक गवतावर आडवा पडलेला होता. त्याला गोळ्या

लागल्या होत्या. त्या रखवालदाराने मला सांगितलं की, जीतारामाला पोहोचल्यावर पॅसिफिकला त्याची बायको आणि त्याच्या सासरचं सगळं कुटुंब त्यांच्या घराच्या अंगणात मारून टाकलेलं आढळलं. अजूनही शहरात असलेल्या हुतू लोकांनी त्यांना मारल्याचं हल्ल्यातून बचावलेल्या तुत्सी लोकांनी त्याला सांगितलं. पॅसिफिकला ते हल्लेखोर मध्यवर्ती चौकात सापडले. त्यांच्यातल्या एकाच्या डोक्यावर ज्यानच्या वडिलांची टोपी होती. त्या समूहातल्या एका बाईने पॅसिफिकने ज्यानला त्यांच्या साखरपुड्याच्या वेळी दिलेला झगा घातला होता. माझ्या भावाला वेड लागल्यासारखं झालं. त्याने त्याच्या बंदुकीतल्या सगळ्या गोळ्या त्या चौघांवर झाडल्या. त्याचा खटला ताबडतोब कोर्टात दाखल करण्यात आला आणि त्याला मृत्यूची शिक्षा ठोठावण्यात आली. मी जेव्हा आजी आणि रोजालीला बूटारला भेटले, तेव्हा मी त्यांना खोटं सांगितलं. मी त्यांना सांगितलं की, तो देशासाठी, आपल्यासाठी, आपल्या परतीसाठी शहीद झाला. त्याच्याच माणसांनी त्याला मारलं हे त्यांना सहन झालं नसतं. झैरमधून परत आलेल्या एका ओळखीच्या बाईकडून समजलं की, तिने युसेबी आत्याला बुकावूच्या छावणीत बघितल्यासारखं तिला वाटत होतं. म्हणून मग मी परत गेले आणि एक महिनाभर तिला शोधलं. मी आणखी लांबवर चालत राहिले. निर्वासितांच्या छावणीमध्ये मी वाट चुकले. मी तुत्सी आहे हे समजल्यानंतर दहा वेळा तरी मी मरतामरता वाचले. काय चमत्कार झाला माहीत नाही; पण मी रस्त्याच्या कडेला उभी असताना जॅकने मला ओळखलं. मी युसेबी आत्या सापडण्याच्या सगळ्या आशा सोडून दिल्या होत्या.''

आईने बोलणं थांबवलं. बाबांचे डोळे मिटलेले होते आणि डोकं मागच्या बाजूला झुकलेलं होतं; ॲना त्यांच्या कुशीत बसून रडत होती. जॅकने अजून एक व्हिस्कीचा पेला भरला आणि तो पुटपुटला, ''आफ्रिका, वाया गेलेला देश!'' मी धावत जाऊन खोलीचं दार बंद केलं.

। पंचवीस ।

गल्लीत अनवाणी चालल्यामुळे माझ्या तळपायात चावणारा किडा घुसला होता. प्रोथेने एक छोटं स्टूल आणून माझी टाच त्यावर ठेवली आणि डोनासीएनने लायटरने पेटवलेल्या ज्योतीवर सुईचं टोक गरम केलं.

"तू रडणार नाहीस ना गॅबी?'' डोनासीएनने विचारलं.

"नाही नाही, गाब्रिएल साहेब आता मोठे झाले आहेत!'' मला प्रेमाने चिडवत प्रोथे म्हणाला.

"हळू, डोनासीएन!'' लाल झालेली सुई माझ्या जवळ येताना पाहून मी ओरडलो. त्याने एका झटक्यात ती अळी बाहेर काढली. अजूनही दुखत होतं; पण सहन करता येण्याजोगं होतं.

हे बघ! या प्राण्याचा आकार बघ! मी तुला थोडंसं जंतुनाशक औषध लावतो आणि मग तू मला वचन दे की, पुन्हा असा अनवाणी भटकणार नाहीस! घराच्या आतसुद्धा नाही!''

डोनासीएनने माझ्या पायाला जंतुनाशक औषध लावलं आणि प्रोथेने अजून कुठे अळी नसल्याची खात्री करून घेतली. एखाद्या आईप्रमाणे माझी काळजी घेणाऱ्या त्या दोन पुरुषांकडे मी पाहत होतो. ते राहत होते, त्या भागात युद्धाने थैमान घातलं होतं; पण त्यांची भीती आणि काळजी आमच्यापर्यंत येऊ न देता ते जवळजवळ रोज कामावर येत होते.

"लष्कराने तुमच्या भागात, कामेंगला लोक मारले हे खरं आहे का?'' मी विचारलं.

डोनासीएनने पुन्हा माझा पाय अलगदपणे स्टुलावर ठेवला. प्रोथे त्याच्या शेजारी येऊन बसला आणि हाताची घडी घालून आकाशात उडणाऱ्या घारी बघू लागला.

डोनासीएन थकलेल्या आवाजात बोलू लागला.

"हो, असंच घडत आहे. कामेंग म्हणजे या शहरातलं हिंसेचं केंद्रस्थान आहे. रोज रात्री आम्ही ज्वलंत निखाऱ्यावर झोपतो आणि शहरामध्ये वरवर जाणाऱ्या ज्वाळा बघतो. आम्हाला बघायला आवडणाऱ्या चांदण्या दिसूच शकत नाहीत इतक्या उंचीवर जाणाऱ्या ज्वाळा! आणि सकाळ

झाली की, आम्ही जिवंत असल्याबद्दल, कोंबड्याच्या आरवण्याबद्दल, डोंगरावर पसरलेल्या प्रकाशाबद्दल आश्चर्य व्यक्त करतो. झैरमधलं माझ्या आई-वडिलांचं ते कष्टदायक गाव सोडून आलो, तेव्हा मी काही वयाने फार मोठा नव्हतो. बुजूम्बुरामध्ये मला माझा आनंद सापडला आणि हे शहर माझं झालं. माझ्या नकळत माझ्या आयुष्यामधील सगळ्यात सुंदर वर्षं मी कामेंगमध्ये जगलो, कारण येणारा दिवस कालच्यापेक्षा चांगला असेल या आशावादाने मी रोज पुढच्या दिवसाचा विचार करायचो. सुख नेहमी मागे वळून पाहिल्यावरच जाणवतं. पुढचा दिवस? हे बघ. उगवला तो पुढचा दिवस. सगळ्या आशा मारून टाकणारा, रिकाम्या क्षितिजाकडे नेणारा, स्वप्नांचा चुराडा करणारा. मी आपल्या सगळ्यांसाठी प्रार्थना केली आहे गॅबी, जितक्या वेळा जमेल तितक्या वेळा मी प्रार्थना केली आहे. मी जितकी प्रार्थना करत होतो, तितकाच देव आपल्याकडे दुर्लक्ष करत होता आणि तेवढ्या जास्त प्रमाणामध्ये माझा त्याच्या शक्तीवर विश्वास बसत गेला. आपण त्याच्यावर अविश्वास तर दाखवत नाही ना, हे बघण्यासाठीच देव आपल्याला कठीण दिवस दाखवत असतो. जणू तो आपल्याला सांगू पाहत आहे की, प्रेम विश्वासाच्या पायांवर उभं असतं. दुःख देणाऱ्या आभाळाखालीसुद्धा आपण आपल्या आजूबाजूच्या गोष्टींमधलं सौंदर्य पाहायचं असतं. जर कोंबड्याच्या आरवण्याचा आवाज, डोंगरमाथ्यावर पसरलेली प्रकाशाची किरणं तुझ्या मनात विस्मय निर्माण करत नसतील, जर आत्म्याच्या चांगुलपणावर तुझा विश्वास नसेल तर तुझ्या हृदयाची धडधड होत नाही. असं समज, जणू तू जिवंतच नाहीस.''

''उद्याचा सूर्य उगवेल आणि आपण पुन्हा एकदा प्रयत्न करू.'' निष्कर्षाला आल्यासारखं प्रोथे म्हणाला. आम्ही तिघेही आपापल्या खिन्न विचारांमध्ये हरवलेलो असताना अचानक जिनो तिथे आला.

''गॅबी, चल लवकर. तुला काहीतरी दाखवायचं आहे.''

तो खूप अस्वस्थ वाटत होता. त्याने माझं स्टूल ओढलं आणि माझ्यापुढे धावत सुटला. काहीही प्रश्न न विचारता मी त्याच्या मागे लंगडत लंगडत गेलो. मला शक्य तेवढ्या वेगाने गल्लीचा चढ चढलो आणि धापा टाकत त्याच्या घरी पोहोचलो. फ्रान्सिस आणि अरमंड स्वयंपाकघरातल्या टेबलापाशी बसलेले होते. जिनो फ्रिजजवळ गेला. दिवाणखान्यातून त्याच्या बाबांच्या टाइपरायटरच्या बटणांचा आवाज येत होता.

''चला, फ्रिझर उघडा.'' अरमंड आणि माझ्याकडे पाहत जिनो म्हणाला. फ्रान्सिसला बहुधा आधीपासूनच माहीत होतं हे स्पष्ट दिसत होतं. तो साथीदार असल्यासारखा जिनोकडे पाहत होता; त्यामुळे मला सर्वांत जास्त भीती वाटू लागली. अरमंडने फ्रिझरच्या दरवाजाचा दांडा ओढला. आतमध्ये नक्की काय होतं

हे मला पटकन समजलंच नाही. तिथे ठेवलेल्या दोनपैकी एक वस्तू मी हातात घेतली.

“बाप रे! हातबॉम्ब!”

मी पटकन तो परत ठेवून दिला, फ्रिझरचं दार लावून टाकलं आणि खोलीच्या भिंतीपर्यंत मागे मागे गेलो.

“आम्हाला हे दोन हातबॉम्ब केवढ्याला मिळाले असतील ओळख?” मोठ्या उत्साहाने जिनोने विचारलं आणि आमच्या उत्तराची वाट न बघता पुढे म्हणाला, “पाच हजार! फ्रान्सिस ‘सॉन्स डेफेत’मधल्या एका माणसाला ओळखतो. त्याने त्या माणसाला सांगितलं की, आपणसुद्धा आपल्या इलाक्याचं रक्षण करत आहोत; मग त्याने आपल्याला चांगल्या किमतीला हे हातबॉम्ब दिले. एरवी यांची किंमत याच्या दुप्पट असते.”

“आईच्या गावात! जिनो, तुझ्या फ्रिजमध्ये हातबॉम्ब आहेत!” अरमंड म्हणाला, “तू ठार वेडा झाला आहेस, मित्रा.”

“तुझी अडचण काय आहे?” त्याची कॉलर पकडत फ्रान्सिसने त्याला विचारलं.

“वेड्यांचा बाजार आहे हा!” घाबरलेला अरमंड पुन्हा म्हणाला. “तुम्ही हातबॉम्ब विकत घेऊन फ्रिझमध्ये गोठवलेल्या बीफच्या तुकड्याशेजारी ठेवता आणि वर मला विचारता की, मला काय अडचण आहे?”

“तुझं तोंड बंद कर अरमंड, माझ्या बाबांना ऐकू जाईल.” आपल्या अड्ड्यावर जाऊ या.

जिनोने फ्रिझरमधले हातबॉम्ब बाहेर काढून एका प्लॅस्टिकच्या पिशवीत ठेवले आणि आम्ही कोम्बी फोक्स वॅगनमध्ये जायला निघालो. तिथे पोहोचल्यावर फ्रान्सिसने ती दोन्ही स्फोटकं मागच्या सीटखालच्या सामान ठेवण्याच्या जागेत लपवली. सीट वर उचलल्यावर मला तिथे एक दुर्बीण दिसली.

“ही दुर्बीण इथे काय करते आहे?” मी फ्रान्सिसला विचारलं.

“माझ्याकडे हिच्यासाठी एक गिऱ्हाईक आहे. त्यातून मिळालेले पैसे आपण कलाश्निकोव्ह बंदूक घेण्यासाठी साठवून ठेवू शकतो. जेब बाजारामध्ये वापरलेल्या बंदुकी मिळतात.”

“कलाश्निकोव्ह बंदूक?” अरमंड म्हणाला. “मग एखादा इराणी अणुबॉम्ब का नको?”

“ही दुर्बीण माझ्या ओळखीची आहे. इकोनोमोपुलोस मॅडमची आहे ही. ती त्यांच्या घरातून चोरलीस?”

“तू डोक्यात जाऊ नकोस रे गॅबी!” फ्रान्सिस म्हणाला, “आपल्याला त्या

म्हातारीशी काही घेणं-देणं नाही आहे. तिच्या झोपडीत एवढ्या वस्तूंचा खच आहे की, तिच्या लक्षातही आलं नसेल.''

''तिला आत्ताच्या आत्ता ही दुर्बीण परत देऊन ये!'' मी म्हणालो, ''ती माझी मैत्रीण आहे आणि तिच्या घरी चोरी झालेली मला आवडणार नाही.''

''तुझ्या भावना आम्हाला नको सांगूस.'' जिनो म्हणाला, ''तू पूर्वी तिच्या बागेतले आंबे चोरून तिलाच विकायचास. त्या ग्रीक बाईला तूसुद्धा चांगलंच गुंडाळलं आहेस.''

''ते पूर्वी आणि तसंही आंबे चोरणं आणि यामध्ये फरक आहे...''

मला त्याच्याकडून ती दुर्बीण घ्यायची होती; पण जिनोने मला मागे ढकललं. मी पुन्हा माझा तोल सावरला, तेव्हा फ्रान्सिसने मला मागून धरलं आणि माझे हात पकडून ठेवले.

''सोड मला! आणि तसंही मला यापुढे तुमच्याबरोबर फिरायचंच नाही. काय झालं आहे काय तुला जिनो? मला आता तू ओळखूच येत नाहीस. तुला कळतंय का तू काय करतोस ते? कसा माणूस बनत चालला आहेस?''

माझा आवाज कापरा झाला होता, मला रागाने रडू येत होतं. जिनो वैतागून म्हणाला,

''गॅबी, हे युद्ध आहे. आपण आपल्या गल्लीचं रक्षण करत आहोत. आपण जर तसं केलं नाही तर ते आपल्याला मारून टाकतील. तुला हे कधी समजणार? तू कुठल्या जगात वावरतो आहेस?''

''पण आपण फक्त लहान मुलं आहोत. आपल्याला कोणीही लढायला, चोरी करायला, शत्रू बनवायला सांगत नाही.

''आपले शत्रू आधीच तयार झाले आहेत. हुतू लोक आपले शत्रू आहेत आणि ती निर्दयी माणसं लहान मुलं असली तरी त्यांना मारायलासुद्धा मागेपुढे पाहणार नाहीत. रवांडामध्ये त्यांनी तुझ्या भावंडांबरोबर काय केलं ते बघ. आपण सुरक्षित नाही. आपण प्रतिकार करायला, स्वतःला वाचवायला शिकलं पाहिजे. ते गल्लीमध्ये घुसतील, तेव्हा तू काय करणार आहेस? त्यांना आंबे देणार आहेस का?''

''मी हुतूही नाही आणि तुत्सीही.'' मी म्हणालो. ''या सगळ्यांचा माझ्याशी काही संबंध नाही. माझं तुमच्यावर प्रेम आहे म्हणून तुम्ही माझे मित्र आहात; तुम्ही अमुकअमुक जातीचे आहात म्हणून नाही. बाकी या सगळ्यांशी मला काही घेणं-देणं नाही!''

आमचा हा वाद चालू असताना लांबून, डोंगरांतून आम्हाला रणगाड्यांमधून केलेल्या गोळीबाराचा आवाज ऐकू आला. आमच्या आजूबाजूला घडणाऱ्या

युद्धाच्या संगीतातले ते स्वर ओळखायला मी शिकलो होतो. काही संध्याकाळी तर त्या शस्त्रांचा आवाज पक्ष्यांच्या गाण्यामध्ये किंवा मशिदीतल्या बांगेमध्ये मिसळायचा आणि कधीकधी मी कोण आहे याचा विसर पडत त्या अजब ध्वनींचं विश्व मला अधिक सुंदर वाटायचं.

। सव्वीस ।

परत आल्यापासून आई घरीच राहत होती. ती आमच्या खोलीत माझ्या दिवाणाच्या पायाशी गादी टाकून झोपायची. सगळा दिवस गच्चीमध्ये शून्यात बघत बसून राहायची. तिला कुणालाही भेटण्याची इच्छा नव्हती आणि पुन्हा काम सुरू करण्याची ताकद नव्हती. बाबा म्हणाले की, तिने जे काही भोगलं आहे त्यातून सावरायला तिला वेळ लागेल.

ती रोज सकाळी उशिरा उठायची. आम्हाला बाथरूममधून तासन्तास पाणी वाहत असल्याचा आवाज यायचा आणि मग ती पुन्हा गच्चीतल्या कोचावर जाऊन बसायची; गांधीलमाश्या बांधत असलेल्या घरट्याकडे निश्चलपणे बघत तिथेच बसून राहायची. शेजारून कुणी जाताना दिसलं तर त्याच्याकडे एक बिअर मागायची. ती आमच्याबरोबर जेवायला नकार द्यायची. मग ॲना तिच्यासाठी ताट वाढून तिच्यासमोर एका स्टुलावर नेऊन ठेवायची. ती जेवायची अशी नाहीच, नुसतं अन्न चिवडायची. रात्र झाली की, ती एकटीच गच्चीमध्ये अंधारात बसून राहायची. ती खूप उशिरा झोपायला यायची, तोपर्यंत आम्ही सगळे कधीच झोपलेलो असायचो. मी तिची ही अवस्थासुद्धा स्वीकारली होती आणि तिच्यामध्ये असलेली आई शोधायचं थांबवलं होतं.

नरसंहार म्हणजे पाण्यावर तरंगणाऱ्या तेलाच्या तवंगासारखी काळीकुट्ट लाट असते, जे या लाटेत बुडत नाहीत; ते आयुष्यभरासाठी मळून जातात.

कधीकधी मी इकोनोमोपुलोस मॅडमकडून काखेत पुस्तकांचा गठ्ठा घेऊन आलो की, तिच्या शेजारी बसून तिला वाचून दाखवायचो. मी असा प्रयत्न करायचो की, मी निवडलेल्या गोष्टी जुन्या, हरवून गेलेल्या सुंदर आयुष्याची आठवण करून देतील इतक्या आनंदी नसतील आणि तिच्या आतमध्ये खोलवर साचलेल्या वेदनांच्या दलदलीला ढवळून काढावं इतक्या दुःखीही नसतील. मी जेव्हा पुस्तक मिटायचो, तेव्हा ती हरवलेल्या नजरेने माझ्याकडे पाहायची. मी तिच्यासाठी अनोळखी झालो होतो. तिच्या

डोळ्यांतल्या त्या खोल रिक्तपणाला घाबरून मी गच्चीतून निघून जायचो.

एका रात्री आईने उशिरा आमच्या खोलीत येऊन खुर्चीवर पाय आपटला; त्यामुळे मला जाग आली. मी काळोखात धडपडणारी तिची सावली पाहिली. आई चाचपडत ॲनाच्या शेजारी जाण्याचा प्रयत्न करत होती. ती दिवाणापाशी गेली आणि खाली वाकून माझ्या बहिणीच्या कानात पुटपुटली,

"ॲना?"

"ओ आई."

"झोपली आहेस का गं बाळा?"

"हो, झोप लागली होती..."

एखाद्या दारू प्यायलेल्या व्यक्तीसारखा आईचा आवाज जड झाला होता.

"माझं तुझ्यावर खूप प्रेम आहे बाळा, तुला माहीत आहे ना?"

"हो आई, मलासुद्धा तू खूप आवडतेस."

"मी तिकडे असताना मला तुझी आठवण आली; मला तुझी खूप आठवण आली गं बाळा."

"मलादेखील तुझी आठवण आली आई."

"आणि तुला तुझ्या बहिणींची आठवण आली? तू ज्यांच्याबरोबर खूप मज्जा करायचीस त्या तुझ्या प्रेमळ बहिणींची तुला आठवण आली?"

"हो आली ना."

"चांगलं आहे, चांगलं आहे."

आणि मग थोडा वेळ थांबून आई म्हणाली,

"तुला तुझ्या बहिणी आठवतात का गं?"

"हो."

"मी जेव्हा युसेबी आत्याच्या घरी गेले, तेव्हा सगळ्यात आधी मला त्या दिसल्या. दिवाणखान्याच्या फरशीवर पडलेल्या. तीन महिन्यांपासून. तीन महिन्यांनंतर मेलेलं शरीर कशासारखं दिसतं माहीत आहे तुला बाळा?

"काहीच उरलेलं नसतं; फक्त सडलेलं मांस असतं. मला त्यांना उचलायचं होतं; पण मला ते जमतच नव्हतं, त्या माझ्या बोटांमधून निसटून जात होत्या. मी त्यांचं शरीर पुनःपुन्हा गोळा केलं. एक-एक तुकडा. आता तुम्हाला जिथे खेळायला आवडायचं, त्या बागेत त्या आहेत. झोपाळा लावलेल्या झाडाखाली. आठवतं तुला? सांग ना मला. सांग मला की, तुला आठवतं. बोल."

"हो आई, मला आठवतं आहे."

"पण घरामध्ये फरशीवर अजूनही ते चार डाग होते. तीन महिन्यांपासून ती मुलं ज्या जागेवर पडलेली होती, त्या ठिकाणी फरशीवर मोठे डाग होते. पाणी

आणि स्पंज घेऊन मी ते सगळं खूप घासून काढलं; पण ते डाग जातच नव्हते. तिथे पुरेसं पाणीच नव्हतं. मला आजूबाजूच्या परिसरातून पाणी शोधून आणावं लागलं. म्हणून मग मी आसपासच्या घरांमध्ये पाणी शोधायला गेले. काही गोष्टी अशा असतात की, आपल्याला आयुष्यात कधीच बघाव्या लागू नयेत. थोड्याशा पाण्यासाठी मला ते सहन करावं लागलं. शेवटी जेव्हा मला बादलीभर पाणी मिळालं, तेव्हा मी घरी परत गेले आणि फरशी आणखी घासली. मी माझ्या नखांनीसुद्धा घासलं; पण त्यांची त्वचा आणि त्यांचं रक्त सिमेंटमध्ये झिरपलं होतं. माझ्या अंगाला त्यांचा वास लागला होता. हा वास मला आता कधीच सोडून जाणार नाही. मी कितीही वेळा अंघोळ केली तरीही मी अस्वच्छच असेन. मला नेहमीच त्यांच्या मृतदेहांचा वास येत राहतो आणि दिवाणखान्यातले उरलेले तीन डाग ख्रिस्तेल, ख्रिस्तिआन आणि ख्रिस्तीनचे होते. बोळामधला डाग ख्रिस्टिओनचा होता. युसेबी आत्या परत यायच्या आत मला त्यांच्या खुणा पुसून टाकायच्या होत्या, कारण तुला माहिती आहे बाळा, एक आई तिच्या मुलांचं रक्त तिच्या घरात बघूच शकत नाही. म्हणून मग मी घासत राहिले, कधीही न जाणारे ते डाग पुनःपुन्हा घासत राहिले. ते सिमेंटमध्ये, दगडामध्ये मुरले आहेत. ते... माझं तुझ्यावर प्रेम आहे माझ्या लाडक्या बाळा...''

आई ॲनाच्या अंगावर वाकून कुजबुजत्या आवाजात धाप लागेपर्यंत ती भयानक हकिगत सांगत होती. मी उशीखाली डोकं खुपसलं. मला काहीच जाणून घ्यायचं नव्हतं. मला काहीच ऐकायचं नव्हतं. मला उंदराच्या बिळात किंवा जमिनीखालच्या एखाद्या गुहेत जाऊन लपायचं होतं. आमच्या गल्लीच्या पलीकडलच्या जगापासून स्वतःला वाचवायचं होतं. सुंदर आठवणींमध्ये हरवून जायचं होतं, हळुवार कादंबऱ्यांमध्ये, पुस्तकांच्या खोल डोहात राहायचं होतं.

दुसऱ्या दिवशी सकाळी सूर्याची पहिली किरणं खिडकीवर येऊन आदळली. सहासुद्धा वाजले नव्हते; पण भयानक उकाडा जाणवत होता; त्यामुळे दिवसभरात कधीतरी वादळी पाऊस येणार हे नक्की होतं. मी डोळे उघडले, तेव्हा आई ॲनाच्या गादीवर मोठमोठ्याने श्वास घेत आडवी झाली होती. तिचे पाय पलंगाच्या बाहेर आले होते. तिने रंग उडालेला परकर आणि तपकिरी रंगाचा शर्ट घातला होता. मी माझ्या बहिणीला हलवून उठवलं. ती खूप थकली होती. आम्ही काही न बोलता कसेबसे शाळेत जाण्यासाठी तयार झालो. मी असं दाखवत होतो की, आदल्या रात्रीचं काहीच मी ऐकलं नव्हतं. बाबांनी मला शाळेमध्ये सोडलं, तेव्हा आई झोपलेली होती.

मी परत आलो, तेव्हा ती गच्चीमध्ये बसली होती. तिची नजर गांधीलमाश्यांच्या

घरट्याकडे होती. तिचे डोळे लाल झालेले आणि केस विस्कटलेले होते. तिच्या समोर स्टुलावर ठेवलेल्या बिअरच्या पेल्यामधले बुडबुडे वरवर येत होते. मी तिच्याकडून प्रतिसादाची अपेक्षा न करता तिला अभिवादन केलं.

आम्ही रात्रीचं जेवण नेहमीपेक्षा लवकर केलं. आकाश भीतीदायक दिसत होतं. हवेमध्ये खूपच दमटपणा होता. उकाडा तर असह्य होत होता. बाबा आणि मी उघडेच बसलो होतो. टेबलावर माझ्या सूपच्या बाजूला रक्त प्यायलेले डास मी चिरडत होतो. आम्हाला घराच्या वर उडणाऱ्या वटवाघळांचा आवाज येत होता. शहराच्या मध्य वस्तीतल्या पांढऱ्या सावरीच्या झाडांवरून ती सारी वटवाघळं टांगांयिका तळ्याच्या काठी असलेल्या पपईच्या झाडांपर्यंत धाड घालत रात्रीची हिंडत होती. आदल्या रात्रीच्या अपूर्ण झोपेमुळे दमलेली ॲना उभ्याउभ्याच झोपत होती आणि त्यामुळे अधूनमधून तिचं डोकं पडत होतं. काचेच्या दरवाजाच्या पलीकडे काळोखात गच्चीमधल्या दिवाणावर निश्चल बसलेली आईची खिन्न आकृती मला दिसत होती.

"गॅबी, जा बाहेरचा दिवा लावून ये." बाबा म्हणाले.

आईच्या छोट्याछोट्या गोष्टींकडे बाबांनी दिलेलं लक्ष माझ्या मनावर फुंकर घालायचं. त्यांचं अजूनही तिच्यावर प्रेम होतं. मी बटण दाबलं आणि पटकन दिवा लावला आणि मग आईचा निर्विकार चेहरा दिसू लागला.

रात्री विजा चमकल्या आणि पत्र्याच्या छपरावर मुसळधार पावसाचा आवाज येत होता. गल्लीतल्या तडे गेलेल्या रस्त्याचं मोठ्या तळ्यात रूपांतर झालं होतं. पाण्याने नाले आणि गटारांना गिळून टाकलं होतं. आकाशात चमकणाऱ्या विजा आमच्या खोलीत उजेड पाडत होत्या आणि त्या उजेडात ॲनाच्या पलंगावरची आईची आकृती दिसत होती. तिने पुन्हा एकदा फरशीवरच्या डागांची कहाणी सांगण्यासाठी ॲनाला उठवलं होतं. तिचा आवाज भयानक होता. खोल गेलेला. तिच्या तोंडाला येणारा दारूचा वास खोलीभर पसरलेला होता. ॲनाने प्रश्नांची उत्तरं दिली नाहीत तर आई तिला जोरजोरात हलवायची आणि मग तिच्या कानाशी काहीतरी प्रेमाचे शब्द पुटपुटायची. बाहेर पांढऱ्या दिव्याभोवती प्रचंड संख्येने उडणारे वाळवीचे किडे उन्मत्तपणे भिरभिरत होते.

आम्ही जिवंत आहोत आणि ते मेले आहेत ही कल्पना आईला सहन होत नव्हती. आमच्या भोवती असलेल्या जगापेक्षा ती जरा कमी वेडी होती. माझ्या नकळत मला ॲनाची काळजी वाटू लागली. त्यानंतर दररोज रात्री आई तिला स्वतःबरोबर तिच्या दुःस्वप्नांच्या प्रदेशामध्ये फिरवून आणायची. मला यातून ॲनाला, आम्हाला दोघांना वाचवणं गरजेचं वाटत होतं. मला आईने निघून जायला हवं होतं, आम्हाला शांतपणे जगू द्यायला हवं होतं. आम्हाला पुन्हा एकदा आयुष्याकडे आशेने

बघता येण्यासाठी, स्वप्न पाहता येण्यासाठी आईने अनुभवलेल्या भयानक गोष्टी आमच्या मनांत भरवणं तिने थांबवायला हवं होतं. आम्हीसुद्धा ते दुःख का सोसायचं हे मला कळत नव्हतं.

मी बाबांकडे जाऊन त्यांना हे सगळं सांगितलं. बाबांनी काहीतरी पाऊल उचलावं म्हणून मी खोटं बोललो, आईच्या क्रूरपणाचं अतिशयोक्तिपूर्ण वर्णन केलं. मग बाबांचा स्वतःवरचा ताबा सुटला, ते आत्यंतिक संतापाने आईशी याविषयी बोलायला गेले. त्यांच्यातलं भांडण वाढतच गेलं. आम्हाला वाटत होतं की, तिचा सगळा आवेग ती हरवून बसली होती; पण त्या भांडणात तिचा जोम तिला जणू परत मिळाला होता. रागाने तिचं रूपच पालटून गेलं होतं; ओठांच्या कडेला फेस आला होता आणि डोळे वटारलेले होते. ती काहीतरी असंबद्ध बडबडत होती, तिला येत असलेल्या सगळ्या भाषांमध्ये शिव्याशाप देत होती. त्या सगळ्या नरसंहाराला फ्रेंच लोकांना जबाबदार धरत होती. ती ॲनाच्या अंगावर धावून गेली आणि तिच्या हाताला धरून ती एखादं पामचं झाड असल्यासारखं तिला गदागदा हलवू लागली.

''तुझं तुझ्या आईवर प्रेम नाही! तुझ्या कुटुंबाला मारून टाकणारी ही दोन फ्रेंच माणसंच तुला जास्त प्रिय आहेत!''

आईच्या मारापासून बाबांनी ॲनाला वाचवायचा प्रयत्न केला. माझी बहीण भीतीने कावरीबावरी झाली होती. तिला आईची नखं टोचत होती, बोचकारत होती.

''गॅबी, माझ्या मदतीला ये!'' बाबा ओरडले.

मी भीतीमुळे हलूच शकलो नाही. बाबांनी एक-एक करून आईची बोटं सोडवली. जेव्हा त्यांनी तिला पकडलेला हात सोडायला लावला, तेव्हा तिने मागे वळून, छोट्या टेबलावरचं सिगारेटच्या राखेचं भांडं उचलून ॲनाच्या चेहऱ्यावर फेकून मारलं. तिच्या भुवईच्या वरच्या हाडावर जखम झाली आणि त्यातून रक्त वाहू लागलं. एक क्षणभर तसाच गेला; काय करायचं ते काही समजलंच नाही. मग बाबांनी ॲनाला उचलून, गाडीमध्ये ठेवलं आणि थेट दवाखान्यामध्ये नेलं. मीसुद्धा तिथून निसटलो आणि कोम्बीमध्ये जाऊन लपून बसलो; रात्र होईपर्यंत घरी गेलोच नाही. मी परत घरी गेलो तोपर्यंत आई नाहीशी झालेली होती, ती निघून गेली होती. त्यानंतर बाबा आणि जॅकने दिवसच्या दिवस तिला शोधण्यासाठी संपूर्ण शहर पिंजून काढलं. तिच्या कुटुंबातली माणसं, मित्र, पोलीस चौकी, शवागार अशी सगळीकडे चौकशी केली; पण काहीच हाती लागलं नाही. तिने कोठेतरी निघून जावं असं वाटल्याबद्दल मला अपराधी वाटत होतं. मी भ्याड आणि स्वार्थीसुद्धा होतो. मी माझ्या सुखाचे महाल आणि निर्लज्जपणाचे कळस बांधत होतो. माझी आई स्वतःचा जीव धोक्यात घालून, नरकाच्या दारापर्यंत तिची जवळची माणसं शोधायला गेलेली असताना मला माझं आयुष्य मात्र जसंच्या तसं, सुरळीत असायला हवं होतं. तिने

हे सगळं जराही मागेपुढे न बघता ॲना आणि माझ्यासाठीसुद्धा केलं असतं हे मला पक्कं माहीत होतं. आता तर ती तिच्या जखमा घेऊन नाहीशी झाली होती आणि आम्हाला आमच्या जखमांसोबत सोडून गेली होती.

। सत्तावीस ।

प्रिय ख्रिस्टिओन,

मी ईस्टरच्या सुट्ट्यांमध्ये तुझी वाट बघितली. माझ्या शेजारी तुझा पलंग तयार होता. बाजूच्या भिंतीवर मी काही फुटबॉलच्या खेळाडूंची चित्रंसुद्धा चिकटवली होती. मी माझ्या कपाटामध्ये तुझे कपडे आणि बॉल ठेवायला जागा केली होती. तुझं स्वागत करण्यासाठी मी अगदी सज्ज होतो.

पण आता तू येणार नाहीस.

अशा कितीतरी गोष्टी आहेत की, ज्या तुला सांगायला मला जरादेखील वेळच मिळाला नाही. उदाहरणार्थ– माझ्या लक्षात आलं की, मी तुझ्यापाशी लोरबद्दल कधीच बोललो नाही. ती माझी प्रेयसी आहे. अर्थात तिला अजून हे माहीत नाही. मी ठरवलं आहे की, मी तिला माझ्याशी लग्न करण्याबाबत एकदा विचारणार आहे. लवकरच! एकदा का शांतता प्रस्थापित झाली की, मग. लोर आणि मी एकमेकांशी पत्रांतून बोलतो. विमानातून पाठवलेली पत्रं! आफ्रिका ते युरोप असा प्रवास करणारे कागदाचे पांढरे सारस पक्षी. मी आयुष्यात पहिल्यांदाच एका मुलीच्या प्रेमात पडलो आहे. किती गंमतशीर असते ही भावना; पोटात गुदगुल्या झाल्यासारखी! मी माझ्या मित्रांनासुद्धा हे सांगायचं धाडस केलेलं नाही. ते मला चिडवतील. ते म्हणतील की, माझं एका भुतावर प्रेम आहे, कारण मी अजून कधीच प्रत्यक्ष त्या मुलीला पाहिलं नाही! पण माझं तिच्यावर प्रेम आहे हे समजण्यासाठी मला तिला भेटण्याची गरज नाही. त्यासाठी आम्ही एकमेकांना लिहिलेली पत्रं पुरेशी आहेत.

मी तुला पत्र लिहायला उशीर केला. गेले काही दिवस मी माझं बालपण टिकवून ठेवण्यात व्यग्र होतो. मला माझ्या मित्रांची काळजी वाटते. ते दररोज माझ्यापासून अधिकाधिक लांब जात आहेत. ते मोठ्यांच्या विषयांवर भांडणं करतात, नवनवीन शत्रू बनवतात आणि मारामारी करण्यासाठी कारणं शोधून काढतात. बाबांना मी आणि ॲनाने राजकारणापासून लांब राहावं असं का वाटायचं हे

आता मला कळून चुकलं आहे. आताशा बाबा थकल्यासारखे दिसतात. मला ते थोडेसे हरवलेले, अलिप्त वाटतात. दुष्ट बुद्धी त्यांच्यापर्यंत पोहोचू नये म्हणून त्यांनी स्वतःभोवती एक लोखंडी कवच तयार केलं आहे. पण मला माहीत आहे की, खरंतर आतून ते पिकलेल्या पेरूच्या गराइतके मृदू आहेत.

आई तुझ्या घरून कधी परत आलीच नाही. ती तिचा आत्मा तुझ्या बागेमध्येच सोडून आली. तिचं काळीज तुटलं होतं. तुझा जीव घेतलेल्या लोकांप्रमाणेच तीसुद्धा वेडी झाली होती.

मी तुला पत्र लिहायला उशीर केला. मला सगळे आवाज एकत्रितपणे इतकं काही सांगत होते... रेडिओ मला सांगायचा की, तुझ्या लाडक्या नायजेरियाच्या संघाने आफ्रिका चषक जिंकला. पणजी सांगत होती की, आपली लाडकी माणसं आपण जोपर्यंत त्यांचा विचार करतो, तोपर्यंत मरत नाहीत. बाबा म्हणत होते की, ज्या दिवशी माणसं युद्ध करणं थांबवतील, त्या दिवशी उष्णकटिबंधीय देशांमध्ये बर्फ पडू लागेल. इकोनोमोपुलोस मॅडम सांगत होत्या की, शब्द वास्तवापेक्षा जास्त खरे असतात. जीवशास्त्राचे शिक्षक सांगत होते की, पृथ्वी गोल आहे. मित्र म्हणत होते की, आपल्याला कुठलीतरी बाजू घ्यावीच लागते. आई सांगायची की, तुझ्या लाडक्या फुटबॉलच्या संघाचा शर्ट घालून, तू उशिरापर्यंत झोपून राहायचास.

आणि तू, ख्रिस्टिओन, तू आता यापुढे कधीच काही बोलणार नाहीस.

। अठ्ठावीस ।

गच्चीच्या फरशीवर आडवी पडून, स्वतःभोवती रंगीत पेन आणि खडू पसरून ॲना पेटलेल्या शहरांची, सशस्त्र सैनिकांची, रक्ताने माखलेल्या सुऱ्यांची, फाटलेल्या झेंड्यांची चित्रं काढत होती. हवेमध्ये पॅनकेकचा दरवळ पसरला होता. मोठ्या आवाजामध्ये रेडिओ ऐकत प्रोथे स्वयंपाक करत होता. कुत्रा माझ्या पायाशी शांतपणे झोपला होता. तो अधूनमधून जागा होत उत्तेजित होऊन स्वतःचा पंजा चावत होता. त्याच्या नाकाभोवती हिरव्या माश्या फिरत होत्या. गच्चीतल्या ज्या जागेवर आईला बसायला आवडायचं, त्या जागेवर बसून मी 'लॉंफोन ए ला रिव्हिएर' हे इकोनोमोपुलोस मॅडमकडून आणलेलं पुस्तक वाचत होतो. तेवढ्यात मला फाटकाची लोखंडी साखळी काढल्याचा आवाज आला. मी उठलो, तेव्हा मला पाच पुरुष घराच्या दिशेने येताना दिसले. त्यांच्यापैकी एकाच्या हातात कलाश्निकोव्ह बंदूक होती. त्यानेच आम्हाला घराबाहेर यायला सांगितलं. बंदूक हातात धरून तो आदेश देत होता. प्रोथेने हात वर केले. मी आणि ॲनानेदेखील त्याचं अनुकरण केलं. त्या माणसांनी आम्हाला हात डोक्याच्या मागे घेत गुढघ्यावर बसायला सांगितलं.

"घराचा मालक कुठे आहे?" बंदूक हातात असलेल्या माणसाने विचारलं.

"काही दिवसांसाठी ते बाहेरगावी, उत्तरेकडे गेले आहेत." प्रोथे म्हणाला.

ते आमच्याकडे रोखून पाहत होते. ते तरुण होते, काहीजण तर माझ्या ओळखीचे होते. कधीतरी दुकानात गाठभेट झाली असावी.

"आणि तू रे, हुतू? तू कुठे राहतोस?" तो माणूस प्रोथेशी बोलत राहिला.

"गेल्या एक महिन्यापासून इथेच राहत आहे." प्रोथे म्हणाला, "असुरक्षित वातावरणामुळे मी माझ्या कुटुंबाला झैरला पाठवून दिलं. मी तिकडे झोपतो." त्याने बागेच्या कोपऱ्यात असलेली पत्र्याची झोपडी दाखवली.

"आम्हाला आमच्या इलाक्यात हुतू लोक नको

आहेत,'' बंदूकधारी माणूस म्हणाला, ''समजलं? दिवसा आम्ही तुला काम करू देत आहोत; पण संध्याकाळी तू तुझ्या घरी परत गेला पाहिजेस.''

''मी माझ्या घरी परत जाऊ शकत नाही, साहेब. माझं घर जाळून टाकलं आहे.''

''आम्हाला तक्रारी सांगू नकोस. तू अजून जिवंत आहेस हेच नशीब समज. तुझा मालक फ्रेंच आहे आणि इतर फ्रेंच लोकांप्रमाणेच तो हुतूंच्या बाजूने आहे; पण हे रवांडा नाही, इथे ते त्यांची मनमानी करू शकत नाहीत. इथे सगळं आम्ही ठरवणार.''

तो प्रोथेजवळ गेला आणि त्याच्या तोंडात बंदूक कोंबली.

''त्यामुळे हा आठवडा संपायच्या आत, तू इथून निघून गेला नाहीस तर मग आम्ही काय करायचं ते करू आणि तुम्ही दोघं, तुमच्या बाबांना सांगा की, आम्हाला तुम्ही फ्रेंच लोकसुद्धा बुरुंडीमध्ये नको आहात, तुम्ही रवांडामध्ये आमच्या लोकांना मारलं आहे.''

प्रोथेच्या तोंडातून बंदूक काढून घेण्याआधी तो माणूस प्रोथेच्या अंगावर थुंकला. मग त्याने मानेने त्याच्या साथीदारांना खूण केली आणि ते सगळे निघून गेले.

आम्ही बराच वेळ उठलोच नाही आणि मग आम्ही घराच्या पायऱ्यांवर बसलो. प्रोथे काहीच बोलत नव्हता. तो खिन्न नजरेने जमिनीकडे पाहत होता. काहीच घडलं नसल्यासारखं! ॲना पुन्हा चित्र काढू लागली. एक क्षण गेल्यावर डोकं वर करत ती मला म्हणाली,

''गॅबी, रवांडामधल्या आपल्या कुटुंबाला आपण मारलं असं आई का म्हणाली?''

माझ्याकडे माझ्या लहान बहिणीला द्यायला काहीच उत्तर नव्हतं. लोकांचे मृत्यू, इतर लोकांच्या मनातला द्वेष यातल्या कशासाठीच माझ्याकडे स्पष्टीकरण नव्हतं. बहुतेक काहीच समजू न शकणे, म्हणजेच युद्ध असावं.

कधीकधी मला लोरची आठवण यायची. मला तिला पत्र लिहावंसं वाटायचं; पण मी लिहायचो नाही. तिला काय सांगावं हेच मला कळत नव्हतं, सगळा नुसता गोंधळ होता. मी परिस्थिती थोडी सुधारायची वाट पाहत होतो, म्हणजे मग मोठं पत्र लिहून सगळं सांगून तिला पूर्वीसारखं हसवू शकलो असतो; पण आतातरी आमचा देश अनवाणी पायांनी टोकदार दगडांवर चालणारा झोंबी होता. कुठल्याही क्षणी मरण येण्याच्या शक्यतेमध्ये जगण्याची आम्हाला जणूकाही सवय झाली होती. भीती आमच्या अंगवळणी पडली होती. मृत्यू हा आमच्यासाठी लांब अंतरावरचं धूसर असं काहीतरी नसून रोजच्या जगण्यातला एक सामान्य चेहरा होता आणि अशा स्पष्ट जाणिवेमधे जगताना आमचं उरलंसुरलं बालपणसुद्धा नासून जात होतं.

बुजूम्बुरामधल्या शहरबंदीच्या घटना दिवसेंदिवस वाढत होत्या. तिन्हीसांजेपासून

पहाटेपर्यंत आजूबाजूच्या परिसरात स्फोटांचे आवाज ऐकू येत होते. रात्र आगीच्या ज्वाळांनी लाल व्हायची आणि धुराचे लोट डोंगरांच्या वर जाताना दिसायचे. आम्हाला गोळीबाराची आणि शस्त्रांच्या आवाजाची इतकी सवय झाली होती की, आम्ही आता बोळामध्ये झोपायचे कष्ट घेणंसुद्धा बंद केलं होतं. पलंगावर आडवं पडून हवेतून रेषा काढत जाणाऱ्या गोळ्यांचा देखावा मला पाहता यायचा. वेळ किंवा ठिकाण वेगळं असतं तर मला आकाशातले तुटणारे तारे बघत होतो असंच वाटलं असतं.

मला बंदुकीच्या आवाजापेक्षा शांतताच जास्त भीतीदायक वाटू लागली होती. शांतता चाकू-सुऱ्याने केलेल्या हिंसेला आणि बेसावध रात्रीच्या हल्ल्यांना उद्युक्त करत होती. काही वेळा मी भिजल्यामुळे थंडीने कुडकुडणाऱ्या कुत्र्याच्या पिल्लासारखा थरथर कापायचो. एक अवाक्षरही न बोलता शांत बसून राहायचो. माझं गल्लीत फिरायचं धाडसच व्हायचं नाही. फक्त कधीकधी पटकन रस्ता ओलांडून मी इकोनोमोपुलोस मॅडमकडे नवीन पुस्तक घ्यायला जायचो आणि शक्य तेवढ्या पटकन पुन्हा एकदा माझ्या काल्पनिक बंकरमध्ये घुसायचो. माझ्या पलंगावर बसून मी वाचत असलेल्या गोष्टींमध्ये मी वेगवेगळी, अधिक सुसह्य वास्तवं शोधायचो आणि पुस्तकं, माझे मित्र माझा दिवस पुन्हा प्रकाशाने उजळून टाकायची. मला वाटायचं, एक ना एक दिवस युद्ध संपेल, मी पुस्तकाच्या पानांमधून डोकं वर करीन आणि माझ्या पलंगाच्या, खोलीच्या बाहेर पडेन. आई तिचा फुलाफुलांचा झगा घालून परत आलेली असेल, तिचं डोकं बाबांच्या खांद्यावर असेल. ॲना पुन्हा एकदा चिमणीमधून धूर सोडणाऱ्या लाल विटांच्या घरांची, बागेतल्या फळझाडांची आणि लखलखत्या सूर्याची चित्र काढेल आणि माझे मित्र पूर्वीसारखंच केळीच्या खोडाचा तराफा बनवून, त्यावर बसून तळ्याच्या निळ्याशार पाण्यापर्यंत जाऊन, संपूर्ण दिवस तळ्याच्या काठावर हसण्या-खिदळण्यात, खेळण्यात घालवण्यासाठी मला बोलवायला आलेले असतील.

मी अशा कितीही आशा बाळगल्या, तरी वास्तव मात्र नेहमी माझ्या स्वप्नांचा चुराडा करून टाकायचं. जग आणि हिंसा रोज एकमेकांच्या अधिकाधिक जवळजवळ येत होते. जेव्हापासून माझ्या मित्रांनी तटस्थ न राहण्याचा निर्णय घेतला होता, तेव्हापासून आमची गल्ली तिचा शांत निवारा हरवून बसली. एवढंच काय, माझ्या पलंगाच्या सुरक्षित बंकरमधूनसुद्धा माझ्या मित्रांनी आणि इतर सगळ्यांनी मला ओढून काढलं होतं.

। एकोणतीस ।

संपूर्ण शहर मृतावस्थेत होतं. वेगवेगळ्या गँगनी सगळे मुख्य रस्ते अडवले होते. द्वेषाला वाट मोकळी मिळाली होती. बुजूम्बुरामध्ये एका नव्या काळ्या दिवसाची सुरुवात झाली होती. खरंतर अजून एका काळ्या दिवसाची असं म्हणायला हवं! सगळ्यांना आपापल्या घरांत, एकान्तवासात डांबून राहण्याची सक्ती होती. कानावर पडलेल्या बातमीनुसार आदल्या दिवशी, देशाच्या आतमधल्या भागात बंडखोर हुतूंनी काही तुत्सी विद्यार्थ्यांना एका पेट्रोल पंपावर जिवंत जाळलं होतं; त्यामुळे शहरात फिरणाऱ्या तुत्सी गँगमधल्या तरुणांचा संताप विकोपाला गेला होता. त्यांनी या गोष्टीचा सूड घरातून बाहेर पडणाऱ्या प्रत्येक हुतूवर उगवण्याचं ठरवलं होतं. बाबांनी बरेच दिवस पुरतील एवढे आवश्यक जिन्नस घरात साठवून ठेवले होते. आम्ही पुढचे अनेक दिवस घरात कोंडून राहायच्या तयारीत होतो. त्या दिवशी मी इकोनोमोपुलोस मॅडमकडे जाऊन माझा पुस्तकांचा साठा घेऊन आलो आणि पलंगावर बसून गोष्टींमध्ये रमून जाण्याआधी मी स्वतःसाठी ताकाचं मोठं भांडं भरून घेत होतो. तेवढ्यात मला स्वयंपाकघराच्या दारापाशी जिनोचा आवाज आला.

"तू इथे काय करतो आहेस?" मी दार उघडत हळू आवाजात त्याला विचारलं. "आज घराबाहेर पडणं म्हणजे निव्वळ वेडेपणा आहे."

"सारखं घाबरणं बंद कर गॅबी! चल, माझ्याबरोबर. काहीतरी भयंकर घडलं आहे."

तो मला आणखी काहीच सांगू इच्छित नव्हता, म्हणून मग मी पटकन पायात चपला अडकवल्या. ॲना आणि बाबा दिवाणखान्यात कार्टून बघत होते. मला त्यांच्या हसण्याचे आवाज ऐकू आले. मी आवाज न करता बाहेर सटकलो आणि बाणासारख्या खोल रुतणाऱ्या जिनोच्या पावलावर पाऊल टाकत निघून गेलो. आम्ही फुटबॉलचं मैदान आणि आंतरराष्ट्रीय महाविद्यालयाचा रस्ता टाळत, कुंपणावर चढून जवळचा रस्ता निवडला. कुंपणाला पडलेल्या एका भगदाडातून आम्ही जिनोच्या

घराच्या आवारात शिरलो आणि त्याची बाग ओलांडली. त्याच्या बाबांच्या ओलीव्हेटी टाइपरायटरच्या बटणांचा आवाज येतच होता. आम्ही फाटकावरून उडी मारून उजवीकडे, गल्लीच्या टोकापाशी जायला वळलो. गल्ली निर्मनुष्य होती. आम्ही चढावरून चालत गेलो. आजूबाजूला कोणीच नव्हतं. आम्ही आधी बंद दुकानासमोरून आणि मग कॅब्रेसमोरून गेलो. मग डावीकडे वळून आम्ही ओसाड माळरानावर गेलो. तिथलं रान इतकं वाढलं होतं की, रस्त्यावरून कोम्बी फोक्स वॅगन दिसतंच नव्हती.

कोम्बीचं दार उघडणार इतक्यात मला कसल्यातरी वाईट गोष्टीची हुरहुर लागल्यासारखं झालं; जणू काहीतरी अनामिक शक्ती मला घरी, माझ्या पुस्तकांपाशी परत जायला सांगत होती. जिनोने मला विचार करायला काहीच वेळ न देता दरवाजा ढकलला.

धुळीने माखलेल्या कोम्बीच्या सीटवर अरमंड निश्चल पडला होता. त्याचे कपडे रक्तबंबाळ झाले होते. त्याच्या रडण्यामुळे त्याची छाती हलत होती. श्वास घेताना तो जोरजोरात विव्हळत होता. जिनोच्या कपाळावर आठ्या पडल्या होत्या, रागाने तो दातओठ खात होता आणि त्याच्या नाकपुड्या फुगल्या होत्या. काल संध्याकाळी त्याच्या बाबांवर - आपल्या गल्लीत अचानक हल्ला झाला. अरमंड आत्ताच दवाखान्यातून परत आला आहे. त्याचे बाबा त्यातून वाचू शकले नाहीत. संपलं सगळं.

माझ्या पायाखालची जमीनच सरकली, मी कसाबसा आपण डोकं टेकवतो त्या सीटच्या भागाला पकडून उभा राहिलो. मला भोवळ येऊ लागली. चेहऱ्यावर निर्दयी भाव घेऊन जिनो गाडीच्या बाहेर पडला आणि साचलेल्या पाण्याने भरलेल्या एका जुन्या टायरवर जाऊन बसला आणि त्याने त्याच्या चेहऱ्यावर हात ठेवला. मी सुन्न होऊन, मुसमुसून रडणाऱ्या अरमंडकडे, त्याच्या बाबांच्या रक्ताने भरलेल्या कपड्यांकडे पाहत होतो. तो त्याच्या बाबांना घाबरायचा, तितकाच त्यांचा आदरसुद्धा करायचा. ते लोक जीव घ्यायला आमच्या गल्लीपर्यंत येऊन पोहोचले होते. आमच्या शांत, सुरक्षित घरट्यापर्यंत. माझ्या मनात जी काही थोडीफार आशा उरली होती, तीसुद्धा संपून गेली. सारा देश म्हणजे मृत्यूचा सापळा बनला होता. मी मला स्वतःला जंगलातल्या वणव्यामध्ये अडकलेल्या, वेडापिसा झालेल्या एखाद्या प्राण्यासारखा वाटत होतो. शेवटचा घाव बसला होता. युद्ध आमच्या दाराशी येऊन ठेपलं होतं.

"कोणी केलं हे सगळं?"

अरमंडने माझ्याकडे एक रागाचा कटाक्ष टाकला.

"अर्थातच हुतू लोकांनी! दुसरं कोण असणार? ते पूर्ण तयारीनिशी आले होते. भाज्यांची टोपली घेऊन ते अनेक तास आमच्या फाटकाबाहेर थांबले होते. ते बुगारामाहून आलेले शेतकरी असल्याचं सोंग घेत होते. त्यांनी आमच्या घरासमोरच

बाबांवर सुरीने हल्ला केला आणि मग शांतपणे, चेष्टामस्करी करत निघून गेले. मी तिथेच होतो, मी सगळं बघितलं.''

अरमंड पुन्हा रडू लागला. जिनो उठला आणि त्याने वाहनावर जोरजोरात बुक्क्या मारायला सुरुवात केली. भान हरवलेल्या अवस्थेत त्याने एक लोखंडी सळी उचलली आणि त्याने कोम्बीची पुढची काच आणि आरसे फोडून टाकले. मी त्याला त्या पिसाळलेल्या अवस्थेत हे सगळं करताना पाहत होतो.

तेवढ्यात फ्रान्सिस तिथे आला, त्याचा चेहरा गंभीर होता. त्याने त्यूपाक शाकूरप्रमाणे स्कार्फ गुंडाळला होता. तो म्हणाला,

''चला, ते लोक आपली वाट बघत आहेत.''

जिनो आणि अरमंड काही न बोलता त्याच्या मागोमाग जाऊ लागले.

''आपण कुठे चाललो आहोत?'' मी विचारलं.

''आपण आपल्या गल्लीचं रक्षण करणार आहोत गॅबी,'' हाताच्या मागच्या बाजूला शेंबूड पुसत अरमंड म्हणाला.

एरवी मी मागे फिरलो असतो; पण आता युद्ध थेट आमच्यापर्यंत येऊन पोहोचलं होतं, आमच्यासाठी आणि आमच्या कुटुंबासाठी धोका निर्माण करत होतं. अरमंडच्या बाबांच्या खुनानंतर माझ्याकडे काही पर्यायच उरला नव्हता. वास्तविक या सगळ्या समस्यांशी माझा काही संबंध नाही असं मला वाटलं होतं म्हणून फ्रान्सिस आणि जिनोने माझी चांगली खरडपट्टी काढली होती; पण प्रत्यक्ष घडत असलेल्या घटनांमुळे त्यांचं म्हणणं बरोबर ठरत होतं. कपटी मृत्यू आमच्या गल्लीपर्यंत आला होता. जणू पृथ्वीवर एकही सुरक्षित ठिकाण उरलं नव्हतं. मी इथेच, या शहरामध्ये; या देशात राहायचो. मी दुसरं काही करूच शकत नव्हतो. मी मित्रांबरोबर गेलो.

गल्ली एकदम शांत होती. फक्त आमच्या चपलांखाली वाजणाऱ्या वाळूचा आवाज येत होता. खोल बिळात बसलेल्या बेडकांप्रमाणे गल्लीतले रहिवासी आपापल्या घरांमध्ये लपून बसले होते. वाऱ्याची एक झुळूकही वाहत नव्हती. सृष्टीदेखील शांत झाली होती. रस्त्याच्या टोकाला इंजिनचा आवाज करत एक टॅक्सी थांबली होती. फ्रान्सिसने खुणेने आम्हाला टॅक्सीमध्ये बसायला सांगितलं. टॅक्सीचालकाने काळा चश्मा घातला होता आणि त्याच्या डाव्या गालावर एक वण होता. तो भांगेची विडी ओढत होता. फ्रान्सिसने त्याच्या मुठीवर मूठ आपटून रास्ताच्या पद्धतीने त्याला अभिवादन केलं आणि गाडी हळूहळू पुढे जाऊ लागली. आम्ही जेमतेम काही मीटर पुढे गेलो असू, तेवढ्यात मुहा पुलाच्या सुरुवातीला गाडी अचानक थांबली. तिथे 'सॉन्स डेफेत' गँगच्या तरुणांनी त्या भागातलं सगळ्यात मोठं बॅरिकेड उभं केलं होतं. रस्त्याच्या बाजूच्या तारेच्या कुंपणापलीकडे

काही चाकं जळत होती. काळ्याकुट्ट धुरामुळे पुलाच्या मध्यभागी नक्की काय चालू होतं ते स्पष्ट दिसत नव्हतं. काही तरुण आरडाओरडा करत, बेसबॉलची बॅट आणि मोठे दगड यांच्या साहाय्याने जमिनीवर निश्चल पडलेल्या एका काळ्या वस्तूवर हल्ला करत होते. त्यांचा आविर्भाव बघून त्यांना तसं करण्यात मजा येत होती असंच वाटत होतं. आम्हाला पाहून गँगमधले काही सदस्य आम्हाला भेटायला आले. फ्रान्सिस त्या सगळ्यांना त्यांच्या नावाने हाक मारत होता. मी त्या कलाश्निकोव्ह बंदूक घेतलेल्या मुलाला ओळखलं; त्याच मुलाने घरी येऊन आमच्यावर बंदूक रोखली होती. त्याने जेव्हा जिनो आणि मला पाहिलं, तेव्हा तो म्हणाला,

"हे दोघं गोरे इथे काय करत आहेत?"

"सगळं ठीक आहे सरदार, ते आपल्या बरोबरच आहेत, त्यांच्या दोघांची आई तुत्सी आहे." फ्रान्सिस म्हणाला.

त्या माणसाने आमच्याकडे साशंक नजरेने पाहिलं. त्याने इतरांना काहीतरी सूचना दिल्या आणि गाडीत मागे चढला; तसेच नेल्सन मंडेला, मार्टिन ल्यूथर किंग आणि म. गांधींचे स्टिकर चिकटवलेली बंदूक दोन पायांच्या मध्ये पकडून आमच्या शेजारी बसले.

"गाडी सुरू कर रे!" गाडीच्या दरवाजाच्या पत्र्यावर हात आपटत, तो ओरडला.

एका तरुणाने काटेरी तारा बाजूला केल्या. रस्त्यावर विखरून पडलेल्या दगडांमधून वाट काढत टॅक्सी सावधपणे पुढे जाऊ लागली. प्लॅस्टिक जळल्याच्या वासामुळे आमच्या डोळ्यांतून पाणी आणि खोकला येत होता. पुलावर मारहाण करणाऱ्या समूहाच्या जवळ पोहोचल्यावर बंदूकधारी माणसाने टॅक्सीचालकाला गाडी थांबवायला सांगितली. गँगचे सदस्य आनंदाने बाजूला झाले. माझ्या अंगावर काटा आला. त्यांच्या पायाशी, गरम डांबरावर आत्तीला म्हणजे व्हॉन गोटझेनचा काळा घोडा होता. वादळ झालं होतं त्या रात्री आम्हाला त्याची सावली जिथे दिसली होती, तिथेच पाय मोडलेल्या, शरीरावर रक्तानी भरलेल्या जखमा असलेल्या अवस्थेत तो जमिनीवर पडलेला दिसला.

ते तरुण मनसोक्त मारून घेत होते. घोड्यांनी डोकं वर उचलून माझ्या दिशेने पाहिलं. त्याच्या उरलेल्या एका डोळ्याने त्याने माझ्याकडे आर्जवपूर्ण पाहिलं. आमच्या शेजारी बसलेल्या बंदूकधारी माणसाने टॅक्सीच्या खिडकीतून त्याचं शस्त्र बाहेर काढलं आणि बाकीचे तरुण बाजूला झाले. तो ओरडला,

"बास झालं!" आणि त्याने गोळ्या झाडल्या. मी दचकलो. अरमंडने एकदम माझ्या शॉर्टला धरलं. त्यांचं दिवसभराचं आकर्षण एवढ्यात संपून गेल्यामुळे नाराज झालेल्या तरुणांच्या डोळ्यांदेखत टॅक्सी पुन्हा सुरू झाली.

काबंडो इलाक्यामध्ये गेल्यावर टॅक्सीने दिशा बदलली आणि नदीकाठच्या खडबडीत रस्त्यावरून जाऊ लागली.

"तू त्या नुकत्याच मारल्या गेलेल्या राजदूताचा मुलगा आहेस ना?" बंदूकधारी माणसाने विचारलं.

त्याच्याकडे न पाहता अरमंडने मान हलवली. टॅक्सी लाल खडकांच्या एका उंच कड्यावर येऊन पोहोचली. खाली नदी दिसत होती. आजूबाजूला मोठे कपोकाचे वृक्ष होते. आम्ही गाडीतून खाली उतरलो. त्या इलाक्यातली बाकीची मुलंही तिथे उपस्थित होती. मला सुसंस्कृत कुटुंबांतून आलेली चांगली मुलं वाटत होती अशी मुलं हातांमध्ये काठ्या आणि दगड घेऊन उभी होती. जबर जखमी झालेला एक माणूस जमिनीवर पडला होता. लाल मातीने त्याचा चेहरा आणि कपडे झाकून टाकले होते. त्याच्या डोक्यावरच्या जखमेतून वाहत असलेल्या गोठणाऱ्या रक्तामध्ये माती मिसळत होती. बाकीचे सगळे ज्याला क्लॅप्टन अशी हाक मारत होते, त्या बंदूक हातामध्ये धरलेल्या माणसाने अरमंडचा हात धरला आणि त्याला म्हणाला,

"हा हुतू तुझ्या बाबांच्या मारेकऱ्यांपैकी एक आहे."

अरमंड स्तब्ध उभा राहिला होता. सगळ्यात आधी क्लॅप्टनने त्या माणसाच्या थोबाडीत मारली आणि मग बाकी सगळ्यांनी त्याचं अनुकरण केलं. लाथा-बुक्क्यांचा पाऊस पडू लागला. जिनो आणि फ्रान्सिस त्याच आवेशात जमावामध्ये सामील झाले. त्याच वेळी अतिशय वेगाने एक मोटरसायकल तिथे आली आणि हेल्मेट घातलेले दोन पुरुष त्यावरून उतरले.

"बॉस आला आहे." क्लॅप्टन म्हणाला आणि सगळ्यांनी मारायचं थांबवलं.

फ्रान्सिस मग अरमंड व माझ्याकडे वळला आणि मोठ्या अभिमानाने म्हणाला,

"मुलांनो, तयार राहा, 'सॉन्स डेफेत' गँगचा प्रमुख स्वतः आला आहे! तुमचा विश्वासच बसणार नाही!"

मोटरसायकलवर मागे बसलेल्या माणसाने त्याचं हेल्मेट काढलं आणि चालकाच्या हातात दिलं. मला वाटतं की, शहरबंदीच्या दिवशी, भर दुपारी त्याच्या गँगमधल्या इतर मुलांबरोबर रस्त्यावर विव्हळणाऱ्या माणसाच्या शेजारी त्याने जेव्हा मला बघितलं, तेव्हा त्याचाच त्याच्या डोळ्यांवर विश्वास बसला नाही. तो इनोसंट होता. तो माझ्याकडे बघून हसला.

"अरे गॅबी! तुला आमच्यामध्ये पाहून मला आनंद वाटला!"

मी काहीच उत्तर दिलं नाही. दातांवर दात आणि मुठीवर मूठ घासत मी नुसता उभा होतो. मग गँगमधल्या तरुणांनी त्या मुलाला जमिनीवर आडवं पाडून त्याचे हात पाठीमागे बांधले. त्याने शक्य तेवढा प्रतिकार केला, एवढा की त्याला जागच्या जागी खिळवून ठेवायला काही तरुण लागले. त्या सगळ्या गडबडीत त्याच्या

खिशातलं ओळखपत्र खाली धुळीत पडलं. त्याचे हात बांधल्यावर सगळ्यांनी मिळून त्याला टॅक्सीमध्ये ठेवलं. मग गालावर वण असलेल्या टॅक्सीचालकाने पेट्रोलचा डबा गाडीच्या डिकीवर, सीटवर, इंजिनाच्या झाकणावर ओतला आणि गाडीचे दरवाजे लावले. आतमधला घाबरलेला माणूस सतत किंचाळत होता; त्याचा जीव न घेण्याची विनंती करत होता. इनोसंटने त्याच्या खिशातून लायटर काढला. युद्ध सुरू व्हायच्या थोडंसं आधी माझ्या वाढदिवसाच्या दिवशी चंदेरी रंगाचं हरणांचं चित्र कोरलेला तो जॅकचा चोरीला गेलेला लायटर मला ओळखू आला. इनोसंटने अरमंडपुढे लायटरची ज्योत धरली.

"तुला जर तुझ्या बाबांच्या मृत्यूचा बदला घ्यायचा असेल तर..."

चेहऱ्यावर भीतीचे भाव असलेला अरमंड थोडा मागे सरकला आणि त्याने मानेनेच नाही असं उत्तर दिलं. म्हणून मग क्लॅप्टन पुढे झाला.

"बॉस, त्यापेक्षा छोट्या फ्रान्सिसला तो आपल्याबरोबर आहे हे सिद्ध करण्याची संधी देऊ या."

आपल्याला ही कल्पना का सुचली नाही याबद्दल आश्चर्य व्यक्त करत इनोसंट हसला. तो पेटवलेला झिप्पो लायटर हातात घेऊन माझ्याजवळ आला. माझे हृदय आणि कपाळावरच्या नसा फुटतील की काय इतक्या जोरजोरात उडू लागल्या. मी मदत शोधायला डावी-उजवीकडे बघू लागलो. मी त्या गर्दीमध्ये जिनो आणि फ्रान्सिसलाही शोधलं. त्यांच्याकडे माझी नजर जाताक्षणीच माझ्या लक्षात आलं की, इतरांप्रमाणे त्यांचे चेहरेदेखील अगदी मख्ख होते.

इनोसंटने लायटर माझ्या हातात कोंबला आणि त्याने मला तो फेकण्याची आज्ञा केली. टॅक्सीमधला माणूस कळवळून माझ्याकडे बघत होता. माझ्या कानात दडे बसले. सगळा गोंधळ उडाला होता. गँगमधली मुलं माझ्या चेहऱ्याच्या जवळ येऊन ओरडत होती, मला हलवत आणि मारत होती. मला लांबून येणारे जिनो आणि फ्रान्सिसचे आवाज, रानटी पशूंच्या ओरडण्याचा आवाज आणि तावातावाने दिलेल्या शिव्या ऐकू येत होत्या. क्लॅप्टन बाबा आणि ॲनाबद्दल बोलत होता. त्या सगळ्या गडबड गोंधळात आणि खुनाच्या आरोळ्यांमध्ये मला त्याने दिलेल्या धमक्या ऐकू आल्या. इनोसंट चिडला. तो म्हणाला की, मी जर हे करायला नकार दिला तर तो स्वतः गल्लीमध्ये जाऊन माझ्या कुटुंबाचा समाचार घेणार होता. माझ्या डोळ्यांपुढे बाबा आणि ॲना शांतपणे पलंगावर आडवे पडून टीव्ही बघतानाचं चित्र उमटलं. त्या दोघांच्या निरागसत्वाचं चित्र आणि एकमेकांशी भांडूनभांडून स्वतःला संपवून टाकायच्या बेतात असलेल्या जगातल्या सगळ्या निरागस माणसांचं चित्र माझ्यासमोर उभं राहिलं. मला त्या सगळ्यांची, माझी स्वतःची दया येत होती. मलाच गिळून टाकणाऱ्या भीतीमुळे वाया जात असलेल्या पवित्र्याचं रूपांतर क्रौर्य,

द्वेष आणि मृत्यूमध्ये, जाळून टाकणाऱ्या लाव्हामध्ये होत होतं, याचं मला वाईट वाटत होतं. माझ्याभोवतालचं सगळं काही धूसर झालं होतं आणि गोंगाटाचा आवाज वाढत होता. टॅक्सीमधला माणूस जवळजवळ अर्धमेल्या घोड्यासारखा झाला होता. पृथ्वीवर जर एकही सुरक्षित ठिकाण नसेल तर इतर कुठेतरी असेल का?

मी झिप्पो फेकला आणि गाडीने पेट घेतला. आगीच्या मोठ्या ज्वाळा उंचउंच जात त्यांनी कपोका वृक्षांच्या फांद्यांना लपेटून टाकलं. झाडांच्या टोकांमधून धूर निघत होता. त्या माणसाच्या किंकाळ्या आसमंतात पसरल्या होत्या. मला माझ्या चपलेवरच उलटी झाली. मी जिनो आणि फ्रान्सिसला माझ्या पाठीवर थाप मारून, माझं अभिनंदन करताना ऐकलं. अरमंड रडत होता. बाकी सगळे त्या मैदानावरून निघून गेले तरीसुद्धा, मातीत बसून, एखाद्या अर्भकाप्रमाणे शरीराचं मुटकुळं करून अरमंड अजूनही रडतच होता. भस्म झालेल्या त्या गाडीच्या अवशेषांसमोर आम्ही दोघेच होतो. आजूबाजूचा परिसर प्रसन्न वाटावा इतका शांत होता. पुलाखालून नदी वाहत होती. जवळजवळ रात्र झाली होती. मी अरमंडला उठायला मदत केली. गल्लीत, आपापल्या घरात पोहोचणं गरजेचं होतं. निघायच्या आधी मी राखेमध्ये आणि मातीमध्ये शोधलं आणि मला नुकत्याच मेलेल्या माणसाचं, नव्हे मी ज्याला मारलं होतं त्या माणसाचं ओळखपत्र सापडलं.

। तीस ।

प्रिय लोर,

मला आता मेकॅनिक व्हायचं नाही. आता दुरुस्त करण्यासारखं, वाचवण्यासारखं, समजून घेण्यासारखं काही उरलंच नाही.

बुजूम्बुरावर दिवस-रात्र बर्फ पडत आहे.

कबुतरं धुरकट आभाळात झेप घेत आहेत. रस्त्यातली मुलं आंब्याच्या झाडांना लाल, पिवळ्या आणि हिरव्या रंगांनी सजवत आहेत. शेतकरी स्की करत डोंगरावरून पठारापर्यंत बर्फावरून घसरत येत आहेत. बांबू आणि लोखंडापासून बनवलेल्या बर्फावरून घसरणाऱ्या गाड्यांमधून अतिशय वेगाने मोठ्या रस्त्यांवरून फिरत आहेत. टांगांयिका तळं म्हणजे स्केटिंगचं मैदानच बनलं आहे आणि त्याच्या पृष्ठभागावर फिकट पाणघोडे त्यांच्या पोटावर लोळून घसरत आहेत.

बुजूम्बुरावर दिवस-रात्र बर्फ पडत आहे.

ढग म्हणजे आकाशातल्या निळ्या गवतात चरणाऱ्या मेंढ्या आहेत. रिकामी इस्पितळं सैनिकांच्या राहण्याची जागा बनली आहेत. शाळांच्या तुरुंगांवर चुना शिंपडला जात आहे. रेडिओवर दुर्मीळ पक्ष्यांचे आवाज ऐकू येत आहेत. लोक शरणागतीचे पांढरे झेंडे बाहेर काढून कापसाच्या शेतांमधल्या बर्फाच्या गोळ्यांच्या युद्धात सहभागी होत आहेत. हास्याच्या गडगडाटामुळे पिठीसाखरेचे लोट पर्वतांवरून खाली कोसळत आहेत.

बुजूम्बुरावर दिवस-रात्र बर्फ पडत आहे.

थडग्याच्या दगडावर पाठ टेकवून मी म्हाताऱ्या रोजालीबरोबर अल्फोन्स आणि पॅसिफिकच्या थडग्यासमोर सिगारेट ओढत आहे. बर्फाच्या सहा फूट खालून ते दोघं ज्यांच्यावर प्रेम करायला वेळच मिळाला नाही, अशा स्त्रियांसाठी प्रेमकविता आणि युद्धात हुतात्मा झालेल्या मित्रांसाठी मैत्रीची गाणी गुणगुणताना मला ऐकू येत आहेत. माझ्या तोंडातून बाहेर पडणाऱ्या निळ्या ऋतूच्या वाफेचं रूपांतर असंख्य पांढऱ्या फुलपाखरांमध्ये होत आहे.

बुजूम्बुरावर दिवस-रात्र बर्फ पडत आहे.

कॅब्रेमधले दारुडे दिवसाढवळ्या पोर्सिलेनच्या मोठ्या प्याल्यांमध्ये गरम दूध पीत आहेत. विस्तीर्ण पसरलेलं आकाश टाइम स्क्वेअरवरच्या चमचमणाऱ्या दिव्यांसारख्या ताऱ्यांनी भरून गेलं आहे. गारठलेल्या मगरी ओढत असलेल्या गाडीमध्ये बसून माझे आई-बाबा एका पवित्र चंद्रावरून उडत आहेत. ते उडत असतानाच ॲना त्यांच्या अंगावर मानवी तांदळाच्या पोत्यांमधून मूठमूठ तांदूळ फेकत आहे.

बुजूम्बुरावर दिवस-रात्र बर्फ पडत आहे. तुला सांगितलं का मी?

बर्फाचे तुकडे सगळ्या वस्तूंवर अलगद येऊन बसत आहेत, अमर्याद पसरत आहेत; आमच्या हस्तिदंती हृदयांपर्यंत खोल जातील इतक्या आतपर्यंत त्यांचा पांढरा रंग जगात झिरपत आहे. आता स्वर्ग, नरक असं काहीच उरलं नाही. उद्या कुत्री भुंकायची थांबतील. ज्वालामुखी शमतील; जनता पांढऱ्या रंगाला मत देईल.

लग्नाचा पांढरा पोशाख परिधान केलेली आमच्या मनातली भुतं, गोठवून टाकणाऱ्या धुक्याच्या रस्त्यांवर बाहेर पडतील. आम्ही अमर होऊ.

कितीतरी दिवस आणि रात्र बर्फ पडतोच आहे.

बुजूम्बुरा पवित्र, निर्दोष आहे.

। एकतीस ।

बुजूम्बुरामधलं युद्धाचं वातावरण अधिकच तीव्र झालं होतं. बळी जाणाऱ्या लोकांची संख्या एवढी मोठी होती की, बुरुंडीमधली परिस्थिती आंतरराष्ट्रीय वृत्तपत्रांच्या पहिल्या पानावरची महत्त्वाची बातमी बनत होती.

एके दिवशी सकाळी बाबांना दगडांमुळे झालेल्या घावांच्या खुणांनी भरलेला प्रोथेचा मृतदेह फ्रान्सिसच्या घरासमोरच्या गटारामध्ये आढळला. जिनोच्या मते तो एक साधा नोकरमाणूस होता; त्यामुळे माझ्या रडण्याचं कारण त्याला समजत नव्हतं. लष्कराने कामेंगवर हल्ला केला, तेव्हापासून आम्हाला डोनासीएनची काहीच खबरबात नव्हती. तोदेखील मारला गेला होता का? का एवढे सगळे लोक गेले तसा रांगेत उभा राहून डोक्यावर गादी, एका हातात गाठोडं आणि दुसऱ्या हातात पोरं घेऊन विसाव्या शतकाच्या शेवटी आफ्रिकेतले रस्ते आणि वाटांवरून वाहणाऱ्या माणसांच्या लाटांमधल्या साध्या मुंग्यांप्रमाणे तो देश सोडून गेला असेल?

पॅरिसमधल्या एका मंत्र्याने फ्रेंच नागरिकत्व असलेल्या लोकांना स्वदेशी परत घेऊन जाण्यासाठी पाठवलेली दोन विमानं बुजूम्बुराला पोहोचली. एका रात्रीत शाळा बंद पडली. बाबांनी फ्रान्सला जाणाऱ्यांच्या यादीत आमचं नाव घातलं. आमच्या गल्लीपासून नऊ तासांच्या अंतरावर फ्रान्समध्ये कुठेतरी एक कुटुंब ॲना आणि माझं स्वागत करायला आमची वाट पाहत होतं.

निघण्यापूर्वी तिथे लपवलेली दुर्बीण घेऊन इकोनोमोपुलोस मॅडमना परत देण्याच्या हेतूने कोम्बीमध्ये गेलो. मला निरोप देतादेता त्या त्यांच्या पुस्तकांच्या फळीपाशी गेल्या आणि त्यातल्या एका पुस्तकातलं पान त्यांनी फाडलं. त्या पानावर एक कविता होती. त्यांना खरंतर ती हाताने लिहून काढायला जास्त आवडलं असतं; पण कविता लिहीत बसायला वेळच नव्हता आमच्याकडे. मला निघायला हवं होतं. त्यांनी मला ते शब्द त्यांची आठवण म्हणून जपून ठेवायला सांगितलं. त्या म्हणाल्या की, आत्तापासून काही वर्षांनी मला त्या

शब्दांचा अर्थ समजेल. त्यांच्या घराचं जड फाटक बंद केल्यावरसुद्धा त्यांच्या आवाजातल्या न संपणाऱ्या सूचना मला ऐकू येत होत्या : थंडीच्या दिवसांत काळजी घे, तुझ्या गुप्त बागांची काळजी घे, भरपूर वाचनाची, नवनवीन लोकांना भेटण्याची आणि प्रेमाची श्रीमंती कमव आणि तुझं मूळ कधीच विसरू नकोस...

आपण जेव्हा एखादं ठिकाण सोडून जातो, तेव्हा आपण तिथल्या माणसांचा, तिथल्या वस्तूंचा, आपल्या आवडत्या जागांचा निरोप घेण्यासाठी वेळ घेतो; पण मी माझा देश सोडून जात नव्हतो, तर तिथून पळून जात होतो. मी माझ्यामागे दार सताड उघडं टाकून, मागे वळून न पाहता निघून गेलो. मला आता फक्त बुजूम्बुराच्या विमानतळावरील बाल्कनीतल्या बाबांचा हलणारा छोटासा हात आठवतो आहे.

गेली अनेक वर्षं मी अशा एका देशात राहतो आहे की, जिथे शांतता आहे. जिथल्या प्रत्येक शहरामध्ये इतकी वाचनालयं आहेत की, कोणाचं त्यांच्याकडे लक्षसुद्धा जात नाही. आमची गल्ली होती तसा हा देश, जिथे युद्धाचे आणि रोषाचे कुठूनतरी लांबून आवाज येतात.

रात्र झाली की, मला माझ्या लहानपणीच्या रस्त्यांचा सुगंध, दुपारची लयबद्ध शांतता, पत्र्याच्या छपरावर ऐकू येणारा पावसाचा आश्वासक आवाज हे सगळं आठवतं. कधीकधी मला स्वप्नं पडतात, रुमोंगच्या रस्त्याच्या कडेला असलेल्या माझ्या मोठ्या घराची वाट मला स्वप्नात दिसते. तिथल्या भिंती, वस्तू, फुलांच्या कुंड्या, काहीच हललेलं नसतं; सगळं जागच्या जागी असतं आणि माझ्या स्वप्नात जेव्हा मी माझा हरवून गेलेला देश बघतो, तेव्हा मला बागेतल्या मोरांचा आवाज ऐकू येतो, लांबून कुठूनतरी मशिदीची बांग ऐकू येते.

हिवाळ्यात मी माझ्या इमारतीच्या खाली समोरचं चेस्टनटचं निष्पर्ण झाड खिन्न मनाने बघतो आणि त्या जागेवर आमचा संपूर्ण परिसर ताजातवाना करून टाकणाऱ्या मोठाल्या आंब्याच्या झाडांच्या कमानी असल्याची कल्पना करतो. मला झोप लागली नाही की, मी पलंगाखाली लपवलेली लाकडाची पेटी उघडतो. त्यातल्या वस्तू मला बालपणीच्या सुगंधी आठवणींमध्ये घेऊन जातात. अल्फोन्स आणि पॅसिफिकमामाचे फोटो, एका नवीन वर्षाच्या पहिल्या दिवशी बाबांनी काढलेला माझा फोटो, किबिराच्या जंगलात गोळा केलेले काळे-पांढरे किडे, लोरची सुगंधी पत्रं, १९९३ मध्ये ॲनासोबत गवतावरून उचलून आणलेल्या मतपत्रिका, रक्ताचे डाग असलेलं एक ओळखपत्र... मी आईची वेणी माझ्या बोटांभोवती गुंडाळतो आणि मी निघायच्या दिवशी इकोनोमोपुलोस मॅडमनी मला दिलेली जॅक रुमॅनची कविता वाचतो :

जर आपण एखाद्या देशातले असू, आपला जन्म तिथे झाला असेल, आपलं

मूळ तिथलं असेल, तर त्या देशाचे वृक्षरूपी केस, जमीनरूपी मांस, दगड म्हणजे त्याची हाडं, नद्या म्हणजे त्याच्या रक्तवाहिन्या, त्या देशाचं आकाश, तिथला स्वाद, तिथले स्त्री-पुरुष या सगळ्यांसह खुद्द तो देशच आपल्या डोळ्यांत, त्वचेत आणि हातांमध्ये असतो....

मी दोन काठांवर हेलकावे खातो आहे; जणूकाही माझ्या आत्म्यालाच हा आजार जडला आहे. मी माझ्या पूर्वायुष्यापासून काही हजार किलोमीटर दूर आहे. तिथपर्यंतचा प्रवास लांबचा बनवण्याचं कारण जमिनीवरचं अंतर नसून मध्ये लोटलेला काळ आहे. मी एका विशिष्ट जागेचा होतो; कुटुंब, मित्र, ओळखीची माणसं यांच्या उबदार सान्निध्याने वेढलेला होतो. मला ती जागा पुन्हा एकदा सापडली; पण त्या जागेला जिवंतपणा देणारी माणसं तिथे नव्हती. माझ्या डोळ्यांना दिसत असलेल्या वास्तवावर माझ्या आठवणीतली चित्रं आहेत. मला असं वाटत होतं की, माझा देश माझ्यापासून हिरावून घेतला गेला होता; पण माझ्या भूतकाळाच्या खुणांपाशी परत गेल्यावर माझ्या लक्षात आलं की, खरंतर माझं बालपणच माझ्यापासून हिरावून घेतलं गेलं होतं आणि आता ही गोष्ट मला आणखी क्रूर वाटते.

वीस वर्षांनंतर मी माझ्या गल्लीमध्ये परत आलो आहे. ती बदलून गेली आहे. तिथली मोठी झाडं छाटून टाकली आहेत. सूर्यप्रकाश दिवसांना चिरडून टाकत आहे.

नक्षीदार जाळीच्या भिंतींवर खोचलेले काचांचे तुकडे आणि काटेरी तारांऐवजी बोगनवेलीच्या रंगीत फुलांचं कुंपण आहे. गल्ली आता पूर्वीसारखी कोंडलेल्या अनामिक रहिवाशांचं धुळीने माखलेलं बोळकांडं राहिलेली नाही. आता फक्त अरमंड गल्लीच्या टोकाशी असलेल्या पांढऱ्या विटांच्या त्यांच्या वडिलोपार्जित घरात एकटा राहतो. त्याची आई आणि त्याच्या चार बहिणी कॅनडा, स्वीडन, बेल्जिअम अशा वेगवेगळ्या ठिकाणी जगाच्या विविध कोपऱ्यांत विखुरल्या आहेत. मी जेव्हा त्याला विचारलं की, तोसुद्धा त्यांच्या पाठोपाठ का गेला नाही, तेव्हा त्याच्या अंगभूत विनोदबुद्धीने तो म्हणाला, ''ज्याचं घर त्याला लखलाभ! जे निघून जातात त्यांच्यासाठी राजकारण आणि जे राहतात त्यांच्यासाठी वेडेपणा!''

अरमंड आता एक मोठा माणूस झाला आहे; एका व्यावसायिक बँकेमध्ये वरिष्ठ अधिकारी! त्याचं पोट सुटलं आहे आणि खांद्यावर अनेक जबाबदाऱ्या आहेत. मी आल्याच्या संध्याकाळी त्याने गल्लीतल्या कॅब्रेमध्ये जायचा आग्रह केला, इतर पर्यटनस्थळं बघायला जाऊ रे नंतर; पण माझी इच्छा आहे की, तू थेट देशाच्या खऱ्याखुऱ्या अर्कात सगळ्यात आधी बुडावंस. ती छोटीशी झोपडी अजूनही तिथे आहे, समोरच्या वाळलेल्या शोभेच्या झाडासह. चिकणमातीच्या रस्त्यावर चंद्राची

सावली पडली आहे. संध्याकाळच्या वाऱ्याच्या झुळकेवर छोटीछोटी नाजूक फुलं अलगद डोलत आहेत. रोजच्या आयुष्याला आणि अपेक्षाभंगांना कंटाळलेल्या असंख्य बडबड्या आणि अबोल लोकांचं कॅब्रे स्वागत करत आहे. पूर्वीसारखंच, लोक त्या काळोखात त्यांचं मन आणि बाटल्या मोकळ्या करायला इथे येत आहेत. मी अरमंडच्या शेजारी, बिअरच्या एका रॅकवर बसलो. फ्रान्सिस आता इव्हँजेलिकल चर्चचा मुख्य धर्मोपदेशक बनला असल्याची पुसटशी बातमी मला अरमंडकडून समजली. आमचे जुळे मित्र आणि जिनो? ते सगळे युरोपमध्ये कुठेतरी राहतात; पण अरमंड त्यांना शोधायचा प्रयत्न करत नाही. मीही कधी केला नाही. काय उपयोग आहे त्याचा?

ॲना आणि मी फ्रान्सला गेल्यानंतर आमचं आयुष्य कसं होतं हे मी सांगावं असा अरमंडने आग्रह धरला. आम्ही गेल्यानंतरच्या युद्धाच्या पंधरा वर्षांच्या काळात त्याने काय काय भोगलं असेल या कल्पनेने मला कुठलीही तक्रार करण्याचं धाडसच उरलं नाही. थोड्याशा ओशाळलेल्या मनाने मी त्याला फक्त एवढंच सांगितलं की, माझ्या बहिणीला पुन्हा कधी बुरुंडीचं नावसुद्धा ऐकायचं नाही आणि मग आम्ही दोघेही गप्प बसलो. मी एक सिगारेट पेटवली. त्या ज्योतीच्या लालसर प्रकाशाने आमचे अवघडलेले चेहरे उजळवले.

खूप वर्षं लोटून गेल्यावरही आपण काही विषय बोलायचे टाळतोच. उदाहरणार्थ– आम्ही फ्रान्सला गेल्यानंतर थोड्याच दिवसांत बुगारामाच्या रस्त्यावर अचानक झालेल्या एका हल्ल्यामध्ये झालेला बाबांचा मृत्यू. आम्ही त्याच्या बाबांचा झालेला खून आणि त्यानंतर घडलेल्या गोष्टींबद्दलही बोललो नाही, कारण काही जखमा कधीच बऱ्या होत नाहीत.

कॅब्रेच्या काळोखामध्ये बसून, मला उलटा प्रवास करून आधीच्या काळात गेल्याचा भास होतो आहे. आजही ग्राहकांची संभाषणं, त्यांच्या इच्छा, विषयांतरं सगळं तसंच आहे. ते आजही नजीकच्या निवडणुका, शांतता करार, पुढच्या उठावाची भीती, प्रेमभंग, साखरेचे आणि पेट्रोलचे वाढलेले भाव याच सगळ्या विषयांवर बोलत आहेत. नवीन काय ते एवढंच की, अधूनमधून एखादा मोबाइल फोन वाजून मला बदललेल्या काळाची आठवण करून देतो आहे. अरमंडने चौथी बाटली उघडली आहे. आमच्या बालपणीच्या आनंदी दिवसांची आठवण काढत चंद्राच्या लालसर प्रकाशात आम्ही हसत आहोत. नाहीसा झाला आहे असं वाटत होतं तो बुरुंडीचा थोडासा भाग मला परत सापडला आहे. घरी परत आल्याच्या सुखद भावनेने मला व्यापून टाकलं आहे. या काळोखात, लोकांच्या कुजबुजण्याच्या आवाजांमध्ये बुडलेलो असताना, लांबून येणाऱ्या एका विचित्र, ओळखीच्या वाटणाऱ्या आवाजाची खूण पटताच एक तीव्र वेदना माझ्या आतून उमटत आहे. हा दारूचा

परिणाम असावा का? मी अगदी लक्ष देऊन ऐकतो. भावनेची ती ओढ आता शमली आहे. आम्ही पुन्हा एकदा बिअरच्या बाटल्या उघडतो आहोत. अरमंड मला माझ्या परत येण्याचं कारण विचारलं. मी त्याला काही महिन्यांपूर्वी, माझ्या वाढदिवसाच्या दिवशी इकोनोमोपुलोस मॅडमचं निधन झाल्याचं सांगणाऱ्या फोनबद्दल सांगितलं. शरद ऋतूतल्या एका दुपारी, एगे समुद्राकाठी मांडीवर कादंबरी ठेवून झोपेतच त्यांनी शेवटचा श्वास घेतला. त्या झोपेत त्यांच्या बागेतल्या फुलांची स्वप्नं पाहत असतील का?

त्यांनी माझ्यासाठी पेटीभरून ठेवलेली पुस्तकं घ्यायला मी इथे बुजूम्बुरामध्ये आलो आहे.

"म्हणजे पुस्तकांच्या एका गठ्ठ्यासाठी तू इथपर्यंत आलास?" अरमंड हसत सुटला.

मी अगदी तो म्हणतो तेच केलं आहे. माझ्या या प्रकल्पामधला मूर्खपणा मला पहिल्यांदाच जाणवतो आहे. आम्ही आमचं संभाषण पुढे चालू ठेवतो. तो मला मी तेथून गेल्यानंतरची राज्यक्रांती, देशाच्या व्यापारांवरचे प्रतिबंध, अनेक वर्षं चाललेलं युद्ध, नव्याने श्रीमंत झालेली माणसं, स्थानिक गुंड, स्वतंत्र प्रसारमाध्यमं, अर्ध्याअधिक शहराला रोजगार देणाऱ्या स्वयंसेवी संस्था, सर्वत्र बहरणारी इव्हँजेलिकल चर्च, राजकारणातून हळूहळू नाहीसा होत चाललेला वंशवाद या सगळ्या विषयांबद्दल सांगतो आहे, तो ओळखीचा आवाज पुन्हा एकदा माझ्या कानावर पडतो आहे. मी अरमंडचा हात धरतो. मी अडखळत म्हणतो, "ऐकलंस तू..." मी ओठ चावत, थरथरतो. अरमंड माझ्या खांद्यावर हात ठेवतो.

"गॅबी, मला कळत नव्हतं की, तुला कसं सांगावं? तुला तुझं तुझं समजावं असं मला वाटत होतं. गेली कित्येक वर्षं रोज संध्याकाळी ती इथे येते..." एक आवाज, थडग्यापलीकडून येणारा एक आवाज माझ्या हाडांच्या आरपार घुसतो. जमिनीवरच्या न जाणाऱ्या डागांची गोष्ट सांगतो. मी सावल्या बाजूला सारत, बिअरच्या बाटल्यांमध्ये अडखळत, अंधारात धडपडत, झोपडीच्या कोपऱ्यापर्यंत पोहोचतो. जमिनीवर एका कोपऱ्यात मुटकुळं करून ती एका स्ट्रॉने घरगुती दारू पिते आहे. मी तिला वीस वर्षांनंतर पुन्हा बघतो आहे; पण तिच्या ओळखू न येणाऱ्या शरीरामुळे पन्नास वर्षं लोटल्यासारखं वाटत आहे. मी या वृद्ध स्त्री जवळ खाली वाकतो. तिच्या चेहऱ्याजवळ नेलेल्या लायटरच्या प्रकाशात ती ज्या पद्धतीने माझ्याकडे बघते, त्यावरून मला वाटतं की, तिने मला ओळखलं असावं. निःसीम प्रेमाने आई अलगद माझ्या गालावर हात ठेवते आणि म्हणते, "तूच आहेस ना ख्रिस्टिओन?"

पुढे मी माझ्या आयुष्याचं काय करणार आहे हे मला माहीत नाही. आत्तातरी

इथे थांबून मला आईची काळजी घायची आहे; तिला बरं करायचं आहे.

दिवस उजाडतो आणि मला लिहायची इच्छा होते. ही गोष्ट संपेल कशी ते मला माहीत नाही; पण हे सगळं सुरू कुठे झालं, हे मात्र मला चांगलं आठवतं आहे.

◆